வெள்ளெருக்கு
கண்மணி குணசேகரன்
தமிழினி

வெள்ளெருக்கு

சிறுகதைகள்

கண்மணி குணசேகரன்

தமிழினி
63, நாச்சியம்மை நகர், சேலவாயல், சென்னை - 51
☎ +91 86672 55103

முதல் பதிப்பு: 2004
மூன்றாம் பதிப்பு : ஜனவரி 2020

Email: tamilinibooks@gmail.com
Web Journal: www.tamizhini.co.in

© கண்மணி குணசேகரன்

அச்சாக்கம்: மணி அச்சகம், சென்னை - 5.
விலை ரூ. 230

என் அன்புத் துணைவி
சுபா என்ற சுமத்ராவுக்கு

உள்ளே

கொடிபாதை 5
ஆணிகளின் கதை 18
சமாதானக் கறி 30
புள்ளிப்பொட்டை 48
கிக்குலிஞ்சான் 62
மழிப்பு 76
ஏவல் 91
வலை 107
ராக்காலம் 122
ஆண் 136
வனாந்திரம் 150
சீவனம் 163
வெள்ளெருக்கு 178
வண்ணம் 194

கொடி பாதை

என்றுமில்லாத வேகத்தில் ரோட்டின் பொக்குழிகளைப் பொருட் படுத்தாமல் சீறிக்கொண்டு தூரத்தில் வந்து கொண்டிருந்தது 33. வளைவு நெளிவுகள் இல்லை. ஆறாங்காயாக போட்டிருந்த எள்ளுக்காய்களைத் தகடையாக்கியபடி கடந்து போனதைப் பார்த்ததும் எள்ளுக்காய்காரன் புழுத்த நாய் குறுக்கே போகாதமாரி பேசியபடி கொஞ்சதூரம் பின்னால் ஓடிவந்தான். தகடையாகிப்போன எள்ளுக்காய்களைப் பார்த்து, வயிறு எரிந்து வாசாங்கு விட்டு அடித்தாள் அவன் பொண்டாட்டி. ''அந்த கம்னேட்டி பய, இப்பிடி தகடையா நசுக்கிட்டப் போறான. அவன் நெல்லா இருப்பானா. காப்படி தானியத்துக்கு விதியத்துப் போயி நிப்பானா...''

நிறுத்துகிற மாதிரியான வேகக்குறைப்பு இல்லையென்பது தெரிந் ததும், நின்றுகொண்டிருந்தவர்களில் ஒருவன் குனிந்து ஒரு கல்லை எடுத் தான். மற்றவர்கள் நடுரோட்டிற்கு போய் கையை ஆட்டினார்கள். குறிப் பாய் கல்லை எடுத்தவனைப் பார்த்ததும் வேறு வழியில்லாமல் தள்ளிப் போய் நின்றது.

''என்னா தல போற அவுசரம், வண்டி பறக்குது. அடுத்த சிங்கி ளுக்கு இந்த ரோட்டுமேல வண்டி வருணுமா, வேணாமா...'' ஓடி உறு மியபடி கும்பலாய் ஏறினார்கள்.

''சட்டம் பேசறது இருக்கட்டும். படிய வுட்டு மேல ஏறுய்யா... யோவ் வெள்ள சட்ட, கண்ணாடிய மறைக்கிது, ஒயர வா...'' டிரைவர் ஆத்திரத்தில் கையால் அடித்துப்போட்டு, காலால் அழுத்தினான். பெருத்த உறுமலில் சீறிக்கிளம்பியது. இனி எங்கும் நிற்கக்கூடாது என்பதற்கு அறிகுறியாய் பின்னாலிருந்து நெடு ஊதலாய் ஊதினான்.

''என்னா ஊருடா ஓட்றவன்...'' கந்தல் பையில் வைத்து அழுத்திய பழந்துணியாய் பிதுங்கிய கூட்டத்தில், கோபத்தோடு ஓட்டிக் கொண்டி ருந்தவனை நோக்கி இடித்து நுழைந்து முன்னேறப் பார்க்கிறார்கள். நீக்கு நிலைகொடுக்காமல் ஏற்கனவே மூன்று ஊர்களின் நிறுத்தத்தில் ஏறிக்கொண்ட கூட்டம்; கூடவே இவர்கள். இவர்களின் செக்கு செல்லாத

காந்தாளத்தில் பொறிகிறார்கள்.

''பெரிய ராக்கெட்டு மயிரு ஓட்றதா நெனப்பா... கறி கன்னிப் போயிடும்னு சொல்லி வைய்யி...'' எச்சில் தெறிக்க பேச்சு சூடேறுகிறது.

''என்னா மணக்கொல்லியார, நேரங்காலம் புரியாம வார்த்தய உட்டோட்ற...'' முன்னே பேசிக்கொண்டிருந்தவனைப் பார்த்து, மேல் கம்பியைப் பிடித்தபடி வியர்வைக் கசகசப்பில் நின்றுகொண்டிருந்தவன் கேட்டான்.

அவனுக்கு பொத்துக்கொண்டு வந்துவிட்டது. ''என்னா மயிரு நேரங்...'' வார்த்தையை முடிப்பதற்குள் ''அய்யோ எம்மா...'' சன்னமாய் முனகுகிற சத்தம் காதில் விழுந்ததும், இடித்தாக்கியது மாதிரி திரும்பினான். தன்னக்கடந்த கூட்ட நெரிசலில், நடுவண்டியில் நாலைந்து சனங்களுக்கு நடுவில் அவள். நெரிசலில் கீறலாய் தெரிந்த இடைவெளியில்...

கண்கள் செருகிப் போய்க்கொண்டிருந்தது. முகமெல்லாம் வேர்வை. செம்பட்டை பாய்ந்த தலைமுடிகள் தாறுமாறாய் முகத்தில் அப்பிக்கொண்டு ஓடியிருந்தன. சிலுவையில் அறையப்பட்டவளாய் நின்றுகொண்டிருந்தவளின் கால்களில் சாய்ந்திருந்தாள். வீறலின் குறுகலில் பார்வையை கீழே இறக்கினான். மண்பானையின் மீது விரித்துப் போட்ட துணியாய், புடவை மூடலில் பெருத்துத் திரண்ட வயிறு, நீட்டிக்கிடந்த அவள் கால்களின் தொடைமீது குந்தியிருந்தது. நாலைந்து கால்களைத் தாண்டித் தெரிந்த அவளின் பாதங்கள் வெளிறிப் போயிருந்தன. கால் விரல்களின் வீக்கத்தில், உருட்டு வெட்டியபடி இறுக்கியிருந்தது. தன்னை மறந்த நிலையில் அவள் வாயிலிருந்து ''எம்மா.. எம்மா...'' என்ற சத்தம் தெம்பில்லாமல் வந்துகொண்டிருந்தது.

இவர்களுக்கு கோபம் போன இடந் தெரியவில்லை. முகத்தில் அதிர்ச்சி ரேகைகள் படரக் கேட்டார்கள் ''யாரு புள்ள இது...''

''நம்ப அளப்பன் இல்ல. கொடித்தட்டு பின்னமாட்டாரு... அவுரு சின்ன மொவ. உள்ளூர்லியே கட்டிக்கிட்டது...''

''மரம் வெட்ன கேசுல, சேலத்துல கண்டிசன் பெயில்ல கெடந்தான அந்தப் பயலா...'' ஆர்வமாய்க் கேட்கிறார்கள்.

''அவந்தான்... அவந்தான்...'' குறியாய் சொன்ன பதிலில் திருப்தியுற்று இரண்டு முறை அழுத்திச்சொன்னான்.

''மோம்பிரிக் குப்பத்து ஆளுவுளே ஒரு சுதிமதி கெட்ட ஆளுவோப்பா. இம்மாம் முண்டற வரைக்குமா இருக்கறது. எங்கனாச்சும் காலாகாலத்துல ஆஸ்பத்திரியப் பக்கம் போயி சேத்துருக்கக்கூடாது. பாரு பச்ச மண்ணு. கண்ணுல உசுர வைச்சிக்கிட்டுத் தெவைக்கிது...''

பரிதாபத்துடன் சொல்லிக்கொண்டிருந்தவன், திடுமென சாமி வந்தவன்போல் கத்தினான் ''யோவ் டைவர, எங்கியும் இனி நிறுத்தாத.

வேகமா ஓட்டு...''

கூட ஏறியவன் மிரட்டுகிறமாதிரி சொன்னான். ''என்னாய்யா கட்ட வண்டி மாதிரி போவுது. இதுக்கு மேல வண்டியில வேகமே இல்லியா. கெவுருமண்டு வண்டின்னாலே இதான்யா...''

பின்னால் சீட்டுக் கிழித்துக்கொண்டிருந்தவன் எரிச்சலில் பேசினான். ''ஒனக்கு இருக்கற அக்கற எங்களுக்கும் இருக்கு. பேசாம வாய்யா. மெதுவாப் போனா கட்டவண்டி போற மாதிரிங்கறது. கொஞ்சம் வேகமாப் போயி ஒண்ணு ஆயிப்போச்சின்னா, எனக்கு மின்னியே தெரியும் இவம் போற வேகத்துக்கு எங்கியாவுது கொண்டு போயி தள்ளு வாங்கிறது.''

பட்டென்று வண்டியின் வேகம் குறைந்து சுத்தமாய் நின்றுவிட்டது. வண்டியில் இருந்தவர்களுக்கெல்லாம் எரிச்சலாய் போய்விட்டது. தொடர்ந்து ''எம்மா... எம்மா...'' என்கிற முனகலின் வதை தாங்காமல் கத்தினார்கள். ''என்னாயா நிறுத்திட்ட.. எடுய்யா...''

முன்னால் இரண்டு வைக்கோல் வண்டிகள். தலையை வெளியே நீட்டிப்பார்த்தவர்களுக்கு வைக்கோல் வண்டிக்காரர்கள் மேல் கோபம் பறந்தது. ''யோவ், ஒதுக்கி ஓட்டியாந்தா என்னாய்யா மயிர நக்கன வைக்க ரோட்ட அடைச்சிக்கிட்டுதான் ஓட்டியாருணுமா... எடது மாட்ட நவுத்தி நேராக்கியா... சனியம் புடிச்சமாதிரி எதுக்கால வந்து நிறுத்திக்கிட்டு...''

வண்டி நின்றதால் வியர்வை ஆறாக ஓடியது. நுரை கப்பிய மாடுகள் மெதுவாக நகர ஆரம்பித்ததும், உராய்ந்தபடி சுணையை உள்ளுக்குத் தள்ளியது. இவனும் நகர்த்தினான். குடை சாய்ந்து விடுகிறமாதிரி பள்ளத்தில் இறங்கியதும்... உள்ளே சத்தம். அதிகமாக கத்தினாள். வண்டி ஏறியதும் ஒருவர்மீது ஒருவர் சாய்ந்தார்கள். ''யோவ் நவுந்து நில்லியா...'' படிக்கட்டுப்பக்கம் ஒரு மாம்பழம் உருண்டது.

ஏற்கனவே கலகலத்துப் போயிருந்தது, குண்டுகுழிகளில் விழுந்து இற்றுவிடுகிறமாதிரி போய்க்கொண்டிருந்தது. கடைசி சீட்டில் குந்தியிருந்தவர்கள், எகிறலில் கூரையைத் தொட்டுவிட்டு வந்தார்கள். குலுங்கலில் குந்தி எழுந்திருக்கும்போது குலை அறுந்து போகிற மாதிரி உடம்பு அதிர்ந்தது.

ஒவ்வொரு அதிர்விற்கும் நடுவண்டியிலிருந்து, நெரிசலினூடாக கசிகிற ஒலி, எல்லோர் காதுகளிலும் விழுந்து உயிரைக் கசக்கியது. ஆதரவற்ற, தாங்கவியலாத, பரிதாபக்குரல் எல்லோருக்கும் கேட்கச் சகிக்க இயலாத, கொடூர அலறலாக ஆகியது. ''செத்தப் பொறுத்துக்க சாமி. தலசெமயா இது, செத்த வாங்கி தல சூட்ட ஆத்தறதுக்கு. தே ஆஸ்பத்திரிக்கு பூடலாம் சாமி'' யாரோ தேற்றிக்கொண்டிருந்தார்கள்.

பின்படிக்கட்டுக்கு நேராக குந்தியிருந்த கிழவி, யார் எவரோ... அவளின் வேண்டுதல், கிணற்றுக்குள்ளிருந்து கேட்பது மாதிரியிருந்தது. ''சாமீ... உத்தண்டகார, செம்பைய்யனார, பாவம் பச்சப்புள்ள தெவைக் கிது. கண்ணத் தொறந்து நெல்ல வழியக் காட்டு சாமி...''

''டிக்கெட் டிக்கெட்... ஆயா, அன்னக்கூடைக்கி லக்கேஜ் வாங் கிட்டியா'' பின்னாலிருந்து கூட்டத்தை விலக்கிக்கொண்டே நுழைந்தான். ''யோவ் தலப்பா உள்ள போ... பின்னால படியில தொங்கறாங்க பாரு...''

''இதுக்குக் கூடுமா லக்கேஜி...'' மாம்பழங்களை அடுக்கி வைத் திருந்த கூடையைக் காட்டி கேட்கிறாள். அவன் பாக்காமலேயே ''வாங் குணும்''ங்கிறான். சுருக்குப் பையிலிருந்து, காசு பரிகிறது. நின்று கொண்டிருந்தவர்களின் இடுப்பு வழியாக நீட்டுகிறாள். காசு போய் சீட்டு வந்தது.

தென்னங்கீற்றை அடுக்குகிற மாதிரி முன்னுக்கு நின்றவர்களை நெருக்கிக்கொண்டு போனான். நிலைக்கம்பியையும், மேல்கம்பியையும், கம்பியை பிடித்துக் கொண்டிருந்தவகள் வவ்வாலாய் நெரிசலில் தொங்கி னார்கள். எங்கும் வியர்வை நாற்றம். ஒவ்வொருவர் காதுகளிலும், கழுத்து களிலும் பின்னால் நிற்பவர்களின் சூடான மூச்சுக்காற்று. ''மின்னால மணக்கொல்லையில ஏறனது சீட்டு...''

நீந்திப்போக முடியாமல் திணறி நின்றான். ''யோவ் காலு...'' பிடி மானம் கிடைக்காமல் அந்தரத்தில் நின்றவன் அலறினான். வலியில் முகம் கோணியது. நடுவண்டியில் அவளைச் சுற்றி நின்றிருந்தது கும்பல். இவனால் நுழைந்துபோக இயலவில்லை. வண்டி தண்டராக்குளம் முடக்கில், வேகமாகத் திரும்பியதும், கூட்டம் ஒரு பக்கமாகச் சாய்ந்தது. சாய்ந்த வேகத்தில், அவள் வேகமாக அலறினாள். ''எம்மா...''

எல்லோருக்கும் திக்கென்று போய்விட்டது. எல்லோரும் என்னவோ ஏதோ என்று உள்ளுக்குள் உதைத்துக்கொண்டார்கள். ''ரொம் பமா இருக்கு. செத்த வேகமா போவ சொல்லு சாமி...'' டிக்கெட் கொடுத்துக்கொண்டிருந்தவனிடம் கெஞ்சினாள் காலில் புள்ளத்தாச்சியை சாய்ந்துக்கொண்டிருந்தவள்.

''வேகமாப் போப்பா...'' கும்பலின் முன்னே பார்த்து சொல்லி விட்டு ''இப்பிடி சந்துல போயி நில்லன்...'' ஒரு பையனை குந்தியி ருந்தவர்களின் முட்டி சந்தில் நெட்டி நுழைய வைத்து முன்னே போனான். படிகொள்ளாமல் நின்றுகொண்டிருந்தார்கள். படியை ஒட்டிய கம்பியில் ஒரு புள்ளைக்காரி. ஒரு கையால் பிள்ளையைப் பிடித்தபடி மறுகையால் உயரே கம்பியை பிடித்துக்கொண்டிருந்தாள். கையிலிருந்த குழந்தை ''நைநை...'' என அழுது பசியில் அவளின் மாராப்பை பிடித்துத் தள்ளுகிறது.

நின்று சீட்டைப் பிய்த்துக்கொடுக்கத் தோதாக, படிக்கட்டுக் கம்பி

யில் இடம் கேட்டு, சைகையால் உள்ளே வரும்படி காட்டினான். நிற்கவும் முடியாமல் நகரவும் முடியாமல் தத்தளிக்கிறாள். கையில் குழந்தை கத்தித் துவள்கிறது. ஏற்கனவே நடுவண்டியில் பிரசவ வலி சத்தம். காது புளித்துப் போய்க்கொண்டிருக்கிறது.

ஆலடியை நெருங்கும்போது ஆரனை அடித்துக் கேட்டான். புரிந்துகொண்டு வண்டியில் இருந்தவர்கள் கத்தினார்கள். ''யோவ் எங்கியும் நிறுத்தாத போய்யா...''

''சாமீ சாமீ செத்த நிறுத்துங்க... நா ஆலடியில எறங்கணும்...'' பின்னால் அன்னக்குண்டான் வைத்திருந்த கிழவி கத்தினாள். எல்லோருக்கும் சப்பென்று போய்விட்டது. கிழவியின்மீது எரிச்சலாக வந்தது. கிழவி போட்ட கூச்சலிலேயே வண்டி குலுங்கி நின்றது. ''செத்த சீக்கிரமா அந்த புள்ளய ஆஸ்பத்திரிக்கு இட்டுக்கிட்டப் போங்க சாமீ...''

''மொதல்ல சீக்கிரம் நீ கீழ எறங்கு...'' கிழவியை அதட்டி இறக்க வைத்தார்கள். அதற்குள் அவளை நெட்டியபடி திபுதிபுவென ஏறினார்கள். ஏறிய கூட்ட நெரிசலில், இன்னும் சுவர் வைத்தமாதிரி ஆனது வண்டிக்குள். மூட்டை சந்துக்குள்ளிருந்து வரும் மூஞ்செலி சத்தமாய், ஏறியவர்களையெல்லாம் திகைக்க வைத்தது. ''என்னா, யாரு உள்ள...'' ''வண்டிய எடுய்யா சீக்கிரம்.''

முன்படிக்கட்டிலும் அளவு கடந்து கூட்டம் ஏறிப் பிதுங்கியது. கையில் குழந்தையை வைத்துக்கொண்டு, குழந்தையை ஓய்ச்சியபடி சாய்மானக் கம்பியை தக்கவைத்துக் கொள்ள படாதபாடு படுகிறாள் கைப்புள்ளைக்காரி. யாரும் முகந்தெரிந்த மாதிரியில்லை, எழுந்து இடங்கொடுக்க. நெரிசலில் எவன் முதுகோ அவளை நெட்டவும், கம்பியிலிருந்து நழுவி அந்தரத்தில் நிற்க ஆளானாள். முன்னால் குந்தியிருந்தவன், குழந்தையை வாங்க கையை நீட்டினான். அது கெட்டியாக தோளைப் பிடித்துக்கொண்டு வர மறுத்ததும், ஏமாற்றத்தில் கைகளை இறக்கினான். அவள் சொல்ல முடியாமல் வைத்துக்கொண்டு நின்றாள். கத்திக் கத்தி கடைசியில் ஓய்ந்து கொட்டாவி விட்டது.

அந்தக் கூட்டத்தில் பெண்களின் பக்கம் ஒரே இரைச்சல். சலசலவென்று பேசிக்கொண்டேதான் இருந்தார்கள். உள்ளே வலியின் அலறல் அதிகமாகும்போது தற்காலிகமாக பேச்சை பட்டென நிறுத்தி, திரும்பிப் பார்த்துவிட்டு, பின்னர் தொடர்ந்து பேச்சு ஓடிக்கொண்டே யிருந்தது. எல்லாம் உள்ளே கத்திக் கொண்டிருப்பவளைப் பற்றிதான்.

''வீராரெட்டிக் குப்பம் ஆஸ்பத்திரிக்கா போறாங்க...''

''அங்கதான் போவங்க. கிட்டத்த அதான இருக்கு...''

''தலைச்சனா எடைச்சனான்னு தெரியில. புழுவா கெடந்து துடிக்கிறா...''

''இம்மாம் அலட்சியமாவா இருக்கிறது...''

''டிக்கெட்... டிக்கெட்...'' மீண்டும் ஒரு முறை மிதித்தபடி கும்ப லுக்குள் நீந்திக்கொண்டு வந்தான். தலையெல்லாம் புழுதி அப்பிய படியிருந்த தாடிக்காரனை அப்போதுதான் கவனித்தான். கேட்டான் ''நீதான் அந்த புள்ளைக்கி ஊட்டுக்காரனாப்பா...''

அவன் பரிதாபமாகத் தலையாட்டினான். இவனுக்கு எரிச்சலாக வந்தது. ''ஏம்ப்பா, இருக்கறதே உள்காடு. வர்றதும் இந்த ஒரு வண்டி தான். இத நம்பிக்கிட்டா அந்த புள்ளய வைச்சிக்கிட்டு நின்னிங்க. ஏதோ வந்த குத்தந்தான் ஆச்சி. வல்லன்னா என்னா செய்வீங்க. ஊரு ஒலகம் திருந்திப் போச்சி. இன்னம் திருந்தாத கெடக்கிறீங்க...''

''இல்லிங்க காலையில நெல்லாதான் இருந்தது. ரெண்டு பேருமே தான் கல்லமோட்டுக்கு கல்லு சலிக்கப் போனம்.'' நொந்து போய் சொன்னான்.

''அட நீங்க ஏங்க... இந்த புள்ள அவ ஆத்தா கிட்ட என்னா சவடால் குடுத்துது, சண்ட வளத்திச்சி. அப்பலாம் ரவ அறிகுறிகூட தெரியில...'' பக்கத்தில் நின்றவள் சொன்னாள்.

'சளார் சளார்' என ஓரத்தில் நீட்டி இருந்த வேலிக்காத்தான் செடி களின் சிம்புகள் சாட்டையாய் அடித்தன. கண்ணில் பட்டு விடாதவாறு குனிந்து சாய்ந்துகொண்டார்கள். சீட்டில் குந்தியிருந்தவள் ஒருத்தி பெருமையாக தனக்குத் தெரிந்திருப்பதைச் சொன்னாள், ''மழ பேயறதை யும், புள்ளப் பொறக்கறதையும் யாரு கண்டா...''

காலையில் கல்லமேட்டுக்கு கிளம்பிப் போகும்போதே, இருவரும் பேசிக்கொள்ளவில்லை. முகத்தை 'உம்'மென்று வைத்துக் கொண்டுதான் போனார்கள். ஓடையைத் தாண்டி மேட்டுக்கு ஏறியபோது அவளுக்கு மூச்சு வாங்கியது. நிறைய பேர் செட்டு செட்டாக கூழாங்கல் சல்லி சலித்துக்கொண்டிருந்தார்கள்.

வேறெங்கும் சுத்துப்பட்டில் இதுபோன்ற சல்லிகள் இல்லை. ஆழ் குழாய் கிணற்றுக்கு குழாய் பொருத்திக்கட்ட பயன்படுத்தப்படும் தோதான சல்லிகள். கடப்பாரையால் சல்லி மண்ணை இடித்துத் தோண்டி, கட்டில் போன்று கால்கள் அமைக்கப்பட்ட வலையில் அள்ளிப்போட்டு, கைகளால் நொறுக்கி அலசி ஆட்டுவார்கள். முதல் வலையில் மண்ணும், அடுத்தடுத்த வலையில் தேவைக்கேற்ற அளவில் சல்லிகளும் கொட்டும். லாரி லாரியாய் ஏற்றிக்கொண்டு போவார்கள். மண்ணும் சல்லிகளும் கலந்த மேடுகள், நிறைய பேருக்கு சோறு போட்டுக்கொண்டிருந்தது. சமயத்தில் ஆர்ஐ, தாசில்தார் என வரும்போது ஓடிவிடுவார்கள். மண் வெட்டி, சல்லடை, பாரை என கைப்பற்றிக்கொண்டு போவார்கள். பிறகு

புதுமுதல் வைத்து வாங்கி, மேஸ்திரி வேலையை ஆரம்பிக்க வேண்டியதுதான்.

கழித்துப்போட்ட பெரியபெரிய கூழாங்கற்கள் அழகழகாகக் குவிந்து கிடந்தன. வண்டியேறியது போக முட்டுக்களாய் கிடந்தன சின்ன சல்லிகள். வெட்டிச் சலித்த இடங்கள் பள்ளங்களாகக் கிடந்தன. அவள் கால்களில், சல்லிகள் சறுக்கி விடாதவாறு நிறைமாத வயிற்றை தள்ளிக் கொண்டு பொறுமையாக வருவதைப் பார்த்துவிட்டு கேட்டார்கள்.

''ஏண்டி புள்ள. மாளாவெட்டி பொம்பள. சாவத் தலையில வைச்சிக்கிட்டு எதுக்கு வர. நேத்திக்கே சொல்லிதான அனுப்பனம், வரவேணாம்னு.''

''நின்ன நெலையில சல்லடையில மண்ணத் தேய்க்கிறதுக்கு என்னா...'' வயிற்றைப் பிடித்தபடி நடந்துகொண்டு சொன்னாள்.

இவர்கள் செட்டு ஆட்களிடம் போய் வேலையை ஆரம்பித் தார்கள். சல்லடையின் இந்தப் பக்கமும் அந்தப் பக்கமும் இவனும் அவளும். சல்லடையில் சல்லி மண் வந்து கொட்டப்பட்டதும், கைகளால் தேய்த்தபடி அலசினார்கள். கீழே உதிர்ந்துக் கொண்டிருந்த மண் குறைய வும், சல்லடையை முன்னும்பின்னும் ஆட்டி, பக்கத்து சல்லடையில் கொட்டினார்கள். அவளுக்கு மூச்சு வாங்கி, வேர்த்து செம்மண் புழுதியை ரெத்தமாக கரைத்துக்கொண்டு இறங்கியது. அவனுக்கு தாடியெல்லாம் புழுதி ஏறி, செம்பட்டை பாய்ந்தது.

''இந்த மாசந்தான புள்ள...'' மண் அள்ளி வந்து கொட்டுகிறவள் கேட்டாள்.

''ஆமா'' சுரத்தின்றி சொன்னாள்.

''ஆமா... ராத்திரி ஓம்மாளப் போட்டு, ஒப்பன் அடிச்சிக்கிட்டு இருந்தான். அங்க வந்தாளாம. பெத்தவ மனங் கேக்காம வாயும் வவுறுமா இருக்கறன்னு பாக்க வந்துருக்கா. நீனும் கமுக்கமா போவுமுன்னு இல்லாம. பாவம் என்னா அடி அடிச்சிட்டான்...''

பொதுக்கென்று இவளுக்கு கண்ணீர் முட்டியது. அவன் அதட்டி னான். ''பேசாம வேலயப் பாரு ஆச்சி. இதே ராத்திரியிலேர்ந்து சாப்டாம அழுதுகிட்டு கெடந்தது. ஊட்ல இருன்னாலும் இருக்க மாட்டங்குது...''

கல் சலித்துக்கொண்டிருக்கிற இந்த கல்லமேட்டில்தான், இருவரும் சந்தித்தது, பேசியது எல்லாம். அரசல்புரசலாய், கூட சலித்துக் கொண்டி ருந்தவர்களின் வழியாகக் கசிந்து, பெற்றோர்களின் காதுக்கு எட்டிய போது, அவர்கள் அறுத்துப்போட்ட கோழிகளாய்த் துள்ளினார்கள்.

பழகிய இறுக்கத்தை உடைத்துக்கொண்டு பிரிய மனமில்லை. இருவரும் ஓடிப்போய் கல்யாணம் செய்துகொண்டார்கள். கோட்டைத் தாண்டியதாய் இருவர் வீட்டிலும், எந்தத் தொடர்பும் இல்லையென

தலைமுழுகிவிட்டார்கள்.

மாட்டுக் கொட்டகையில் வந்து வாழ்க்கையைத் தொடங்கினார்கள். வேறெவரும் துணைக்கும் ஆறுதலுக்கும் இல்லாத சூழலில், உனக்கு நான், எனக்கு நீ என்று கட்டுண்ட பிணைப்பில், அடுத்த மாதமே முழுகாமலிருந்தாள். தொடர்ந்து கல் சலிக்கப் போனதில் சீவனம் தட்டுப்பாடில்லாமல் போய்க்கொண்டிருந்தது.

மகள் தாயாக இருக்கிற சேதி, பெற்றவளின் மன இறுக்கத்தை, வெளியில் காட்டிக்கொள்ளாமல் உடைத்துவிட்டது. தண்ணி மொள்ள, குளிக்க ஏரிக்குப் போகையில் மறைந்து நின்று பார்த்தவளுக்கு, நல்லது பொல்லது செய்துகொண்டு போய் கொடுத்து பார்க்கத் துடித்தது. சாடைமாடையாய் பெற்றவனிடம் கோடியும் காட்டினாள். அவனுக்கு நாள் ஆக ஆக, எதிர்மாறாக கோபமும் அவமானப்படுத்திவிட்டதின் வஞ்சமும் அதிகரித்திருப்பதைக் கண்டு அதிர்ந்து போனாள். மனசுக்குள் மக்கினாள்.

கன்னித்தாய்க்கு, பெற்ற தாய் வந்து பார்க்கவில்லையென்கிற ஏக்கம் வந்துவிடக் கூடாது என்பதற்காக, ஏழாம் மாதம் அவனே இரண்டு டசன் மண் வளையல்களை வாங்கி வந்து போட்டு சீமந்த ஆசையைத் திருப்திப்படுத்தினான்.

இருந்து இருந்து பார்த்துவிட்டு பெத்த மனம் பொறுக்காமல், கடையில் வாங்கி வந்த லட்டு உண்டையையும், வாழைப்பழத்தையும் மடியில் கட்டிக்கொண்டு முதல் நாள் இரவில் இருட்டோடு இருட்டாய் தெருவைக் கடந்தாள். மகளின் வீட்டுக்குள் நுழைந்தாள்.

வயிறு தரையில் தாங்கியபடி, ஒருக்களித்து படுத்திருந்தவள், வெடுக்கென எழுந்தாள். ஆத்திரம் பொத்துக்கொண்டு வந்தது. ''எந்த மூஞ்ச வைச்சிக்கிட்டு, ஏந் தலகட வாசல மிறிச்சடி. ஒன்னக் கட்னவங்கிட்டப் போய் சொல்லு, இன்னம் நா உசுரோடதான் இருக்கன்னு. என்னாடி அப்பிடி ஊரு ஒலகத்துல இல்லாத பெரிய அவமானத்த ஒங்குளுக்கு செஞ்சிட்டன். கல்யாணத்துக்கு மின்ன, வவுத்த புளுத்திக்கிட்டு புள்ளத்தாச்சியா வந்து நின்னனா. இல்ல, அங்க போயி கலச்சன், இங்கப்போயி கலச்சன்னு கெட்டபேரு வைச்சனா. என்னா அப்பிடி ஒனக்கும் ஓ ஆம்படையானுக்கும் தல குனுவ வைச்சிட்டன். எடுத்த அடி வைக்காத, ஏறெடுத்து பாக்காம அப்பிடி இருந்துட்டு, இங்க எதுக்கிடி வந்த. போடி வெளியில...''

பெற்றவள் இருண்டு போய் நின்றாள். சத்தம் போட்டு பேசியதில் சேதி, தெருவு தாண்டி பறந்து போனது. அவன் ராவனேஸ்வரன் மாதிரி துள்ளிக்கொண்டு வந்தான். ''அந்த தேவுடியா ஏங் கண்ணுல மண்ணத் தூவிட்டு அங்க கெளம்பிட்டாளா. திருட்டு நாடுமாறி. ஓம் மொவ பூசனது பத்தாதுன்னு, நீனும் ஏம் மூஞ்சியில கரிய பூசக் கெளம்பிட்டியா...

ஒன்ன...''

தெருவில் இழுத்துப் போட்டு புரட்டுகிறான். ''மொவளாடி கேக்குது ஒனக்கு...'' நாயை அடித்து இழுத்துப்போகிறமாதிரி தரதர வென்று இழுத்துப்போகிறான்.

இவள் அதிர்ந்து போய் நிற்கிறாள். என்ன செய்வதென தெரியாமல் நெஞ்சு வெடிக்கிறது. அடுத்த தெருவில் தாயின் கதறலும், அப்பனின் கோபப் பேச்சும் கீழ்மாறிக்கொண்ட வானத்தின் இடியாய் தொடர்ந்து கேட்டுக்கொண்டேயிருந்தது. நொறுங்கிப்போனாள். ''இப்பிடி மனங் கேக்காம வந்தவள பலி குடுத்துட்டம...'' பெற்றவளின் மீது விழுந்த ஒவ்வொரு அடியும், இவள் மீது விழுவதாய் துடிதுடித்துப் போனாள்.

முகம் இருண்டுபோய் முடங்கினாள். அவன் எவ்வளவோ வற்புறுத்தியும் அவள் சாப்பிடவேயில்லை. காலையிலும் வெறும் நீராகாரத்தைக் குடித்துவிட்டு, அவன் தடுத்தும் கல்லமேட்டுக்கு வந்து விட்டாள்.

சல்லடையை ஆட்டிக்கொண்டிருந்தவளுக்கு லேசாய் இடுப்பு வலித்தது. சாப்பிடாமல் கிடந்ததில்தான் வலிக்கிறது என நினைத்தாள். ஆனால் நேரம் ஆக ஆக வலியின் அளவு கூடிக்கொண்டே போய், கண்ணில் தெறிக்கிற மாதிரி பட்டதும் முதல்முறையாக பயந்தாள். ''எனக்கு எனுமோ மாரியிருக்கு...''

சுருண்டு கிடந்தவளை பொம்பளை சனங்கள் ஓடிவந்து சூழ்ந்து கொண்டார்கள். வலி தாங்க முடியாது துடித்தாள். வயிறு லேசாய் இறங்கியது மாதிரி தெரிந்தது. ஒன்றும் தாக்குப் பிடிக்காத மாதிரி வலியில் நெளிந்ததைப் பார்த்து பதறினார்கள்.

''டேய், நாங்க ஓடி வண்டிய பூட்டியாறம். நீ ஊட்டுக்குப் போயி, ஊட்ல துணி மணிய எடுத்துக்கிட்டு ஓடியா. பத்தரை வர்ற நேரம். இப்பிடியே இருளக்குறிச்சியில ஏத்திக்கலாம்.''

''காசி...'' இவன் தயக்கமாய் இழுத்தான்.

''காசி என்னாடா காசி. நாந் தர்றன் கெளம்பு. இந்தாங்க நாளைக்கி லோடு அனுப்பிக்கலாம். நாலு சனங்க கூட போங்க...'' மேஸ்திரி பரபரத் தான்.

வண்டியில் ஏற்றினார்கள் ''பட்டுன்னு போங்க. பத்தரை பூட்டு துனா ஒண்ணும் பண்ணமுடியாது. நடுக்காட்ல நிக்கிறம்...''

''**பொம்**பள நிக்கிறாங்கன்னு கொஞ்சமாச்சும் அறிவு இருக் கணும்...'' மத்தியானத்தைத் தாண்டிய வெண்சிவப்பு தோல்காரி மூஞ்சியைக் காட்டியதும், பக்கத்தில் நின்றிருந்தவன் பிடித்துக் கொண்

டான். ''வாய மூடும்மா. எங்குளுக்கு ஆச ஓரசிக்கிட்டு நிக்கணும்னு. அவவன் வண்டி சீக்கிரமாப் போவுணும்னு வேண்டிக்கிட்டு நிக்கிறான். இப்பதான் கைலாசம் காட்டற. ஒன்னாட்டம் வம்சந்தான், பொட்டப் புள்ள எனுமா உள்ள கெடந்து துடிக்கிது பாரு...''

முன்னை விட வலியில் வேகமாகக் கத்த ஆரம்பித்துவிட்டாள். அவளது வலியின் துடிப்பில் பேயறைந்தமாதிரி எல்லோரும் மௌன மாகி இறுக்கமாய் குந்தியிருந்தார்கள். குருவங்குப்பம், முத்தனங்குப்பம் எங்கும் நிற்கவேயில்லை. தொடர்ந்து நெடு ஊதலாய் ஊதி வண்டியை விரட்டிக்கொண்டேயிருந்தான்.

ஆடோ மாடோ வழியில் குறுக்கிடும்போதெல்லாம் உச்சக் கொட்டினார்கள். சைக்கிளில் வண்டியில் எதிரில் நேராக வருகிறபோது, வண்டியின் வேகம் குறைகிறபோதெல்லாம் எட்டிப்பார்த்து சத்தம் போட் டார்கள். ''ஒதுங்கிப் போவ முடியாதா.'' ''ஒரே இடியா இடிச்சி தள்ளன்.''

வண்டி சத்தத்தையும் மீறி அவளின் அலறல் வண்டி கடந்து போன பிறகு கேட்டது. ரோட்டு ஓரத்தில் எள்ளுக்காய்கள் கிண்டிக் கொண்டிருந் தவர்கள் திடுக்கிட்டு வண்டி போன புழுதியைத் திரும்பிப் பார்த்தார்கள்.

வீராரெட்டி குப்பத்தை நெருங்குகிறபோது, ரோடு சல்லி பேந்து மோசமாக இருந்தது. இருந்தாலும் வேகத்தைக் குறைக்கவில்லை. தட தடத்து, கணுவுக்கு கணு முறிந்து போகிறமாதிரி ஓடிக்கொண்டிருந்தது. வீராரெட்டி குப்பம் நிறுத்தத்தைத் தாண்டி விட்டால், அங்காண்ட பத்து தப்படியில் மருத்துவமனை. பிரசவத்திற்கு பேர் போனது. ஆனால் யார் டாக்டர், யார் ஆயா எனத் தெரியாமல் எல்லோரும் வெள்ளை முக்காடு மாட்டியிருப்பார்கள்.

பெரிய பெரிய குழிகளில் விழுந்து தடுமாறியது. ஒவ்வொரு குதிப் பிற்கும் அலறல் கூடிக்கொண்டேயிருந்தது. உள்ளிருந்த எல்லோர் முகங் களிலும் பதற்றம் தொற்றிக்கொண்டது. பேச்சு மூச்சற்று வெளிறிப் போயிருந்தார்கள். தாங்கமுடியாத தவிப்பில் அவன் தாடியைச் சொறிந்து கொண்டு நின்றிருந்தான். எப்படியாவது ஆஸ்பத்திரியை நெருங்கிவிட வேண்டும் என மனம் துடியாய்க் கிடந்து துடித்தது.

ஒரு பெரிய குதிப்பில் குதித்து எழுந்தபோது, உடலை இரண்டாகப் பிளந்தது மாதிரி பெரிய அலறல் செவியில் அறைந்து, காற்றுவெளியில் எதிரொலித்தது. ''எம்மா...''

பட்டென்று அவரசம் தொற்றிக்கொண்டது. ''நிறுத்துங்க... நிறுத் துங்க...'' பிடரிமயிரைப் பிடித்து இழுத்தமாதிரி டக்கென்று நின்றதில், முன் நின்றவர்கள் மீது பலமாக மோதி மீண்டார்கள்.

நடுவண்டியில் காற்றுக்கூட உள்ளே நுழைந்துவிடாதபடிக்கு சுற்றி வட்டமாக நின்றார்கள். கிழக்குப் பக்கமாய் குந்தியிருந்த ஆம்பளைகள்

முகத்தை திருப்பிக்கொண்டார்கள்.

''பிளேடு இருந்தா குடுங்க...''

''பிளேடு பிளேடு...''

''எறங்கி கடயப்பக்கம் ஓடி சீக்கிரம் வாங்கியாங்க...''

''இருங்க இருங்க...'' கண்டக்டர் அவசரமாய் சீட்டுக்கத்தைகளை பைக்குள் போட்டுவிட்டு பையின் அடுத்த அறையில் தேடி எடுத்துக் கொடுத்தான்.

மின்னலைப் போன்ற 'குவா குவா' சத்தம். பிஞ்சுவின் முதல் அழுகை.

எல்லோர் முகத்திலும் நிம்மதி. வெள்ளத்தில் மீண்டது மாதிரி திகில் கடந்த தப்பிப்பு. சிலிர்ப்பு. சிரித்தபடி ஒருவன் கேட்டான். ''ஏது இந்த நேரத்துல ஒங்கிட்ட பிளேடு...''

''நா இதுவரையில டூட்டி பாத்ததுல இது நாலாவது பிரசவம். அனுபவந்தான். அவசரத்துக்கு ஒதவுட்டும்னு பையில ஒரு பிளேடு எப்பவும் போட்டுவைச்சிருப்பன்.'' பெருமிதமாகச் சொல்லியபடி திரும்பிக் கேட்டான், ''என்னா புள்ள...''

''ஒங்களாட்டந்தான்...'' நடுவண்டியிலிருந்து ஒருத்தி சொல்லி விட்டு சிரித்தாள்.

''சரி, வண்டிய மெதுவா எடுங்க...''

''ஆஸ்பத்திரியில நிறுத்துட்டுமா...'' முன்னாலிருந்து ஓட்டுகிற வன் குரல் வந்தது.

கூட்டத்தில் குனிந்து பணிக்கை பண்ணிக்கொண்டிருந்தவள், பட்டென்று நிமிர்ந்து சொன்னாள். ''வேணாம் சாமீ. பாவம் இல்லாத வன். ஆஸ்பத்திரிக்கு போனா, தொட்டு தொட்டுப் பாத்தாலும் ஆயிரம் ஐநூறுன்னு ஆவும். எந்த சிக்கலும் இல்லாம, ஆண்டவன் புண்ணியத்துல தாய் வேற, புள்ள வேறன்னு சுத்தபடியா பூட்டுது, இனிமே அநேவிசயம் தே... அந்த நெழல்கொடையில, நிறுத்துங்க எறங்கிக்கறம். திரும்பு காலுக்கு இதே வண்டியில ஊருக்கு இட்டுக்கிட்டுப் பூடறம்.''

கன்றைஈன்றுவிட்டு, உறுப்புக்கொடி போடாத நிலையில் நடந்து போகும் ஒரு பசுவின், தளர்ந்த நடையைப்போல மெல்ல நகர்ந்து, கூப்பிடு தூரத்தில் இருந்த நிழல்குடை கட்டிடத்தின் நேருக்கு நிறுத்தி னான். ஏற வந்தவர்களை மறித்தபடி வழியில், படியில் நின்றிருந்தவர்கள் இறங்கினார்கள்.

அவசரமாய் ஒருத்தி, பச்சை சிசுவை கையில் தூக்கிக்கொண்டு இறங்கிப்போய் நிழல்குடை கட்டிடத்தரையில் ஒரு துணியை விரித்துப்

போட்டு கிடத்தி, இடுப்பில் ஒரு துணியை போட்டு மறைத்துவிட்டு, மீண்டும் வண்டிக்குள் ஏறினாள்.

சீட்டில் குந்தியிருந்தவர்கள், உள்ளே நின்றிருந்தவர்கள் எல்லோர் பார்வையையும் இழுத்தபடி பளிச்சென்று உதிரமும் சதையுமாய் செக்கச் சேவேல் என குழந்தை நிழலில் கிடந்தது. தலைமுடியில் கொழகொழப் பாய் ஈரம் அப்பியிருந்தது. முளைத்து காய்ச்சலில் துவண்டு சாய்ந்த மாங்கொட்டையின் குருத்தாய், சிவப்பு தொப்புள்கொடி, வயிற்றில் கிளம்பியிருந்தது. அடிவயிற்றில் கிடந்த துணியினுள் நுனி மறைந் திருந்தது.

நாலைந்து பேராய் கூடி அவளை இறக்கி, நிழல்குடை திண்ணை யில் போட்டார்கள். குப்பென்று ரத்தக்கவுல் வளைத்துக் கொண்டதில், நாயொன்று நிழல்குடையோரம் வந்து மோப்பம் பிடித்தபடி, இரத்தப் பிசுபிசுப்பில் கிடந்த குழந்தையை வெறிக்கப் பார்த்தது. ''நாய ஓட்டு... நாய ஓட்டு...'' விரட்டிவிட்டு குழந்தையை தூக்கிக்கொண்டார்கள்.

நடுவில் வண்டியினுள் இரத்தம் தாறுமாறாய் கிடந்தது. ஒருத்தி ஓடி பக்கத்தில் பீலியில் தண்ணீர் மொண்டுகொண்டிருந்தவர்களிடம் கேட்டு, ஒரு குடம் தண்ணீர் வாங்கி வந்து ஊற்றிக் கழுவினாள். இரத்தக்கறையை காலால் தேய்த்து அலசினாள். தண்ணீர் பட்டதும் இன்னும் கூடுதலாய் கவுல் கிளம்பியது. காலடியில் நீர்த்த உதிரம் பாய்ந்தோடியது. கால்களில் படாதவாறு ஒதுங்கியும், தூக்கியும் கொண்டார்கள்.

''எனக்கு மின்னியே தெரியும். ரோடு இருக்கற நெலமையில நம்ப பஸ்சுல வந்தா சொகப்பிரசவந்தான் ஆவுமுன்னு...'' சிரித்தபடி ஒருவன் சொன்னான்.

''அது கெடக்கட்டும்டா. நம்ப கண்டக்டர் ராசியிலதாம், ஆம்புள புள்ள பொறந்துருக்கு. பையனுக்கு நம்ப கண்டக்டர் பேரதான் வைக் கிணும்'' இன்னொருவன் மறித்து சொன்னான்.

பட்டென்று வாயில் வைத்திருந்த பிகிலை எடுத்துவிட்டு, மிரண்ட மாதிரி சொன்னான். ''அட, நீங்க வேற சும்மா இருங்கப்பா. ஏம் பேருகீருன்னு வம்புதும்புல இழுத்து உட்டுடாதீங்க...''

''அப்ப நம்ப பஸ்சு பேரயே வைக்கலாண்டா...''

''பெரியார்னு ஒரு புள்ளைக்கி எப்பிடிடா பேர் வைக்கறது...'' மற்றவன் சிரித்தான்.

''அவுரு உண்மையான பேரு ராமசாமி...'' படித்தவன் போலிருந் தவன் சொன்னான்.

''ராமசாமி ராமசாமின்னுதான் ஊருக்கு ஆயிரம் பேரு இருக்குத... அது வேணாண்டா...'' சன்னலோரம் குந்தியிருந்தவன், வெளியில் நிறுத்தி வைக்கப்பட்டிருந்த ரசிகர் மன்ற போர்டை பார்த்துவிட்டு அவசரமாக,

ஆர்வமாக சொன்னான். ''டேய்... ஒரேடியா எங்க தலைவர் பேர வைச்சிடுங்கடா. சும்மா கலக்கலா இருக்கும்...''

''யாரது? தலைவனா, வாயக் கழுவுடா மொதல்ல...''

வாக்கு தத்தத்தை பொறுத்து பொறுத்து பார்த்துவிட்டு, பின்சீட்டில் குந்தியிருந்த பெரியவர் சொன்னார் ''பெத்தவங்களுக்கு என்னா பேரு வைக்கணும்னு தெரியும். நீங்க சும்மா எதுக்குப்பா அவம்பேரு இவம் பேருன்னு வா ஆவிய ஓட்றீங்க. தே... கண்டட்டரு, அந்த அம்மா எறங்கிட்டுது. வண்டிய எடுக்கச் சொல்லு...''

●

ஆணிகளின் கதை

புதையுண்டவர்களின் உடலைத் தின்று கொழுத்த ஆலமரம். எரி மேடையில் கிளம்பும் சுடுநாற்றப் புகையைச் சுவாசித்து தடித்த இலைகளையும், முரட்டுக்கிளைகளையும் காற்றில் ஆட்டுகையில், தனிவழி போவோரின் வயிற்றில் புளியைக் கரைக்கும். அடிமரத்தில் ஆவிகளை இறுக்கி வைத்திருக்கும் ஆணிகள் வேறு.

ஆடுமாடுகளைக்கூட பசங்கள் அந்தப் பக்கம் விடமாட்டார்கள். எரிமேடையில் கிடக்கிற எலும்புகளை மாடுகள் தின்றுவிட்டால், பற்கள் சரசரவென தேய்ந்து கொட்டிவிடும். தீனியெடுக்காது. சுற்றிலும் கிடக்கும் ஒட்டாஞ்சில்லியில் தேங்கிக்கிடக்கும் ஆவிகள் பாய்ந்த தண்ணீரைக் குடித்த குருவிகள், மாட்டின் மேல் குந்தினால், மாட்டிற்கு நாந்து எலும்பு முறிந்துவிடும். இவையெல்லாம் ஒரு பக்கம் என்றாலும், மீறி எரிமேடைப் பக்கம் நகர்ந்துவிட்ட மாடுகளை ஓட்ட பயம். பக்கத்தில் ஆலமரம். எப்போதும் இருள் அடர்ந்ததாகவே இருக்கும் அதன் அருகில் செல்ல எந்த பசங்களும் துணிவதில்லை.

பிணத்தை இறக்கி சாங்கியம் செய்கிற இடைவெளியில், பிணத்துக்கு பின்னால் நடந்து வந்த அசதியில், பத்துப்பேர் கும்பலாய் இருக்கிற துணிச்சலில் எச்சரிக்கையாய் நாய்குந்தலாய் மரத்தடியில் குந்துவார்கள். கீழே கிடக்கும் சருகுகளின் ஒவ்வொரு அசைவையும், பார்வை உற்றுப் பார்த்தவாறு இருக்கும். பூச்சிபொட்டுகள் கிடந்து கடித்துவிடலாம். சுடுகாட்டுப் பூச்சிபொட்டுகளுக்கு, குறிப்பாய் அந்த ஆலமரத்தின் கீழ் கிடப்பதுகளுக்கு விஷம் அதிகம். மரத்தில் சூழ்ந்து கொண்டிருக்கும் ஆவிகளின் வீரியம் பூச்சிபொட்டுகளின் கொடுக்குகளில் இறங்கியிருக்கும். அங்கு ஏற்படுகின்ற காயங்கள், கடிகள் எளிதில் ஆறாதவை. மரணத்தைக் கொண்டுவருபவை.

''வாய்க்கரிசி போடறவங்கல்லாம் வந்து போடலாம்'' என சடங்குகள் முடிவு பெறுவதற்கான நேரங்களில், குந்தியிருப்பவர்கள் பயம் கலந்த பார்வையாய் ஆலமரத்தின் அடியையும், அடிமரக் கிளையையும் பார்ப்பார்கள். அடிமரத்தின் எட்டின தொலைவிற்கும் ஆணிகள். துருப்

பிடித்தும் சிதைந்தும் மரப்பட்டைகள் மூட முழி பிதுங்கியும், புதுமெருகு குலையாமல் புத்தம் புதியதாகவும் ஆணிகள். ஒவ்வொரு ஆணியின் தலையிலும் மயிர்முடிச்சுகள். மயிர்களில் உயில். மயிர்களின் நுனியில் ஊசலாடும் காத்து சேட்டைகளை கற்பனையாய் உருவங்கட்டி மிரட்சி யாய்ப் பார்ப்பார்கள்.

''என்னா, ஆணிவுளயா பாக்கற. ராத்திரியில இந்தப் பக்கம் வந்து பாரன். இதுவோ பண்ற அததீத. அடிச்சிக்கறதும்...'' ரத்தத்தை முறிக்கிற பயத்தில் சொல்வான்.

''போன வாரங்கூட, எனுமோ சுந்தராம்பாள்...'' எவனாவுது கிளப்பு வான்.

''தா, மேல பாரு பெரிய ஆணிய. நாங்கதான் ராத்திரி பன்னண்டு மணிக்கு மேல இருக்கும், சுந்தராம்பாவ கொண்டாந்து இறுத்தனது...'' மந்திரவாதியின் தெம்பில் கூடவந்தவன் தெனாவட்டாய் சொல்வான்.

''எம்மாம் ஆணி அடிச்சிருக்கு! எது எது எங்க என்னா பண்ணிச்சோ. கொண்டாந்து இறுக்கி சாத்திட்டானுவோ...''

சுந்தராம்பாள் கொள்ளை அழகுக்காரி. பத்துப் பதினைந்து வருடங் களுக்கு முன்னால் இந்த ஊரையே தன் அழகால் ஆட்டிப் படைத்தவள். உள்ளூரிலேயே வாழ்க்கைப்பட்டிருந்தாள், முறை மாமனுக்கு. தெருவில் நடந்து போனால், கண் உள்ள அத்தனை பேரும் திரும்பிப் பார்க்காமல் இருக்கமாட்டார்கள். செக்கச்செவேல் என்று எலுமிச்சம் பழம் போன்று மனைவிமார்களைக் கொண்ட ரெட்டி, செட்டிகள் கூட அவள்மேல் ஆசைப்பட்டு நாக்கைத் தொங்கப்போட்டார்கள்.

ஆனால் சுந்தராம்பாள் எவரையும் ஏறெடுத்துப் பார்க்கமாட்டாள். பச்சைப்பிள்ளைகளின் மீதுதான் அளவு கடந்த பிரியம். கல்யாணம் நடந்து வெகுகாலம் கடந்தும் அவளுக்கு குழந்தையே இல்லை. அதுவே அவளுக்கு கூடுதல் அழகு சேர்த்தது. குழந்தைப்பேறு இல்லாததால் விரிந்து சுருக்கமான வெற்றிலையாய் வயிறு. பால் சுரந்து தளர்ந்து போகாத மார், கட்டுக்குலையாத உடம்பு.

தக்காளியாய் கட்டிவந்து அடுத்தடுத்து குழந்தைகளைப் பெற்று சுக்கங் காயாய் சுருங்கிப்போன மனைவிமார்களைக் கொண்ட கணவன் மார்களுக்கு, இவள் தெருக்கூத்தில் வருகிற பொன்னங்குப்பம் சக்கரை யின் ரம்பை உருவமாய் தூக்கத்தை கெடுத்தாள். கருப்பாயி கணவன் கூடுதலாய் தூக்கத்திலும் பெனாத்த ஆரம்பித்துவிட்டான்.

பச்சை உடம்புக்காரி கருப்பாயிக்கு நல்லது பொல்லது வாங்கித் தருவதில்லை. பிறந்த பிள்ளையை அறவே பார்ப்பதும் இல்லை. எப்போதாவது வேலைக்குப் போய் சம்பாரிக்கிற காசையும் வீட்டில்

கொடுப்பது இல்லை. பக்கத்து வீட்டுக்காரியான சுந்தராம்பாள் பச்சைப் பிள்ளை போல ஆசைப்பட்டு, வீட்டுக்கு வருகிற நேரங்களில் அவனை உரித்துவிடுகிற மாதிரி பார்ப்பதைக் கண்டாள். சாடைமாடையாய் கண்டிக்க ஆரம்பித்த போது, பச்சை உடம்பு கன்னிப் போகிற மாதிரி வைத்து வாங்கினான். உச்சமாய் தூக்கத்தில் 'கருப்பாயி, கருப்பாயி' என உளற ஆரம்பித்ததும் அரண்டு போனாள். விட்டால் தன் கதை சிக்கலாகி விடும் என பயந்தாள். ஒன்றும் செய்யமுடியாது வளையலைத்தான் மாற்ற வேண்டும் திட்டம் போட்டாள்.

வானம் கீழ்மாரிக்கொண்டு பெருமழை பெய்த இடைவெளியில் ''வா, கீர பறிச்சிக்கிட்டு வருவம்'' சுந்தராம்பாளை இட்டுக்கொண்டு போனாள். தெற்கு வெளியில், கிடுகிடு பாதாளக் கிணறு. அந்த அடை மழைக் காலத்திலும் அரைக்கிணறுதான் தண்ணீர் கிடந்தது. கிணற்றைச் சுற்றி பொன்னாங்கன்னிக் கீரை. பறித்துக் கொண்டிருந்தார்கள். சுந்தரம் பாள் கிணற்றில் கீழே கொடி தாழ்ந்த கொழுந்துக் கீரையைப் பறிக்கத் தாவுகையில் கருப்பாயி லேவாய் ஒரு நெட்டு நெட்டினாள். சுந்தராம் பாளுக்கு நீச்சல் தெரியாது என்பது அவளுக்குத் தெரியும். தண்ணீர் குடித்து முழி பிதுங்கி அடங்குவதற்கு அவகாசம் கொடுத்தபடி மெல்ல வந்தவள், ஊரை ஒட்டியதும் அலறியடித்தபடி கத்திக்கொண்டு ஓடினாள். ''சுந்த ராம்பா கெணத்துல உழுந்துட்டா...''

வாசலில் கிடத்தியிருந்தார்கள். சுந்தராம்பாளின் கணவன் அடித்துப் புரண்டுகொண்டு கிடந்தான். பிதுங்கி நிமிர்ந்த மார்பையும், கட்டுக் கலையாத தேகத்தையும் பார்த்து உள்ளுக்குள் ரசித்து, ஆண்களும் பெண்க ளுமாய் அழுதார்கள். எரித்து முடித்து வந்த பின்பும், சுந்தராம்பாளின் பிம்பம் தெருவில், கொல்லை வெளியில் நடமாடியது.

பிள்ளைகளின் மீது பெரும்பாசம் கொண்ட சுந்தராம்பாள், கருப் பாயியை விட்டுவிட்டாள். கொல்லையிலிருந்து வீடு திரும்பியவனைப் பின்தொடர்ந்தவள், ஏணையில் கிடந்த பச்சைக் குழந்தையை அள்ளிக் கொண்டாள். பசி நேரங் கடந்தும் அழாத குழந்தை. பால் நேரம் கடந்த தும் மார் சுரக்க ஆரம்பித்து, ஞாபகம் வந்தவளாய் கருப்பாயி ஓடி ஏணை யில் தூக்கினாள். குழந்தை மரக்கட்டையாய் கருமை தட்டி சில்லிட்டிருந் தது.

''காத்து சாட்ட வேலதான் இது...'' என அடுத்த தெரு குழந்தையிடம் சேட்டை காட்டிய போதுதான் புரிந்தது. மேற்கிருப்பு சிகாமணியை இட்டுக்கொண்டு வந்தார்கள். விபூதியை தூவி எருக்கங்கழியை எடுத்ததும் கக்கினாள். ''நாந்தாண்டா சுந்தராம்பா எனக்கு பச்சப் புள்ளன்னா புடிக்கும்...'' தூவிய விபூதி எரிச்சலில் ''போறன் போறன்'' என்று அலறினாள். நள்ளிரவில் உச்சிமயிரைப் பிடுங்கி, ஆணியில் முடி போட்டு, காவு கொடுத்து சுடுகாட்டு ஆலமரத்தில் அடித்துவிட்டு வந்தார் கள்.

சிறிய ஆணி ஐந்தாறு வருடத்திற்கு மேல் தாங்கவில்லை. துருப் பிடித்து உதிர்ந்ததும் விடுபட்டாள். மீண்டும் குழந்தைகளிடம் கைவரிசையைக் காட்டியபோது, வெளியூர் மந்திரவாதியைக் கொண்டு வந்து, பெரிய ஆணியில் வலுவாகக் கட்டி, மரத்தில் அறைந்துவிட்டுப் போனார்கள். அங்குமிங்கும் அலைய முடியாமல், ஆணியில் சிக்குண்டு போனாள் சுந்தராம்பாள்.

கனகசபை ஆலமரத்திற்கு வந்து நான்கு வருடங்களுக்கு மேல் ஆகும். வயசுக் கோளாறு. கட்டினால் அவளைத்தான் கட்டுவேன் என ஒற்றைக் காலில் நின்றான். இல்லையென்றால் செத்துவிடுவதாய் மிரட்டினான். வசதியற்ற பெண் அவள். இருபது பவுன் நகையும், பெரிய வண்டியுமாய் கனவில் மிதந்த அம்மாக்காரிக்கு மகனின் செய்கை இடியாய் இருந்தது.

குந்தி யோசித்தவள் புதுவழியைக் கண்டுபிடித்தாள். ''பொண்ணு நல்ல பொண்ணுதான். ஆனா மொறதாம்பா சரியா இல்ல. எங்க பெரியப்பா மொவனுக்கு பொண்ணு கட்ன வழியில் அந்த பொண்ணு, ஒனக்கு தங்கச்சி மொறையா வருது. ஊரப் பக்கம் போனா மொறக் காரங்கள அண்ணன்னும், பங்காளிவுள மாமன்னும் எனுமாக் கூப்பு டுறது. அதனாலதான வேணாங்கறது. இத வுட்டுட்டு வேற எந்த பொண் ணன்னாலும் சொல்லு. நீ கிழிச்ச கோட்ட நாங்க தாண்டுல.''

உறவுமுறை குழப்பத்திலிருந்தாலும் அவன் அவளை மறக்க முடியா மல் இருந்தான். திடுமென இந்தக் குழப்படியைப் பயன்படுத்தி பெண் வீட்டாரை மிரட்டி வேறு ஒரு தொலை தூர இடத்திற்கு கட்டி வைக்க ஏற்பாடு செய்துவிட்டாள், அவனின் இருக்கப்பட்ட அம்மாக்காரி. எதையும் செய்யக்கூடியவள்தான்.

முந்திரிகளில் வளர்ந்த நேசம். முறை - தர சிக்கலில் பறிபோனவள். மறக்க முடியாமல் தாடி வைத்துக்கொண்டு வேடுரூபமாய் திரிந்தவன், காட்டுக்கு அடித்துவிட்டு வைத்திருந்த மீத மருந்தில் கதையை முடித்துக் கொண்டான்.

ருதுவான பெண்களின் முகமெல்லாம், காதலி முகமாகவே அவனுக்கு தெரிந்தது. ஏரியிலிருந்து மூன்றாம் நாள் தீட்டுக்கு குளித்துவிட்டு வந்த வளைப் பின்தொடர்ந்தான். பிடித்துக்கொண்டான்.

வீட்டுக்கு வந்தவள் மிரள மிரளப்பார்க்கிறாள். கேட்ட கேள்விக்கு பதிலேதும் இல்லை. இருட்ட ஆரம்பித்ததும் உடம்பைப் போட்டு முறிக் கிறாள். இது 'பயிந்த கொணந்தான்' சாமியாடி உள்ளூர் நடேசன்தான் சமயத்திற்கு கிடைத்தவர்.

அட்சத்திரத்தைப் போட்டு, நாலு பேர் வலுவான ஆட்கள் பிடித்து அழுத்தி குந்த வைக்கிறார்கள். ரெட்டைக்கடம் தூக்கத் தெம்பில்லாமல் ஒற்றைக்குடமாய் தூக்கி வருபவள், நாலு பேரையும் அலாக்காக தூக்கி எறிகிறாள்.

''யார் நீ...''

மிரள மிரளப் பார்க்கிறாள். ஆண் திமிராய் வார்த்தைகள். ''நாந்தான் கனகசப.''

''எதுக்கு வந்த...''

''எதுக்குடா வருவன்...'' கடகடவென சிரிக்கிறாள்.

''சிருப்பா சிரிக்கிற... ஒஞ் சிருப்ப அடக்கறன்.'' எருக்கங்கழியை எடுத்து விளாசுகிறான்.

'' நாம் போறன் நாம் போறன்...'' வலி தாங்காமல் ஓடுகிறாள். ஆணியில் மயிரைச்சுற்றி ஆலமரத்தில் அடித்துவிட்டுத் திரும்புகிறார்கள். எருக்கங்கழியின் தழும்புகள் இன்னும் அவள் முதுகில் உணக்கையாய். ஆலம்பட்டை செதில்களில் முதுகை உராய்ந்தபடி ஆணியின் பிடியில் கனகசபை.

நடுமரத்து ஆணியில் குட்டியான். இப்போதுதான் அவன் பொண்டாட்டி, வீட்டில் நிம்மதியாய் தூங்குகிறாள். ஆசைப்பட்டுதான் கட்டிக் கொண்டு வந்தான். வந்த நாளாய் சண்டையும் சச்சரவும்தான். எந்த நேரமும் குடி. குடும்பத்தில் இரைச்சல் ஓயவே இல்லை.

நேரங்கெட்ட நேரத்தில் வந்து கதவை தட்டுவான். ''ஏண்டா, தேவுடியா ஊட்ல திருட்டுத்தனமா நொழையற மாதிரி வந்து கதவ தட்ற. குடிச்சிதான் ஒழியிறிய. நேரா நேரத்துல வந்து தொலைச்சா என்னாடா...'' வாய்க்கு வந்தபடி திட்டுவாள்.

எட்டி மயிரைப் பிடித்துக்கொள்வான். ''இது நாஞ் சம்பாரிச்சி கட்ன ஊடு. யார வந்து என்னா சொல்ற. ஓடுடி ஒப்பன் ஊட்டுக்கு.'' அடியும் உதையுமாய் ஆத்தா வீட்டிற்கும் புகுந்த வீட்டிற்குமாய் அலைந்து சோர்வாள். ''பத்துப் பொருத்தமும் இருக்குன்னு பாத்து வைச்சானுவோ, எனக்கு ஏழாம் பொருத்தமா இருந்து போச்சி'' என ஒப்பாரி வைத்தவள் இரண்டு ஆணுக்கும், ஒரு பெண்ணுக்கும் தாயாகியிருந்தாள்.

எழவுக்குப் போன இடத்தில் தன்னைக் கடந்த போதை குட்டியானுக்கு. தனி வழியாய் காட்டில் வந்தவன், போடாமல் எடுத்து வந்திருந்த கொல்லிக்காசு சில்லறையில், மீண்டும் உத்திமாக்குளத்து தடியா புள்ளையிடம் ஏற்றிக்கொண்டான். எழுந்து நிற்கக்கூட நிதானமில்லாமல் தள்ளாடி நடந்தவன், நாலாவது முந்திரியைத் தாண்டுகையில், பொட்டையில் சுக்கிரத்தபடி மொட்டை வெயிலில் விழுந்தான்.

''எழவுக்குப் போன கம்னேட்டி எங்கியாவுது குடிச்சிட்டு மல்லாந்து கெடப்பான்.'' நீங்க தூங்குங்க. குஞ்சித்தரக் கோழியாய், முந்தானைப் போர்வையில் குழந்தைகளைப் போர்த்திக்கொண்டு தூங்கிப் போனாள்.

அவளின் வாய் வார்த்தையைப் போலவே, மறாவது நாள் காலையில் குடிக்கப் போனவர்கள், குண்டி வெடித்துச் செத்துக்கிடந்தவனைத் தூக்கிக் கொண்டுவந்து போட்டார்கள்.

தன் கைத்தெம்பைக் கொண்டு, பிள்ளைகளை காபந்து பண்ணிக் கொண்டு விடலாம் என்று நம்பிக்கையாய் இருந்தவளையும் விட வில்லை. கனத்த இருள் படர்ந்த இரவின் தனிமையில் வீட்டைச் சுற்றி வந்து கத்துகிறான். ''தண்ணீ...தண்ணீ...''

சாமியா வீட்டில் செம்பில் தண்ணீர் சாய்த்துவைத்து கற்பூரம் கொளுத்திவிட்ட பிறகுதான்குரல் ஓய்ந்தது. ஆனாலும் மறுநாலும் மறு நாளும் 'தண்ணீர் தண்ணீர்' என்று குரல்கள். வெறுத்துப்போய் ''நீ எங்கள படுத்தி வைச்ச பாட்டுக்கு, ஒனக்கு தண்ணி குடுக்காததுதான் கொறச்சலா இருக்கு.'' மனம் வெறுத்து முடங்கிப் போனாள்.

பாஞ்சி ராத்திரியில் உடம்பை முறுக்கிக்கொண்டு பெரிய மகன் அழுகிறான். அடித்துப்பிடித்து எழுந்து கேட்டால் ''தண்ணீ தண்ணீ...'' 'மேமுழி கீமுழி' முழிக்கிறான். சாய்த்துக் கொடுத்தாள். தன் பொம்பளை, வெந்து பயந்து மறுநாள் அவளுக்கு தெரிந்த வைத்தியமாய் மனையின் நான்கு மூலைகளிலும் அழிஞ்சிக்குச்சி முளை சீவி அடித்தாள்.

முளைக்குச்சிகளால் தாக்குப்பிடிக்க முடியவில்லை. நடு ராத்திரியில் ''தண்ணீ ... தண்ணீ...'' முகம் மாறி, கை கால்களை முறித்தபடி தண்ணீர் கேட்கும் பெரிய மகனைப் பார்த்து செய்வதறியாமல் திகைத்து திசைமாறி நின்றாள். கடைசியாய் கையில் மடியில் இருப்பதைப் பொறுக்கிச் சேர்த்து, சேந்தநாட்டிலிருந்து ஆளைக்கொண்டு வந்து, கட்டியவனை ஆல மரத்தில் ஆணியில் அடித்து, முடக்கச் செய்தாள்.

''**ஏ**ண்டி செக்காளத்தி, நா ஓம் மொவன் வேணுமின்னதான வந்தன். என்னப் பாத்து எதுக்குடி மொறைக்கிற.''

பெற்ற மகன் பேசுகிற பேச்சில் நிலைகுலைந்து போனாள், காசியம்மா. ''இந்தக் கம்னேட்டிப் பயல, உறும நேரத்துல நேரா கொல்லிக்கி வராதன்னு சொன்னன, கேட்டானா.''

''பெசாம இருடி. நா போயி சக்கரவர்த்திய இட்டாரன்...'' வேகமாய் சைக்கிளை எடுத்துக்கொண்டு பெற்றவன் ஓடுகிறான்.

சக்ரவர்த்திக்கு சோசியத்திலிருந்து, மாந்திரீகம் வரை எல்லாமும் அத்துபடி. பெரும்பாலும் போவது வெளியூர் விவகாரங்களுக்குதான். போன நேரத்திற்கு ஆள் கிடைத்தான்.

''நூத்தி ஒரு ரூவா குடுத்துடணும்...'' கறாராகப் பேசினான்.

''மொதல்ல வந்து ஆவ வேண்டியத பாருங்க. தர்றன்'' கெஞ்சினான்.

''ஆரம்பத்துல அப்பிடிதான் சொல்வீங்க. காரியம் முடிஞ்சதும் அடுக்குப் பானையில இதான் இருந்தது. சட்டிப் பானையில இதான் இருந்துதுன்னு, வெறுங்கைய மொழம் போடுவீங்க...'' சக்ரவர்த்தி சாதாரணமாக சொன்னான்.

''எதாருந்தாலும் தர்றன். மொதல்ல வாப்பா...புள்ள உடம்ப போட்டு முறிச்சிக்கிறான்.'' அழாத குறையாய் கெஞ்சுகிறான்.

ஊர் அடங்கிய நேரத்தில் உடுக்கை அதிர்ந்தது. ஒவ்வொரு அதிர் விலும் துடித்தான். இருந்தாலும் பேச்சு நிற்கவில்லை. செல்வி ஆலடியில் பள்ளிக்கூடத்தில் படித்துக்கொண்டிருந்தவள். வெளியூரில் வாத்தி வேலை பார்க்கிற பையன். கோடை விடுப்புக்கு வந்தவன், பதம் பார்த் ததில் மேடு தட்டிவிட்டது. ''அடுத்த வாரம் லீவுக்கு வந்து, நானே பொண்ணு கேட்டு குடும்பத்தோட வர்றன்.''போன இடத்தில், அவர்கள் வீட்டுக்கும் சேதி இல்லாமலேயே திருமணம் செய்துகொண்டதாய் சேதி வந்தது.

நம்பி மோசம் போனவள். யாருக்கும் தெரியாமலேயே இதுவரைக் கும் இருந்தது, தெரியாமலேயே போகட்டும். கையெழுத்து மறைகிற நேரத்தில், ஊருக்குக் கிழக்கே இருந்த முந்திரிக்கிளையில், கட்டியிருந்த தாவணியை அவிழ்த்து தொங்கிப்போனாள். மதிய பள்ளிக்கூடம் விட்டு, நேரே குறுக்கு வழியில், கொல்லைக்கு வந்தவனின் அரும்பத்தொடங்கிய மீசையின் அழகில் மயங்கி தொடர்ந்துவிட்டாள்.

கலகலவென வளையல்கள் குலுங்குவதுபோல் சிரித்தான். எல்லோ ரும் பயங்கலந்த அதிர்ச்சியில் வேடிக்கை பார்க்கிறார்கள். ''பாரன் தேவுடியா சிரிப்பு சிரிக்கிறத. ஊரு தாண்டி ஊரு வந்து ஏம் மொவனை யாடி பிடிக்க வந்த...'' காசியம்மாள் திட்டிக் கொண்டேயிருந்தாள்.

''போய்டுறியா...'' உடுக்கையின் ஊடே கேட்டான்.

''போவமாட்டன்... எனக்கு இவனப் புடிச்சிருக்கு...'' சொன்னாள்.

''வெளக்கமாத்தையும் மொறத்தையும் எடுத்தா போறம் போறன்னு போவ...'' காசியம்மாள், நிசமாகவே மாமியாள் மாதிரி சண்டைக்கு நின்றாள்.

உடுக்கையை உச்சத்தில் அடித்தவன் பட்டென்று நிறுத்தினான். முணு முணுத்தவாறு தட்டில் இருந்த விபூதியை ஒரு குத்து அள்ளி, நெற்றிக்கு நேராக ஓதி, ஓங்கி அவன் தலையில் அடித்தான். அடித்த வேகத்தில் அவன் கையில் ஐந்தாறு தலைமுடிகள் இருந்தன.

ஆணியை மரத்தில் வைத்து அடித்தான். ஆணி இறங்க முடியாமல் கல்லில் அடிப்பதுபோல எதிர்த்து நின்றது. ''பாத்தியா, ஆலடி குட்டி படிமானத்துக்கு வராம, ஆணி மரத்துல எறங்கமாட்டங்குது...'' ராந்தலைத் தூக்கிப் பிடித்துக்கொண்டிருந்தவன் பயந்தபடி சொன்னான்.

சக்ரவர்த்தி ஆணியால் அந்த இடத்தைக் கீறினான். மரத்தில், அந்த இடத்தில் ஏற்கனவே ஒரு பெரிய ஆணி அடிக்கப்பட்டு இருந்தது. ''ஏற்கனவே அடிச்ச ஆணிமேல அடிச்சா எப்பிடி எறங்கும்.'' ராந்தல்காரன் சொன்னான்.

''அட, நீ வேற அந்த மரம் பூரா ஆணியாதான் இருக்கம். எம்மாம் ஆணிவோ இந்த மரத்துல பொதைஞ்சிருக்கு தெரியுமா. எனக்கு நெனவு தெரிஞ்ச காலத்துலேர்ந்து, காத்து சேட்டையயெல்லாம் இந்த மரத்துல கொண்டாந்துதான் அத்துக்கெட பண்றது.'' பையனின் பாட்டன், நல்ல இடமாகப் பார்த்து அடித்துக்கொண்டிருக்கும் சக்ரவர்த்தியை பார்த்துக் கொண்டே சொன்னான்.

நல்ல அமாவாசை இருட்டு. சனிமூலையில் கால் பாய்ந்திருந்த மேகத்தால் சில்லென்ற குளிர்காற்று வீசியதும், தெற்கில் பிரிந்த பெருங்கிளையின் ஆணியில் சிக்குண்டு தொங்கிக்கொண்டிருந்த பேட்டையானுக்கு இருப்புக் கொள்ளவில்லை. தெற்கில் திரும்புகிறான், ஏக்கமாக பார்க்கிறான். இன்னும் நாலு விரற்கடை நெருங்கினால் எட்டிப் பிடித்து விடலாம் என்கிற தூரத்தில் ஆணியில் செட்டி வீட்டுப்பெண் சாந்தி. செல்வாக்கான குடும்பம். அவளின் செழித்த தேகத்தைப் பார்க்கப் பார்க்க அவனுக்கு எச்சில் ஊறியது.

கால்களால் எட்டி அவளை வளைத்துவிடலாம் என தொடர்ந்து எவ்வளவோ முயற்சி செய்து பார்த்துவிட்டான். கால்களின் பிடிக்குள் சிக்காதவாறு அவள் நழுவி நழுவிப்போய்க் கொண்டிருக்கிறாள். கைகள் மட்டும் கட்டப்படாமல் இருந்தால் இந்நேரம் உயிரைக் கட்டியாவது எட்டி அவளை பாம்பு பிணையல் போடுகிற மாதிரி... மனதிற்குள் ஞானமேட்டு செல்வராசை திட்டிக்கொண்டான்.

''ஒரக்கட்டையில துணி சுத்தியிருந்தாக்கூட தூக்கிப் பாத்துருவான்'' என பேட்டையானப் பற்றி பேசிகொள்வதுண்டு. வெளியில் தெரிந்தது சில. தெரியாதது சில. அவன் வலையில் சிக்கிய பெண்கள் எக்கச்சக்கம். எப்பேர்ப்பட்ட கல்மனசுக்காரியாக இருந்தாலும் கரைத்துவிடுவான். அதற்கு தகுந்ததுபோல் தேக்குமரத்தில் செய்தது போல் உடம்பு. கதணை கதணையாக கைகால்கள். முறுக்கிவிட்ட மீசை. மொசுமொசுவென்று தேகமெல்லாம் முடி. அவனைத் தேடி வந்தது எக்கச்சக்கம். இருந்தாலும் தேடிப்போய் மடக்குவதில்தான் அவனுக்கு கொள்ளைப்பிரியம்.

வயசுக்கு வந்தது, வராதது, பிள்ளை பெற்றது என்கிற கணக்கு எல்லாம் அவனுக்கு இல்லை. அவனுக்குத் தேவை, அவன் கண்ணுக்கு அழகானது. சின்ன வயதிலேயே தாயைத் தின்றவன். தண்ணிக்காரன் வளர்த்த பிள்ளை தறுதலையாய் நின்றது. மாடு மாதிரி உடம்பு ஏறியது. எதிர்த்துக் கேட்கிற

எவனையும் முன்பின் பார்க்காமல் எடாவுகிற கனத்த உடம்பை வைத்துக் கொண்டு, மிரட்டலில் பொழுதை ஓட்டியது. ஊர் அலம்பியாக ஓடிக் கொண்டிருந்த இவன் தொந்தரவு தாங்காமல் ஆண்களும் பெண்களுமாய் நொந்துகொண்டிருந்தவர்கள் எக்கச்சக்கம்.

ஊரில் அவன் சலாபத்தாய் பேசப் புடிக்க இருந்தது காத்தலிங்கத்திடம் மட்டுந்தான். அவனும் கல்யாணம் ஆன பின்பு இவனைத் தவிர்த்துவிட் டான். இவனைப் பற்றி முழுதுமாய் தெரிந்த காத்தலிங்கம், இவனிடம் எச்சரிக்கையாகத்தான் இருந்தான். ஆனால் எப்படியோ அங்கும் ஆப்பு வைத்துவிட்டான்.

ஆளில்லாத நேரங்களில் பேட்டையான் காத்தலிங்கத்தின் வீட்டுப் பக்கம் நடமாட ஆரம்பித்தான். முண்டா பனியனில் கைலியை மடித்துக் கட்டிக்கொண்டு திரிந்தவனின் திரண்ட தோள்களைப் பார்த்த காத்தலிங் கத்தின் மனைவி கொஞ்சம் சறுக்கினாலும், சுதாரிப்பாய் இருந்தவள் கடைசியில் வலையில் விழுந்து போனாள்.

ஆள் அரவமற்ற உறுமநேரத்தில் பேட்டையான், பொதுக்கென வீட்டிற்குள் நுழைந்துவிட்டான். ''அவுரு ஊட்ல இல்ல...'' சொல்லி முடிப்பதற்குள் வாயைப்பொத்தி வளைத்துக்கொண்டான். மயிர்கள் அடர்ந்த தோள்களின் இறுக்கத்தில் திமிரமுடியவில்லை. அவளும் வளைத்துக்கொண்டாள். மீறல்கள் தொடர்ந்தன.

ஊரில் 'சாகை' ஊற்றி கூத்து. பேர் போன, தனக்குப் பிடித்த ஞான மேட்டு செல்வராசு சமா கூத்துப் பார்க்க ஊரே திரண்டு கோயில் முன் னால் குந்தியிருந்த நேரம், காத்தலிங்கம் கூப்பிட்டான். ''நா, சட்டிப் பான தொடக்கூடாது. தீட்டுத்தடுக்கா இருக்கற நேரத்துல, சாமிக்கு நடக்குற கூத்தப் பாக்க வந்தா, குத்தமாப் பூடும்.'' அவனை அனுப்பிவிட்டு வீட்டில் தங்கிக்கொண்டாள்.

பாதி இரவில், அடுத்ததாக வாத்தியார் வேஷம் வருவதாக இருந்தது. தனக்குப் பிடித்த வாத்தியாருக்கு, வேஷம் வரும்போது, கொடுத்து வாழ்த்த பணம் எடுத்துவர மறந்து போயிருந்தான். எடுத்து வர வீட்டிற்கு நடந்தான். தெருவில் ஈ காக்கைக்கூட இல்லாமல் இருண்டு கிடந்தது. தூரத்தில் வரும்போதே பார்த்தான். கதவு ஒருக்களித்து, உள்ளே கம்மலாய் வெளிச்சம். நுழைந்தவன் அதிர்ந்து சிதறினான்.

சிமினியின் மங்கலான வெளிச்சத்தில், மரக்கட்டிலில் அரைமயக்கத் தில் கண்ணை மூடியபடி முனகிக்கொண்டு கிடக்கிறாள். மேலே கவிழ்ந்த நிலையில், வியர்க்க வியர்க்க பேட்டையான். காத்தலிங்கத்திற்கு உடம்பு கொதித்தது. அவன் எழுந்து விட்டால், ஒண்டிக்கி ஒண்டி ஒன்றும் செய்ய முடியாது. ஒரே வழிதான். கைக்கு கிடைத்த மத்துக்கழியை அரவம்படாமல் ஓங்கி ஒரே அடி பின் மண்டையில்.

திடுக்கிட்டு கண் விழித்தவள் - எதிர்பாராத அடியில் நிலைகுலைந்து தலையைத் தூக்கியவனை, மத்துக்கழியோடு நின்றவனை பார்த்து மிரண்டு, ஒரே மூச்சாய் மேலே கிடந்தவனைத் தூக்கி புரட்டித் தள்ளி விட்டு எழுந்தாள். பக்கவாட்டத்தில் புரண்டு மல்லாக்க கிடையாய் விழுந்தவனின் தலைக்கு நேர் அம்மிக்கல். ஏற்கனவே மத்து அடி. இப்போது அம்மிக்கல்லில் மோதியது. எந்த மூச்சுப்பேச்சும் இல்லாமல், பேட்டையான் அரவானாய் கால் பரப்பிக்கிடந்தான்.

ஓங்கிய மத்துக்கழியோடு அவளை நெருங்கினான். அரைகுறை துணி மணிகளோடு வாரிச்சுருட்டியபடி அவன் காலடியில் விழுந்து கதறினாள். ''என்ன மன்னிச்சிடு சாமீ. ஏம் மனசக் கெடுத்து என்னக் குட்டிச்செவுரா ஆக்கிட்டாஞ் சாமீ... என்ன ஒண்ணும் பண்ணீடாத சாமீ. இந்த ஒரு பொழையும் மன்னிச்சி வுடு சாமீ. ஏங் கறிய சிரிக்க வைச்சிடாத சாமீ...''

''வந்தேனே...வீமசேனன் நானே...'' பாட்டு ஊரைக் கிழித்து எகிறியது, ஞானமேட்டு செல்வராசுவின் குரல். கண்ணில் பொறி பறக்க, அவளின் மயிரைப் பிடித்து கொத்தாய் தூக்குகிறான். ''சட்டிபான தொடக் கூடாதுன்னு பொய்ய சொல்லிட்டு...போய்ச் சேருடி அவங்கூடயே...''

ஓங்கிய மத்துக்கழியின் கையை எட்டிப்பிடித்துக் கெஞ்சுகிறாள். ''வேணாஞ் சாமீ...வேணாஞ் சாமீ... என்னியும் கொன்னுட்டினா, ஒனக்கும் கெட்ட பேருதாஞ் சாமீ. ஓம் பொண்டாட்டி இப்பிடி போன வன்னு, ஒனக்கும் சொல்லுக்குத்தந்தாஞ் சாமீ... சாமீ...'' கதறுகிறாள். மனித சஞ்சாரமே அற்றுப்போன வெளியில் அவள் குரல் இருட்டில் மோதிச் சிதறியது.

மத்தைப் போட்டுவிட்டு, வெறிபிடித்தவன்போல் மண் தொம்பை யில் மடார் மடார் என்று மோதிக்கொள்கிறான். ''வாணாம் சாமீ வாணாம் சாமீ'' அவன் காலடியில் விழுந்து புரள்கிறாள். வீட்டை அடைத்துக்கொண்டு கிடக்கிறான் பேட்டையான்.

வெகுநேரம் கழித்து எழுந்தார்கள். கூத்து தாளக்கட்டின் உச்சத்தி லிருந்தது. பேட்டையானைத் தூக்கிக்கொண்டு, திணறியபடி ஆள் அரவ மற்ற தெருவின் குறுக்கே போனார்கள். அடுத்து கிழக்கு வெளியின் முந்திரி. இருட்டில் தூக்கிக்கொண்டு போனார்கள்.

''மலையாத்தா கோயில்ல பேட்டையான் தூக்கு மாட்டிக்கிட்டான்'' காலையில் முந்திரிக்குப் போனவர்கள் வாயிலாக ஊர் பரபரப்பானது. யாரும் எதுவும் கிண்டிக் கிளரவில்லை. ஒற்றுமையாய் தூக்கிப்போய் எரித்துவிட்டு வந்தார்கள்.

மனதின் இறுக்கம் தளர்ந்து, பழையது யாவற்றையும் மறந்து இயல் பாய் நடமாடத் தொடங்கிய ஒரு இரவில், காத்தலிங்கம் தன் மனைவியைத் தொட்டான். ''எட்றா கைய. அவ எனக்குதான் சொந்தம்.

நீ தொடக்கூடாது.'' மனைவி கூரைப்பேட்டையானாய் பேசி, வலுவாய் நெட்டித்தள்ள ஓடி சுவரில் மோதி விழுந்தான். அடுத்த நாளும் இதே கதை.

கடலூர் செம்மண்டலம் போய் வாத்தியார் ஞானமேட்டு செல்வராசு விடம் எல்லாவற்றையும் சொல்லி அழுதான். ''ஒண்ணும் பயப்படாத. காதும் காதும் வைச்சமாதிரி நா காரியத்த முடிச்சித்தர்றன், அழுவாத...'' சொன்னவர், அடையாளம் தெரியாத இரவில் வந்து சேர்ந்தார்.

அவன், அவள், அவர் மூன்று பேர்தான். குறட்டை விட்டுத் தூங்கத் தொடங்கிவிட்ட இரவு. இவரின் மந்திரங்களுக்கு அவன் எளிதில் கட்டுப் படவில்லை. காத்தலிங்கத்தை பூச்சி போலத் தள்ளினாள். அவள் உடம்பு முழுவதும் விபூதிக் கோலம். எருக்கங்கழியின் விளாசலில் புழுதி பறந் தது. நெடிய மந்திரத்தை சொல்லத் தொடங்கியதும், அவளின் முகத்தில் கோபம் தெறிக்கிறது. கைகளை விறைப்பாக்குகிறாள்.

மந்திர உச்சரிப்பு அதிகமானதும், பட்டென்று வெறிபிடித்தவள் போல், அவரின் கழுத்தைப் பிடித்து நெருக்குகிறாள். அவருக்கு முழி பிதுங்குகிறது. காத்தலிங்கத்திற்கு ஒரு கணம் என்ன செய்வதென்று தெரியாமல், அவள் கைகளைப் பிடித்து இழுக்கிறான். பிடி இரும்பாய் இறுகுகிறது. முழி பிதுங்கி குரல் அற்ற நிலையிலும் மந்திரங்களை உச்சரித்துக்கொண்டிருக்கிறது அவர் உதடு. ஒரு உச்சத்தில் கைகள் இற்று விழுந்து அமைதியானாள்.

செல்வராசு சிரித்தார். ''நா யார்னு தெரியாம ஏங்கிட்டயே கைய நீட்றியா. இனி நீ எங்கயும் கைய நீட்டவோ அசைக்கவோ கூடாது.'' விபூதிப் பூசிய நூலால் காற்றில் சுருக்குப்போட்டு இழுத்தார். கட்டில் அகப்பட்ட மாதிரி அவள் கை பின்னுக்குப் போனது.

புறங்கை கட்டப்பட்ட நிலையில் பேட்டையான். கால்கள் அவளை நோக்கியபடி தாவுகின்றன. ஆனால் செட்டி வீட்டுப் பெண், எதுவும் பேச முடியாதபடி ஊமையாய், விதியே என கால்கள் தொடாத தூரத்தில் நிற்கிறாள்.

ஊரை ஒட்டிய நடுக்குப்பந்தான் செட்டியிருப்பது. மூன்று பெண்களில் பெரியவள்தான் சாந்தி. அப்பனுக்கு ஆம்பளப் பிள்ளையாய், கொல்லை யில் மோட்டார் கிளப்ப, தண்ணீர்கட்ட என்று தோலுக்கு துணையாய் இருப்பவள். உள்ளூர் கொடுக்கல் வாங்கலில் சிக்கல். செட்டியையே ஏமாற்றி, நம்ப வைத்து நால்வரும் கிளம்பியபோது, இவள் நெற்றியில் அடித்த மாதிரி சரியான கணக்கை சொன்னாள். செட்டி சுதாரித்துக் கொண்டான். மேலும் இருபதினாயிரம் எண்ணிக் கொடுக்கையில் நால்வரும் இவளை எரித்துவிடுகிற மாதிரி எதிரியாய் பார்த்தார்கள்.

மறாவது வாரம் மோட்டார் கிளப்பச் சென்றவள் கரண்டில் அடிப் பட்டு செத்ததாய் பேசிக் கொண்டார்கள். இவள் விடவில்லை. நால் வரின் மனைவியரில் ஒருத்தியில் இறங்கினாள். ''நா கரண்டு பாய்ஞ்சி சாவுலடா... நீங்க நாலுபேரும் என்ன கரண்ட பாச்சி கொன்னுட்டிங் கடா...''

ஊரே தற்செயலாய் கரண்டில் அடிபட்டு செத்ததாய் நம்பிக் கொண்டிருந்த வேலையில் இவள் புள்ளடித்தது மாதிரி பேரைச் சொல்லிக் குறிப்பிட்டதும் நால்வரும் மிரண்டு போனார்கள். ''இத இப்பிடியே உட்டுட்டா, இன்னக்கி இல்லன்னாலும், என்னைக்காயிருந்தாலும் ஆபத்துதான்.''

தொழிலில் கைதேர்ந்த ஆளைக்கொண்டு வந்தார்கள். ''இவ எப்பியும் எதுக்கும் வாயத் தொறக்கக்கூடாது. வாயத்தொறந்தா எங்க கத கந்தல்தான் பூட்டு வலுவா இருக்கணும்.''

இறுக்கமான வாய்க்கட்டோடு, ஆலமரத்தில் ஆணியை இறக்கி னார்கள்.

பெருந்தூறலாய் விழ ஆரம்பித்தது. ஈரம்பட்ட உடம்பு பேட்டை யானுக்கு முறுக்கேறி குறுகுறுக்கத் தொடங்கிவிட்டது. எப்படியாவது நெருங்கி, எட்டி வளைத்துக்கொண்டால் குளிருக்கு தோதாக இருக்கும்.

வாய்விட்டு கதறி அழவும் வழியில்லை. காறி அவன் முகத்தில் முழியவும் வகையில்லை. முள்ளில் நிற்பது மாதிரி, ஐந்து வருடமாய், தெற்கு பார்த்த வண்ணமாய் நின்றுகொண்டிருக்கிறாள்.

பெருமழையாய் பெய்ய ஆரம்பித்துவிட்டது. ஊசியாய் இறங்கும் மழை நீரை வெறுத்துப் பார்த்துக்கொண்டிருந்த அசந்தர்ப்பமான நேரத் தில் பின்பக்க பெருந்தொடையில் ஏதோ தீண்ட திடுக்கிட்டு திரும்பு கிறாள். அவன் உடலை வில்லாய் வளைத்து நீட்டிய கால்களின் பெரு விரல் ஒன்று, நல்லப் பாம்பின் நாக்காய், அலைகிறது. கொத்திப்பிடுங்க கண்ணும் நீள்கிறது.

இடி இடிக்கிறது. சுறாய் கறக்கிறது. உடம்பு தீயாய் பற்றுகிறது. கண் களில் அவனை எரித்து விடுகிற மாதிரியாய் பொறி பறக்கிற கோபம். ஆனால் மழைநீரில் அது வலுவில்லாமல் கரைந்தோடிக் கொண் டிருக்கிறது.

●

சமாதானக் கறி

ஓங்கி ஒரே அடி. விலுக் விலுக்கென்று உதைத்துக்கொண்டு கிளம்பிய பன்றியின் கடைசிக் கத்தல், பாளையத்தின் இருட்டைக் கிழித்து ஓய்ந்தது. அடித்து வீழ்த்திய பாரை, விளக்கு கம்பத்தில் சாய்ந்துகொண்டது. வீழ்த்திய குட்டியான் மதுரை வீரனைப் போல் சிரித்தான். ''குட்டியான் அடிக்கு மறு அடி கெடயாது. நாப்பது வயிசிக்கி நா, எத்தினிய அடிச்சி மல்லாத்திருப்பன்.''

தெருவென்பதெல்லாம் ஒன்றும் கிடையாது. அள்ளித் தெளித்த மாதிரி வீடுகள். சந்தாலயும் பொந்தாலயுந்தான் வழி. எல்லாம் கருப்பஞ் சருவு அடித்த குடிசைகள். நெஞ்சை நிமிர்த்துக்கொண்டு எந்தக் குடிசைக் குள்ளும் போக முடியாது. நெற்றியைப் பதம் பார்த்துவிடும். கதவு என்ப தெல்லாம் ஒன்றுமில்லை. நொச்சி சிம்புகளால் பின்னப்பட்ட படல் தான். கூடை, முறம் பின்னுகிற பிழைப்பு. நேரம் கிடைத்தால் நீண்ட கொடி போன்ற மூங்கில் கழியில் மாட்டிய ஒற்றைச் சுளுக்கை எடுத்துக் கொண்டு அணில் குத்தப் போவார்கள். இல்லையென்றால் வாரு வலை களை அள்ளித் தோளில் போட்டுக்கொண்டு போவார்கள். வரும்போது நாலைந்து கீரிப்பிள்ளைகளுடன் வருவார்கள். மீனுக்கு தூண்டில் போடுவது அதிகம் கிடையாது. குட்டையைக் குழப்புவார்கள், ஆமையை பிடித்துக்கொண்டு வந்து ஆக்குவார்கள். விற்பார்கள். ''மூலத்துக்கு நெல்லது, ஆமக்கறி வாங்கிக்கிங்க...''

திட்டக்குடி மெயின் ரோட்டின் தார் சொரசொரப்பில் ஊறவைத்த காகிதங்களை மருக்மருக்கென்று தேய்த்து, கூழாக்கி முறத்துக்குப் பூசுவார்கள். பூசிக் காய்ந்த முறங்களைக் கட்டித்தூக்கி தெருத்தெருவாய் விற்பார்கள். ''என்னாடி வெலவெலப்பா இருக்கறத மறைக்க அடையா பேப்பர போட்டு மொழுவி எடுத்தாந்துருக்க...'' சனம் விசாரிக்கையில் தலையைச் சொறிந்து சிரிப்பார்கள். முறம் புட்டி சுமக்க தெம்பு இல்லாதவர்கள் நாலு பட்டையையும் கூரான பொடங்கு கொண்ட

வாங்கு கத்தியையும் எடுத்துக்கொண்டு ''மொறங் கட்றதோ...கூட கட்ற தோ...'' கூவிக்கொண்டு போவார்கள். கழுத்தில் வளைத்துப் போட்ட கக்கத்து ஏணையில் குரங்குக் குட்டிகளாய் பச்சை மண்ணுகள் தலையை நீட்டி, மாரை வளைத்து பால்குடித்துக்கொண்டே போகும்.

கறிக்கு பஞ்சமில்லையென்பதால் கவிச்சை வாடைதான் தெருவில். காரியங்கவை என்றால் இருக்கவே இருக்கிறது, சுவரோரம் மாவுக்கல் தொட்டியில் மூஞ்சியை விட்டு உலும்பும் பன்றிகள். வெட்ட வேண்டி யது, திங்க வேண்டியது. ஆத்தாங்கரை வேலிக்கருவை மறைவில் சாராய உறைகள். கடித்து உறிந்தால் கதையும் பாட்டுந்தான். காணியில்லை, பூமி யில்லை. கல்வீடு மாடிவீடு தேவையில்லை, வயிறு ரொம்பினால் போதும் என்கிற மாதிரி பிழைப்பு. கதையும் பாட்டும் புளியமர நிழலில் புரண்டபடி எடுக்கையில் ஊர்க்காரர்கள் பேசிக்கொள்வார்கள். ''கொறப் பயலுவுளுக்கு ஒன்னு அடிச்சி ஒன்றையில ஓடுது...''

யார் சொல்லியும் கேட்கவில்லை. எவரின் சால்சாப்பும், இடைச் செருவாய் சின்னக்காத்தானிடம் பலிக்கவில்லை. வீமசேனன் மாதிரி வாசலில் கிடந்த உரக்கட்டை மேல் குந்திவிட்டான். அவன் கண்ணில் போதையின் சிவப்பும், கோப வெறியும் ராந்தல் வெளிச்சத்தில் மின்னியது. யாரும் அவன்கிட்ட நெருங்கி, அசமடக்குகிற மாதிரியான செயலுக்கு பயந்தார்கள்.

இடைச்செருவாயில் சின்னக் காத்தான் எப்பேர்ப்பட்ட பேர்வழி. ஊர்க்காரர்களே அவன் நடையையும், பேச்சையும் பார்த்து கொஞ்சம் யோசனையாய்தான் போவார்கள். தனி ஆளாய் போய் பத்துப் பதினைந்து கீரிகளைப் பிடித்து வருபவன். கடைபடாதவர்களிடம் ''இந்தா வறுத்து வாயில போட்டுக்க...'' என்று ஒன்றைத் தூக்கிப் போடுவான். கிழங்கட்டைகள் தலையை சொறிந்துகொண்டு சின்னக் காத்தான் முன் நின்றால், இடுப்பில் இருக்கிற பையை உருவி முன்னால் எறிவான். ஆடு தழைகளை மெல்கிற மாதிரி வெற்றிலைகளை பையி லிருந்து எடுத்துப்போட்டு குதப்பிக்கொண்டு போவார்கள். ஏற்றிக் கட்டிய கைலியை அவன் மடித்துக்கட்டியதே இல்லை. முண்டா பனியன் போட்டுக்கொண்டு, முழங்காலுக்கு மேல் ஏறிய கைலியில், மீசையில் நிரந்தரமாய்ப் படிந்த வெற்றிலைக் காவியைத் தடவிவிட்டுக் கொண்டு நடந்தால் வீமசேனன்தான்.

இன்றைக்கு அவனுக்கொரு அவமானம் என்றால், எப்படித் தாங்கிக் கொள்வான். தனக்கே இந்த தலைகுனிவு என்றால், வாய்க்கு செத்தவனுக் கெல்லாம் எந்தக் கதி. தாய் மாமன் என்கிற உறவுமுறைக்கே இந்த சாதியில் ஒரு மரியாதை இல்லாமல் போய்விடுமே என்று அவமானத்தில் துள்ளினான். கைகளை நொடித்துக்கொண்டான்.

போதையில் பாளையத்திற்கு கிளம்பியவனை ஆவாரம்பூ எவ்வளவோ மறித்துப் பார்த்தாள். ''வாணாம் உடு. அசிங்கமா இனி அந்த தலகடய போயி மிறிக்கக்கூடாது. போய் தொலையிது உடு.''

சின்னக்காத்தானுக்கு கோபம் அவள்மேல் திரும்பிவிட்டது. ''ஒன்னாலதாண்டி தேவுடியா, நீ ஊன்னிருந்தா இப்பிடி நடக்குமா. இம்மாம் மானபங்கம் நா படுவனா.'' அவளை எட்டி எட்டி உதைக்கப் போனான். அவள் உதைக்கு பயந்து வீட்டுக்குள் ஓடினாள். விடாது துரத்தி னான்.

மீண்டும் கறி திங்க ஆசைப்பட்டவர்கள், அவனுக்கு கொம்புசீவி விட்டார்கள். ''ஒரு தாய்மாமனுக்கு மருவாத செய்றதுல என்னா அசிங்கம். அப்பிடி கவுனிக்காம உடறது எப்பேர்ப்பட்ட அவமானம். சின்னக் காத்தான் அந்திசு என்னா... எப்பிடி அவன் தாங்குவான்?''

திரும்ப திரும்ப ஆத்திரம் அவள்மேல் திரும்பியது. ''ஒரு வார்த்த... ஒரு வார்த்த... நீ ஊன்னிருந்தா இப்பிடி நடக்குமா. ஓம் பேச்சக் கேட்ட ஏம் புத்திய செருப்பால அடிச்சிக்கணும்...நா எப்பிடி வெளியில தலைய காட்டுவன்'' காலில் கிடந்த செருப்பைக் கழற்றி மடார் மடாரென தலையில் அடித்துக்கொண்டான்.

ஆவாரம்பூ அழுதுகொண்டே ஓடிவந்து, தடுத்து செருப்பைப் பிடுங்கினாள். இதுதான் சமயமென்று எட்டி அவள் தலைமயிரைப் பிடித்துக் கொண்டான். ''பண்றத பண்ணிட்டு என்னாடி நீலி வேஷம் போடற...''

மாங்கு மாங்கு என்று வைத்து வாங்கிறான். அடி தாங்காமல் கதறினாள். துடித்தாள். ''எலேய் கம்னேட்டி, ஒனக்கு இன்னொருத்தி யாடா கேக்குது. நீ உருப்படுவியா. ஓங் கறியில கட்ட மொளைக்கோ...ஓங் கறியில புழுவு வைக்கோ...''

கேட்க வேண்டும் என்கிற முறைக்குதான் தாய்மாமனான இவனிடம், பாளையத்திலிருந்து வந்து கேட்டார்கள். அவர்களுக்கும் துணிச்சல்தான். சின்னக்காத்தான். ஏற்கனவே திருமணமாகி விட்டவன் என்கிற தெம்பு. ''சிட்டுவ ஆவினங்குடியில கேக்கறாங்க. ஓஞ் சம்மதம் எப்பிடி... குடுக் கலாமா... இல்ல நீ..க்கீ...''

சின்னக்காத்தானுக்கு அப்படியொன்றும் வயதாகி விடவில்லை. வயசு நாற்பதுதான். உடம்பை ஒரு தடவை குலுக்கிக்கொண்டான். மனசுக்குள் சிட்டு ஒருமுறை வந்து போனாள். கடைசி முறை பார்க்கும் போது குடிசையின் முன், கூடைக்கு கசங்கு சீவிக்கொண்டிருந்தாள். புது மண்குடம் மாதிரி பூரித்த உடம்பு. வெற்றிலைப் போடாமலேயே சிவந்து போயிருந்த உதடுகள். இழையாய் நப்பாசை ஒன்று ஒட்டிக்கொண்டது.

''அப்பறம் ஓசன பண்ணி சொல்றன...'' என்று அவர்களிடம் சொன்னபோது கலவரந்தான் அவர்களுக்கு. இருந்தாலும் முகத்தில் காட்டிக் கொள்ளாது குந்தியிருந்தார்கள். ''முடியாது. நாந்தான்...'' என்று

சின்னக்காத்தான் சொல்லிவிட்டால் அவர்களால் ஒன்றும் செய்ய முடியாது. ஏதாவது வயதானவனாக இருந்தால்கூட ''இது நாயமா'' என புடிச்சாடிப் பார்க்கலாம். கட்டுக்குலையாத ரேகம். இன்னும் நாலைந்து பெண்களைக்கூட அவனால் வைத்து, பேர் சொல்ல முடியும். அதை உறுதிப்படுத்துகிறமாதிரி கைகளை உயரே தூக்கி முறுக்கி உடலை வளைத்து திமிர் முறித்தான். கதணை கதணையாய் உடம்பில் சதை முடிச்சுகள்.

ஆவாரம்பூ முடியவே முடியாது என்றாள். பிடித்த பிடியைத் தளர்த்தவேயில்லை. இன்னொருத்தி வந்து படுக்கையைப் பகிர்ந்துகொள்ள அவளுக்கு சம்மதமேயில்லை. அவன் முழுமையாக கடைசிவரை அவளுக்கே இருக்க வேண்டும் என ஓயாமல் வேண்டிக்கொண்டு கிடப்பவள். கோழியூரில் முதன்முதலாய் இவன் முறம் விற்கப் போன போது, ஆவாரம்பூ வீட்டு முன்னால்தான் இறக்கி வைத்தான். ஆவாரம் பூவின் அப்பன் முதன்முதலில் சின்னக்காத்தானிடம் ஐந்து சோடிகள் சோத்து முறமும், இரண்டு சோடிகள் அகினி முறமும் வாங்கி தொழிலைத் தொடங்கினான். ஆவாரம்பூ சின்னக்காத்தானை எத்தனையோ முறை உருக உருகப் பார்த்திருக்கிறாள். தவமாய் தவம் கிடந்து பேசத் துடித்திருக்கிறாள். அவனுக்காக வாக்கப்பட்டு இடைச் செருவாய் வந்து குடிசைக்குள் உருண்டு புரண்டு சந்தோஷப்பட்டிருக்கிறாள். இன்றைக்கு இன்னொருத்தியென்றால்... முடியவே முடியாது என ஒற்றைக் காலில் நின்றாள்.

''நமக்கு ரெண்டு திங்கிற புள்ளிவுளா ஆச்சி. இன்னொருத்தி வேணுமா? மீறி கொண்டாந்தா ஏம் பொணத்ததாம் பாக்கலாம்'' அழுது புலம்பிக்கொண்டிருந்தாள்.

குழந்தைகள் வந்து காலைக் கட்டிக்கொண்டன. ஆவாரம்பூவை தட்டிக்கழிக்கவும் அவனால் முடியவில்லை. பார்ப்பவர்கள் ''அவன் சொல்றது ஞாயந்தான்...'' என்கிறமாதிரி அவள் ஒன்றும் சொத்தை சொள்ளையாய் இருக்கவில்லை. இரண்டு பிள்ளைகளை பெற்றபின்னும், வெடிக்காத தென்னம்பாளை மாதிரி கட்டுக்குலையாமல்தான் இருந்தாள். சின்னக்காத்தான் யோசித்துப் பார்த்துவிட்டு 'சரிதாம் போ... அதுல மட்டும் புதுசா என்னா, தேன் வடியப் போது...' மனதை ஆயக்கட்டிக் கொண்டுவிட்டான்.

ஆவாரம்பூ அழுதே காரியத்தை சாய்த்துவிட்டாள். ''சரி ஏந்திரிச்சி ஊட்டுக்கு வா புள்ள.'' வீட்டுக்குள் அவளை இட்டுக்கொண்டு போனான். அணைப்புக்குள் ஆவாரம்பூ இருந்தாலும், உள்ளுக்குள் சிட்டு சீண்டினாள். இருந்தும் உள்ளுக்குள் போட்டு, சிட்டுவின் முகத்தை சுத்தமாய் மறக்க முயன்றான். என்ன சொல்வானோ என்று கீரிப்பூச்சி செத்துப் போய்தான் பாளையத்துக்காரர்கள் கிளம்பிப் போயிருந்தார்கள்.

உள்ள சம்மதத்தைச் சொல்ல, பாளையத்திற்கு இவன் போயிருந்தபோது எல்லோர் முகத் திலும் இறுக்கம் பரவிக் கிடந்தது. சுற்றி வளைக்காமல் சின்னக்காத்தான் நேரடியாகவே சொல்லிவிட்டான். ''சிட்டுவ வெளியில கட்டிக்குடுக்க எனக்கு சம்மதம். ஆனா தாய்மாமனுக்கு செய்யவேண்டிய மொறையில் ஒரு சின்ன நெல்லு மூக்குத்தினி குத்தம்னாலும், நா சும்மா உடமாட்டன் ஆமா...''

சூரியன் விழத்தொடங்கியதிலிருந்தே சிட்டு சிவக்க ஆரம்பித்துவிட்டாள். நேற்று தாலி கழுத்தில் ஏறியதிலிருந்து, உடம்பெல்லாம் பசபச வென்று எதுவோ படர ஆரம்பித்து கிச்சுகிச்சான் பண்ண ஆரம்பித்து விட்டது. அவளால் ஒரு இடத்தில் குந்த, எழுந்து நடக்கக் கூசியது. நேற்று ஆவினங்குடிக்கு மாலையும் கழுத்துமாய் போய்வந்தபோது அவன் அவளை உரசிக்கொண்டு வந்தது தீயாய் பற்றியது. பக்கத்து பக்கத்தில் அவனுடன் நெருங்கிக் குந்தியிருந்தபோது, கண்கள் செருகிக்கொண்டு ஆகாசத்தில் பறப்பது மாதிரியிருந்தது.

பாளையத்தைப் போலவே ஆவினங்குடியும் ரோட்டு மார்க்கத்தில் தான். அவன் பேரை முதன்முதலில் கேட்ட உடனேயே சொக்கிப் போய் விட்டாள். வெற்றிலையைக் குதப்பிக்கொண்டு வாசலில் குந்தியிருந்தவர்கள் பேசிக்கொண்டார்கள். ''ஊரு ஒலகத்துல யாருக்கும் இப்பிடி பேர் பொருத்தம் அமையாது. ''சிட்டு-சிட்டான்'' ''சிட்டான்-சிட்டு'' ''சிட்டான்...'' உள்ளுக்குள் குரல் வந்து குத்தியது. ''ஆம்படையான் பேரச் சொல்லலாமா?'' ''ச்சீய்...'' என வெக்கத்தில் தனக்குத்தானே சிணுங்கிக் கொண்டாள்.

சிட்டானும் இவளைப் போலவே நெல்ல சிவப்பு. அவன் இந்த புட்டி, முறம் என வாங்கு கத்தியோடு மாரடிக்கிறவன் இல்லை. ஊர்ஊராய் போய் ''எத எடுத்தாலும் பத்து ரூவா'' என்கிற எவர்சில்வர் சாமான்கள் விற்கிற வேலை. முழுக்கை சட்டை, பளிர் என்கிற வெள்ளை நிறத்தில், நீலநிற குறுக்கு கோடிட்ட கைலி. அவனைப் பார்த்த மாத்திரத்திலியே அவளுக்கு தூக்கமும் நிம்மதியும் தொலைந்து போய்விட்டது. எப்ப கழுத்துல கவுறு உழும் என ஏங்கி இளைத்துப் போனாள்.

காதில் குசுகுசுவென முறைக்காரிச்சிகள் பொரிந்துவிட்டுப் போனார்கள். ''ஒண்ணும் மெரண்டுடாத, பையன் கொஞ்சம் மொரடனாதான் இருப்பான்.''

சிட்டான் சிமினி விளக்கு வெளிச்சத்தில் கவிழ்த்து வைத்திருக்கும் கோழியாட்டம் குறுங்குறுங்கென்று குந்தியிருந்தான். ஆள் திடகாத்திர மானவன்தான். இருந்தாலும் பயங் கலந்த குறுகுறுப்பில் அவனுக்கும் சாப்பாடே இறங்கவில்லை. குடிசையினுள் ஒரு சுற்று சுற்றிப் பார்த்தான்.

படுத்துக் கொள்வதற்காக ஒதுக்கப்பட்ட குடிசை. தட்டுமுட்டு சாமான்கள் ஒன்றும் அதிகமில்லை. அடி மட்டும் போட்ட நிலையில், இரண்டு கூடைகள் மட்டும், கதிர் சூரியன்களாய் சுவரில் சாய்ந்து இருந்தன. நேரம் போவது யுகமாக இருந்தது. அவனது ஒவ்வோர் அசைவும், சிட்டுவை எதிர்நோக்குவதாக இருந்தது.

அந்த வளவில் இருந்த அத்தனை பேரும் வாசலில் குந்திக் கிடந்தார்கள். எல்லோருக்கும் போதை மிதப்பாக இருந்தது. எதிர்த்த குடிசையில் சிட்டுவை தயார் படுத்திக்கொண்டிருந்தார்கள்.

''என்னா பாஞ்சி நாழிக்கா பொண்ண உடறது'' கிண்டல் பண்ணினார்கள்.

''சிட்டு, ஒங்க ஆளு குந்திக்கிட்டியே தூங்கறாரு'' சிட்டானுக்கு வெட்கம் தின்றது.

''நெல்ல நேரம் வர்றதுக்கு, ஒரு அரமணி நேரம் தாமசமாவட்டும்''- இடையில் தடைபோட்டது பெரிய குரல்.

சிட்டுவுக்கு கல்யாணத்தன்று போட்ட அலங்காரம் மாதிரி வேலைப்பாடு நடந்துகொண்டிருந்தது. தங்கச்சிலையாய் நின்றுகொண்டிருந்த சிட்டு, 'உம்' என்றால் ஓடி சிட்டான் இருக்கிற குடிசைக்குள் நுழைந்துவிடுவாள் என்கிற மாதிரி கடகந்தாயத்தில் நின்று கொண்டிருந்தாள். வாசலில் நின்றிருந்த கும்பலைப் பார்க்க அவளுக்கு எரிச்சலாக இருந்தது. நிற்க முடியாமல் கதவைப் பிடித்துக்கொண்டு நின்றாள்.

''ம்... அனுப்பலாம் நெல்ல நேரம் வந்துட்டுது..'' போனால் போகிறது என்கிற மாதிரி குப்பன் வாயை திறந்த நேரம்-

''நெல்ல நேரம் கெட்ட நேரம்லாம் நாம் பாத்து சொல்லணும்...'' போதையிலும் கோபத்திலும் காட்டமாக பேசிக்கொண்டே தெருவு சந்தில் நுழைந்த சின்னக்காத்தானுக்கும் அவன் ஆட்களுக்கும் கால்கள் பின்னின.

எல்லா சமூகத்திலும் இருக்கிறமாதிரி, இங்கும் தாய்மாமனுக்கு தனி இடமும் தக்க மரியாதையும் உண்டுதான் என்றாலும் இவர்களுக்கு கொஞ்சம் கூடுதல். தாய்மாமன் சம்மதமில்லாமல் பொண்ணுக்கு கல்யாணம் காட்சி என்கிற பேச்சுக்கு இடமேயில்லை. வத்தலோ தொத்தலோ அவன் பார்த்து ''சரி எங்கியாவது குடுங்க...'' என்றால்தான் உண்டு. மறுதலித்து, ''எனக்குதான் பொண்ணு'' என்றால் எதுவும் செய்துவிட முடியாது. ஏற்கனவே தாய்மாமனுக்கு திருமணம் ஆகியிருந்தால் கூட. சாதிக் கட்டுமானம் அப்படி.

பெரிய மனது பண்ணி தாய்மாமன் தனக்கு வேண்டாமென்றால்,

அதற்குத் தக்க பரிகாரம் செய்ய வேண்டும். தாராள மனதிற்கு பெண்ணுக்கு சமானமாக பெரிய விருந்து வைக்க வேண்டும். விருந்து என்றால் சும்மாயில்லை. கவிச்சை இருக்க வேண்டும். கவிச்சை என்றால், வெறும் ரசத்தில் மிதக்கிற கறிவேப்பிலைகள் மாதிரியில்லை. ஒரு சோறும் கறியுமாக இருக்கவேண்டும். போதும் போதும் என்கிற மாதிரி தாய்மாமனுக்கு திகட்ட வேண்டும். தட்டில் கை வைக்கிறோமா, தரையில் கை வைக்கிறோமா என்கிற மாதிரி தன்னக்கடந்த போதை இருக்க வேண்டும்.

தாய்மாமன் சாக்கில் ஊரில் அவர்களின் சமூகத்தில் எல்லோருக்கும் நெல்ல வாட்டு. கறியை அறுத்து கூறுபோட்டவுடன் வந்துவிடுவார்கள். கையில் பாத்திரங்களோடு வேண்டும் வேண்டாம் என்கிற மாதிரி கறியை அள்ளிக்கொண்டு போவார்கள்.

தாய்மாமனுக்கு கறி விருந்தோடு முடிகிறதில்லை. தக்க பண சமானமும் இருக்க வேண்டும். கல்யாணத்திற்கு பெண்வீட்டார் சார்பாக வருகிற மொய்ப்பணத்தில் இரண்டாய் வகுத்தமாதிரி, சரிபாதி மொய்ப்பணம் தாய்மாமனுக்குக் கொடுக்க வேண்டும். தாம்பாளத்தில் வைத்து ''எடுத்துக்குங்க...'' என்று முகங் கோணாமல் கொடுக்க வேண்டும்.

கல்யாணச் செலவை மனதில் இருத்திக்கொண்டு மொய்ப்பணத்தில் கையை வைத்து விட்டாலோ, மூஞ்சியை கரிக்கட்டையாக்கிக் கொண்டு கொடுத்தாலோ கதை கந்தரகோலம் ஆகிவிடும்.

''என்னா எனக்கு பிச்சயா போடற. காசிக்கி பீ திங்கிற நாயாடா நானு. சொத்துடா ஏ மூட்டு சொத்து. தாலியென்னா தாலி. தாலி கட்டியிருக்கலாம் அவன். இப்ப பொடரிய புடிச்சி தள்ளிக்கிட்டுப் போவன் பொண்ண. ஏம் மயிர எவனும் புடுங்க முடியாது. தாய்மாமன் எனக்கு இல்லாத உரிம, எந்த மயிரானுக்கும் இல்ல...''

தாலி கட்டியிருக்கலாம். சம்மந்தம் போட்டிருக்கலாம். கறி விருந்திலோ, மொய்ப்பணத்திலோ விண்ணங்கம் இருந்துவிட்டால், முதலிரவு நடக்கிற படுக்கை அறையிலிருந்துகூட, பொண்ணை தரதரவென்று இழுத்துவந்து, தனக்கு பொண்டாட்டியாக்கி கொள்ளமுடியும், தாய்மாமனால்.

''குள்ளாயிக்கி என்னா ஆச்சி...'' தாய்மாமன் சிக்கல் வரும்போதெல்லாம் போதையின் நாக்குகளில், பல்லிடுக்குகளில் அகப்படுகின்ற பெயர். தாய்மாமனுக்கு தக்க மரியாதை செய்யவில்லை. கறி விருந்தில் குறை வைத்துவிட்டார்கள். இருக்கிற ஒரு பன்றியின் மேல் கல்யாண செலவிற்காக அச்சாரம் வாங்கிவிட்டான் அப்பங்காரன். விருந்துக்கு திட்டக்குடி போய், கறிக்கோழி வாங்கிவந்து ரசம் வைத்துவிட்டார்கள். தாய்மாமன் காதுக்கு சேதி போகாமல், அவனுக்கும் அவனைச் சார்ந்தவர்களுக்கும், உள்ளூர்காரர்களுக்கும் பின்னம் ரெண்டு தம்ளர்

ஊற்றி தலைக்குப்புற ஆக்கிவிட்டான் குள்ளாயி அப்பன்.

அத்தனை போதையிலும் நாக்கும் பல்லும் நரிவேலை செய்து விட்டது. மரச்சக்கையை மெல்வது மாதிரி கறி. பொச பொசவென்று பல்லுக்கு சிரமம் கொடுக்காமல் மாவாகிப் போகிற எலும்பு. போதை ய்யும் மீறி, அவமானப்படுத்தப்பட்டது தெரிந்துவிட்டது. இலை யோடு தூக்கி எறிந்தான் தாய்மாமன். குடிசையின் முட்டுச்சுவரில் மோதி பருக்கைகள் சிதறின.

''பன்னி எலும்புக்கும் கோழி எலும்புக்கும் வித்தியாசம் தெரியாத பயலாடா நானு. போதையிலன்னா, பீய்யக்கூடுமா தின்னுடுவன். பன்னிய வெட்டி நெறமா போடறதுக்கு ஒக்கித மயிரு இல்ல. கோழி ரசமாடா எனக்கு? டேய் அந்த குள்ளாயி எங்கடா...''

சுவரில் மோதி கூரையைப் பிய்த்தது குரல். ''கையில தோது மாது இல்லாத குத்தந்தான் இப்பிடி பண்ணிட்டன்.'' காலில் விழுந்து புரண்ட குள்ளாயி அப்பனின் கெஞ்சல் எடுபடவில்லை. கட்டியவனின் கக்கத்தில் ஒடுங்கிப் பயந்தவளை, கழியிலிருந்து நாரைப்போல் உருவி எடுத்தான், தரதரவென்று இழுத்துப் போனான். பருந்து கால்களின் கோழிக்குஞ்சாய் அவளின் குரல். மற்றவர்களின் நையக்கத்தும் அவன் காதுகளில் ஏறவே இல்லை. தாலி கட்டியவனை மனதில் சுமந்து, கண்ணீரும் கம்பலை யுமாய் தாய்மாமனுக்கு இரண்டாந்தாரமானாள் குள்ளாயி. போன மாதத்தில்தான் இரண்டாவது பிள்ளையை பெற்று எடுத்தாள்.

•

சின்னக்கக்தானிடம் எவரின் செக்கும் செல்லவில்லை. அவமானப் படத்தப்பட்டதாய் துள்ளிக் குதித்தான். கூட வந்தவர்கள் கிள்ளிப் போட்டுக்கொண்டேயிருந்தார்கள். ''செருவாய்க்காரன்னா அம்மாம் எளப்பமா? எவன் அவன மதிச்சி சோறு போட்டிங்க...''

பன்றியென்றால் பெரிய பன்றி. எவனிடம்கொடுத்தாலும் கண்ணை மூடிக்கொண்டு ஆயிரத்தி ஐநூறுக்கு குறையாமல் கொடுப்பான். ஒரு கட்டு வெள்ளைக் காட்டாமணி தழையும் போதாமல் கறிக்கூறுகள் ஒன்றையொன்று முட்டிக்கொண்டு கிடந்தன. கருவேல மரத்தின் கருப்பு வைரத்துக்கும் அசைந்து கொடுக்காத கொடுவாள்கள், பன்றியின் வலுத்த எலும்பை வெட்டி முறித்து எடுத்து பளாரென்று கறிக்கூறுகளின் தலையில் அறைய, கீழே இருந்த கருஞ்சதை, வார் துண்டுகளை அதக்கி ஆட்டம் காண வைத்தன.

பெரிய அண்டாவில் சோறு. பெரிய ஈயக்குண்டில், புளியங்கொட்டை யைப் போட்டால் இறங்காத அளவிற்கு தடதடவென்று குழம்பு.

தலை வாழையின் காம்பு நரம்பு மட்டும் நறுக்கப்பட்டு, போட்டிருந்த பந்திப்பாய் அளவிற்கு இலை. சோறு இருக்கிற இடந்தெரியாமல் கறி.

சின்னக்காத்தானை தேடிப்பிடித்து இழுத்து வந்துதான் குந்த வைத்தார்கள். பீப்பாயில் தண்ணீர் ஊற்றி மூடிவைத்தமாதிரி குடம்குடமாய் இறக்கிய சரக்கில், போதையில் எலும்பை எடுத்து வாயில் வைப்பதாய் மூக்கில் நுழைத்தான் சின்னக்காத்தான்.

எல்லாமும் போய் அவப்பேருக்கு ஆளாகிவிட்டது. அச்சிபிச்சு ஆயிரமும் பொய்யென்று சொல்லி அதம் பரத்துகிறான் சின்னக்காத்தான். ''அவமானம்...அவமானம்...''என்று துள்ளிக் குதிக்கிறான்.

''குண்டுமில்லாம மருந்துமில்லாம, என்னா தம்பி இந்த நேரத்துல...'' சிட்டுவின் அப்பன், சின்னக்காத்தானின் கையை காலைப் பிடிக்கிறார்.

பீ துடைத்த கல்லுமாதிரி அவரை அலட்சியமாய் ஒதுக்கித் தள்ளுகிறான். யாருக்கும் எந்த விபரமும் தெரியவில்லை. குடித்துவிட்டு இப்படி தகராறு பண்ணுவதை பொறுக்க முடியாமல் குந்தியிருந்தார்கள், அக்கம் பக்கத்து வீட்டுக்காரர்கள்.

''ஏய்...குட்டி சிட்டு...'' சின்னக்காத்தான் சத்தம் போட்டு சிட்டுவைக் கூப்பிட்டதும், அலண்டு போனாள் சிட்டு. அவள் அப்பனுக்கு ஒரு நிமிடம் உயிரே போய்விட்டது. அங்கு நின்றிருந்த உள்ளூர்க்காரர்கள் எல்லோரும் வெலவெலத்துப் போய்விட்டார்கள்.

''என்னா தம்பி. இது நம்ப சாதிக்கி அடுக்குமா. ஓங்கிட்ட கேட்டுட்டுத் தான கட்டிக்குடுத்தம். அண்ணக்கி சம்மதம்னுட்டு, இப்ப வந்து...'' சிட்டு அப்பனுக்கு தொண்டை காய்ந்து குரல் கம்மியது.

டக்கென்று சின்னக்காத்தானுக்கு குரல் இறங்கியது. தொங்கிய கைலியை வளைத்துச் சுருட்டி, தொடைகளுக்கிடையில் வைத்துக் கொண்டு, சிட்டுவின் அப்பனுக்கு நேராக வந்து நிதானமாக பேசினான்.'' நீ... நெல்ல கொறச் சாதிக்கி பொறந்தவந்தான...''

கீச்சா ராமா என்று யாரும் வாயைத் திறக்கவில்லை. சிட்டுவின் அப்பன் என்ன சொல்வதென்று தெரியாமல் நின்றுகொண்டிருந்தான். மீண்டும் சின்னக்காத்தானே பேசினான்.

''நீ... நெல்ல கொறச்சாதிக்கி பொறந்தவந்தான...நா நெல்ல கொறச் சாதிக்கு பொறந்தவன்ன தொட்டுதான், சரி நமக்கு வேணாம்...வேற எடத்துல குடுன்னு சம்மதங் குடுத்தன். நீ அதுக்கு என்னா மருவாத செய்ஞ்ச...''

சின்னக்காத்தான் பக்கத்தில் நின்றிருந்த ஒரு கிழவனின் நைந்த வேட்டியை பிடித்து இழுத்துக் கேட்டான், ''நம்ப சாதியில தாய் மாமனுக்கு வைச்ச விருந்துல ஒரு கொறன்னா, மொத ராத்திரிக்குப் போறப்பக்கூட பொண்ண மறிச்சி இட்டுக்கிட்டு போவ தாய்மாமங் காரனுக்கு உரிம உண்டா இல்லியா...''

கிழவன் தலையைச் சொறிந்துகொண்டு சொன்னான் ''அதான் விருந்து

நெல்லா தடபுடலா இருந்திச்ச. நா கூட ஒரு தூக்கு கறி எடுத்தாந்தன...''

சின்னக்காத்தானுக்கு கோபம் பொத்துக்கொண்டு வந்துவிட்டது. கையை ஓங்கிவிட்டான். ''நோங்கி ஒரே குத்தா குத்திடுவன். பெரிய விருந்து மயிரு வைச்சிங்க. இவுருகூட ஒரு தூக்குக்கு எடுத்துக்கிட்டுப் போனாராம். சந்தடி சாக்குல, நாயி நொழைஞ்சி இழுத்துக்கிட்டு ஓடறமாதிரி ஒரு சப்பயக்கிப்பய இழுத்துக்கிட்டுப் போயிருப்ப. நாங் கேக்கறது, விருந்துல கொறன்னா, மொத ராத்திரிக்குப் போற பொண்ணக் கூட, இட்டுக்கிட்டுப் போவ தாய்மாமனுக்கு ரூல்சு உண்டா இல்லையா...''

கிழவன் மிரண்டமாதிரி சொன்னான் ''உண்டு..''

சின்னக்காத்தான் ரொம்ப நிறைவாக, சாதுவாக சொன்னான். ''அப்பறம் என்னா சிட்டு... கெளம்பு. என்னாடா நிக்கிறீங்க பொண்ண இட்டுக்கிட்டு கெளம்புங்க...'' வெளியே வந்து நின்றுகொண்டிருந்த சிட்டுவை பார்த்து, எட்டிப் பிடிக்கிறமாதிரி ஒரு அடியை எடுத்து வைத்தான்.

''மாமா...'' சிட்டு பயத்தில் அலறியே விட்டாள். குந்தியிருந்த சனங்கள் பக்கென்று எழுந்துவிட்டார்கள்.

குடிசைக்குள்ளிருந்த மாப்பிள்ளை சிட்டான், பொதுக்கென்று வெளியே வரத் தலையை நீட்டினான். பட்டென்று சின்னக்காத்தான் அவன் பக்கம் திரும்பினான். ''இந்தாப்பா நீ எதுக்கு வெளியில வர்ற. ஒனக்கும் இதுக்கும் வேல இல்ல. இது எங்க ஊட்டுப் பொண்ணு. எங்க குடும்ப விஷயம்.''

சிட்டான் விக்கித்துப் போய், வளைக்குள் உள் ஒடுங்குகிற பாம்பாய் தலையை உள்ளே வாங்கினான். கைக்கு எட்டியது வாய்க்கு எட்டாமல் போய்விடுமோ என்கிற பயத்தில் நொந்து நூலாகிக் கொண்டிருந்தான். அவனாலும் எதிர்த்து எதுவும் பேச ஏலாத சூழல். தாய்மாமன் சிக்கல் இல்லாமல் வேறு யாராக இருந்தாலும் ஒருகை பார்த்துவிடலாம். வழிமறித்து நிற்பது பொண்ணுக்கு தாய்மாமன். சிட்டுவின் அப்பன் மேல் அவனுக்கு ஆத்திரம் ஆத்திரமாக வந்தது. ''என்னா கொற வைச் சான்னு தெரியில. என்னா சேதின்னு இவனும் சொல்ல மாட்டங் கறான்...''

ஊர் அடங்கிவிட்டது. ரோட்டில் திட்டக்குடி, தொழுதூர் எனப் போகிற பஸ் லாரிகளின் சத்தம் கேட்டுக்கொண்டேயிருந்தது. ஊர் அச மடங்கி வெகுநேரமாகிவிட்ட நேரத்தில் அந்த வளைவு குடிசைகள் மட்டும் மொளுக்மொளுக்கென்று முழித்துக்கொண்டிருந்தன. பிடி கொடுக்காமல் சின்னக்காத்தான், பிரிகட்டி அடித்துக்கொண்டிருந்தான்.

''என்னா தம்பி சோத்தப் போட்டு வைச்சி எலய இழுத்தமாதிரி,

பச்சப்புள்ளிவோ வேற தெவைக்கிது. தாண்டன நேரமா ஆவுது. எதா யிருந்தாலும் காலையில பேசிக்கலாம்.'' சிட்டுவின் அப்பன் நைந்த மாதிரி சொன்னான்.

சின்னக்காத்தான் சிரித்தான். ''இது நெல்ல கத... எவனுக்கு காது குத்தற? எல்லாம் முடிஞ்சப்பறம் காலையில என்னா மயிர புடுங்கறத. இங்க ஆளான ஆளு, நொந்து போயி நிக்கிறான். பச்ச புள்ளிவுளாம். பச்சப் புள்ளைக்கி எதுக்கு கண்ணாலம் பண்ணிவைச்ச...'' கேலியாய் சிரித்தான்.

இதுவரை தம்பிக்காரனாச்சே என்று பேசாமல் குந்தியிருந்த சிட்டுவின் அம்மா கடந்து போய் கிட்ட வந்தாள். அவளுக்கு கோபம் பொறி பறந்தது. ''என்னாடா என்னா... வம்பு வளத்திக்கிட்டு நிக்கிற. நானும் ஏதாவது போதையில பேசறான், பேசறான்னு பாத்தா...'' பட்டென்று சிட்டுவின் பக்கம் திரும்பினாள். ''ஏ சிட்டு இங்க வா புள்ள... நீ பாட்டுக்கும் உள்ள போ...''

சிட்டு அசையாமல் அப்படியே கூரையைப் பிடித்துக்கொண்டு நின்றாள். தாய்மாமனை மீறி உள்ளே போக அவளுக்கு பயம். தலைக்கு மேலே நிலா தத்தளித்துக்கொண்டு நின்றது.

''போ...புள்ள. அவன் என்னா பெரிய கொம்பு. நாங் குடிச்ச எச்சிய குடிச்சிட்டு வளந்த நாயி, தண்ணி ஆம்புட்டுதுன்னு வந்து தகலாறு பண்ணுது. நீ பயிந்துகிட்டு நிக்கிற...'' அதட்டினாள்.

சிட்டு எதற்கும் அசைந்து கொடுக்கவில்லை. சின்னக்காத்தானுக்கு சிரிப்பு வந்துவிட்டது. ''அது ரோஷமுள்ள புள்ள. தாய்மாமன அப்பன் ஆத்தா பங்கப்படுத்தனது மாதிரி நாம்பளும் பங்கப்படுத்தக் கூடாதுன்னு பாக்குது. நீனுந்தான் இருக்கிய... நெல்ல மரத்துல பில்லொளி பாஞ்ச மாதிரி. ஓங்கூடப் பொறந்ததுக்கு நாந்தான் நாணுகிட்டு சாவணும்...'' காறித்துப்பினான்.

பின்னால் நின்றிருந்த இடைச்செருவாய்காரன் ஒருவன், கைலியி லிருந்து, நூலால் கட்டப்பட்ட ஒரு சவ்வுத்தாள் பையை எடுத்து அவனி டம் நீட்டினான். வாங்கி மூலையைக் கடித்து உறிஞ்சி வாய் கொப் பளித்துத் துப்பிவிட்டு, அண்ணாந்த நிலையில் பிடித்து அழுத்தி பீச்சி வாய்க்குள் விட்டு குடித்துவிட்டு பையை தூரப் போட்டபடி, காறித் துப்பினான். கண்கள் ஒரு வெட்டு வெட்டி சுழன்றன.

சிட்டுவின் அம்மா சத்தம் போட்டு பேசினாள். ''ஏண்டா, இப்பிடி தெளியத் தெளிய குடிச்சிட்டு வந்து இமுசக்கட்டி அடிக்கிற. பங்கப்படுத் திட்டம், பங்கப்படுத்திட்டங்கிறிய, அப்பிடி என்னா பங்கப்படுத் திட்டம். பன்னி அடிச்சி சோறு போடுலியா. இங்க காய்ச்சனது பத்து லன்னு திட்டக்குடி போயி பாட்லு வாங்கியாந்து குடுக்குலியா. துணி

மணியில கொறச்சலா...என்னா பங்க படுத்திட்டம்...'' அவளுக்கு கோபத்திலும் மூச்சு வாங்கியது.

''இது...இதக் கேக்குறிய இத மின்னாடியே கேட்ருக்கணும். பன்னி அடிச்சன். கறி போட்டடங்கிறிய. ரெத்தமும் ஈரலும் சுண்டினிங்களா. எலையில வைச்சிங்களா. சொளய நீங்க தின்னுட்டு, சக்கய ஏங்கிட்ட தள்றிங்களா... சாமிக்கி கறிசோறா மின்னவைச்சி படைக்கிறான். மொதல்ல ஈரல சுட்டுவைச்சிதான் படைக்கிறான். ரெத்தம் ஈரல் சுண்டி வறுத்து வைச்சி பரிமாறற அளவுக்கு நா முக்கியமில்லாதவனாப் பூட்டனா. ரெண்டு தம்ளாரு தண்ணிய ஊத்திக்கிட்டு, ஏப்பம் வுட்டுட்டு பூடுவான்னு கணக்குப் போட்டுட்டிங்க. போனாப் போவுதுன்னு நா பூடுவன். ரவ ஈரல் ரத்தம் குடுக்க ஓக்கித இல்லன்னு ஊருக்காரன், சிரிச்சிக் கட்டையில காறி முழியறான்.''

''உக்கும்... இதுக்குத்தானா இந்தக் கூத்து...'' ஒரு முக்கு முக்கிக் கொண்டு முகத்தைச் சுருக்கினார்கள் சனங்கள்.

''போதையில் குந்தி தின்னுட்டு, ஏன்யா இப்படி பச்சயா பொய்ய சொல்ற. நாந்தான் ஒனக்கு ஒரு குத்து அள்ளிவைச்சன். ஏதாவது காரியத்த கந்தரகோலம் பண்றதுக்கு காலாயா இது...'' பந்தி பரிமாறிய பக்கத்து வீட்டுக்காரன் குட்டு உடைந்துவிட்ட பதட்டத்தில் சொன்னான்.

''யேய்யேய்... வாய மூடு. ஆயிரம் போதையில இருந்தாலும் ஆனைக்கு அடி சறுக்கினாலும் சறுக்கும் இந்த சின்னக்காத்தனுக்கு சறுக்காது. ஏங்கிட்ட காது குத்துற வேலய அதோட நிறுத்து. ஒங்கிட்ட என்னா பேச்சி, எலையில எது இருக்கு எது இல்லன்னு கிட்ட நின்னு பாக்க வேண்டியவங்களுக்கே இல்ல. அம்மாம் மரியாத இல்லாத பூட்டுது. அத வுடு...'' பட்டென்று கைலியைத் தூக்கி அண்டராயர் பைக்குள் கையை விட்டான். ஒரு நூறு ரூவாய் நோட்டை எடுத்து கிழவனிடம் கொடுத்தான். ''இது நெல்ல நோட்டான்னு பாருய்யா...''

கிழவன் ரூபாய் நோட்டை திருப்பித் திருப்பி பார்த்துவிட்டு, தெரு விளக்கு வெளிச்சத்தில் தூக்கிப்பிடித்துப் பார்த்தான். நோட்டில் இருந்த பொத்தல் வழியாக விளக்கு வெளிச்சம் கண்ணில் குத்தியது. இருந்தும் கிழவன் காட்டிக்கொள்ளாமல் சமாளித்தான். ''ஒண்ணும் கண்ணு புரியிலிய...''

வெடுக்கென நோட்டைப் பிடுங்கினான். ''கண்ணு புரியிலியா. பாரு காந்தித்தாத்தா சொட்டத்தலையில கைநொழையிற அளவுக்கு பொத்தலு. எவன ஏமாத்தறதுக்கு மொய்ப்பணத்துல செல்லாத நோட்டக் குடுக்கிறிங்க...''

சிட்டுவின் அப்பனுக்கு எரிச்சலும் கோபமும் தாங்கவில்லை. வெறுத்துப்போய் குந்திவிட்டான். ''எதால போச்சின்னா, பொக்கையால

போச்சிங்கிற மாதிரி பேசறவங்கிட்ட என்னாத்த சொல்றது.''

வாசலில் குந்தியிருந்த உள்ளூர்காரர்களில் ஒன்றிரண்டு பேர் வெறுப்பாக எழுந்தார்கள். ''அப்பறம் என்னாங்கடா. மறுபடி எவந்தான் சும்மாயிருப்பான். வந்து வம்பு வளத்தறான்னு நாம வலிபட்டுக்கிட்டா ஆச்சா. குடுத்த மொய்ப்பணம் நாலு நூறுல, ஒண்ணு செல்லாத நோட்டு...''

இன்னொருவன் சொன்னான், ''நா குந்தன எலையிலகூட ஒரு ஈரல் துணுக்கக் காணம். ஊட்டுக்கு எடுத்துக்கிட்டுப் போன கறியிலகூட ஒண்ணும் தெம்புடுல. அப்பறம் பேசறான்னா ஏம் பேசமாட்டான். ஒரு வகையிலியாவுது மனச ஆயக்கட்றதுக்கு வழியுண்டா...ஆமா, அந்த பன்னிக்கு ஈரலே இல்லியா...''

''ஆமாண்டா, ஒரு பன்னியில ஒரு வண்டி ஈரல் இருக்கும். அதுல ஒரு தூக்கு ஈரல் குடுக்கலன்னு...ஏந்திரிச்சி எட்டப் போடா...'' எரிந்து விழுந்தான் நேற்று பரிமாறியவன். ஈரல் ரத்த சுண்டலை பதம் பார்த்த நாக்கு வார்த்தையில் துடித்தது.

சிட்டு நிலைகால் மேல் நின்றுகொண்டிருந்தாள். பாஞ்சி ராத்திரிக்கு மேல் ஆகிவிட்டது. தான் பேசியதும், மறித்ததும் ஞாயந்தான் என ஒன்றிரண்டு பேர்கள் பேசியதும் சின்னக்காத்தானுக்கு மனதில் தெம்பாக இருந்தது. பின்னுக்கு கையை நீட்டி ஒரு பையை வாங்கி கடித்து உறிஞ்சியபடி வாசப்படிக்கல்லில் குந்தினான்.

கூரையை ஒட்டி நின்ற சிட்டுவிடம் சிரித்தபடி சொன்னான். ''பூச்சி பொட்டு இருக்கப்போவுது புள்ள. கூரைய வுட்டு எட்ட நவுந்து நில்லு . அப்பறம் ஒன்ன இட்டுக்கிட்டுப் போயும் எனக்கு புண்ணியம் இல்ல. வைத்தியம் பாத்துக்கிட்டுக் கெடக்கணும்...''

சிட்டு மெதுவாக வந்து தயங்கியபடி சொன்னாள். அவளுக்கு குரல் உடைந்து கம்மிப்போய்விட்டது. ''மாமா எல்லாம் தப்புதான். வாணாம் வுடு மாமா...''

கடித்து உறிந்த புதுப்பை, சுருக்கென வேலை செய்ய ஆரம்பித்து, ஆத்திரத்தில் இன்னும் கொஞ்சம் ஊதிவிட்டது. ''தப்புதான்னா, உட்டுட்டுப் பூடுணுமா. ஒப்பனும் ஒத்தாலும் என்ன என்னா சின்னத்தனம் பண்ணி வைச்சிருக்காங்க. நா என்னா அம்மாம் ரோஷம் கெட்டுப் போயாக் கெடக்கறன். ஒனக்கே அம்மாம் இருக்குன்னா, ஒன்ன உட்டுக் குடுத்தவனுக்கு எம்மாம் இருக்கும்...'' உள்ளே நுழைய முடியாதபடி, உடம்பை விரித்துப்போட்டு அகலமாக குந்தினான்.

''சரிதான்னு உட்டுட்டுப் போப்பா. மொத ராத்திரிக்கின்னு கௌம்பன புள்ள இப்பிடி நெலகாலு மேல நின்னு தெவைக்கிது. திரும்ப உள்ள போயும் ஒக்காரக்கூடாது.'' கிழவன் கிட்ட வந்தான்.

''அப்ப, என்ன அவமானப் படுத்தனது சரிங்கிற...அதான...''

''சரின்னு இல்லப்பா. ஏதோ ஒரு கோடியக் காட்டனம், உட்டம்னு இருக்கணும். அதையே உடும்பு புடியா புடிச்சிக்கிட்டு நிக்கக்கூடாது.''

''நா உடமுடியாது.''

உப்புக்கு பொறாத ஒரு விஷயத்தைப் பிடித்துக்கொண்டு வம்பாடிக் கொண்டிருப்பவனிடம், என்ன சொல்லிப் புரியவைக்க என தெரியாமல் குழப்பிக்கொண்டு கிடந்தார்கள். உள்ளே சிமினி விளக்கு வெளிச்சத்தில் முகம் வெளுத்துப் போய் குந்தியிருந்தான் சிட்டான். சிட்டு கட்டியிருந்த புடவையின் சரிகை, விளக்கு வெளிச்சத்தில் மின்னியது.

சின்னக்காத்தானுக்கு தண்ணீர் குடித்தால் தேவலையென்கிற மாதிரி பட்டது. பக்கத்தில் கிடந்த வெறும் செம்பை எடுத்து ஏமாற்றமாய் பார்த்தான். வெடுக்கென்று செம்பைப் பிடுங்கி சுவரோரத்தில் இருந்த குடத்தில் தண்ணீரை சாய்த்துக்கொடுத்தாள் சிட்டு. குனிந்து நிமிர்கையில் சரிகைப் புடவை சரசரத்தது.

ஒரு வாய்த் தண்ணீரை ஊற்றிக்கொண்டிருக்கும்போதே, ஆரம்பித்தாள். ''மாமா... செத்த பெரிய மனசு பண்ணி...''

அவள் சொல்லிக்கொண்டிருக்கும் போதே, ''த்தூ...'' என்று தண்ணீரை முழிந்தான். கோபம் கொப்பளித்தது. ''நானும் அப்பியே, மரியாத கெட்ட ஊட்ல தண்ணிகூட குடிக்க வேணாம்னுதான் நெனைச்சன். தண்ணி குடுத்த சாக்குல, ஏம் மூஞ்சியில கரியப் பூசிட்டு, காரியத்த சாய்ச்சிக்கலாம்னு நெனைக்கிறியா...அது முடியாதுடி...நா வுட மாட்டன்...'' செம்பை தண்ணீரோடு விட்டெறிந்தான்.

''என்னாப்பா நேரங்கெட்ட நேரத்துல பச்சப்புள்ளைகிட்ட...'' வாசலில் முடங்கி கிடந்த கிழவி, மேலே தண்ணீர் பட்ட படபடப்பில் பேசினாள்.

''கெழுவி நீ வாய மூடு...பொத்த நோட்டையும், சாற இறுத்துக்கிட்டு குடுத்த ரக்கையையும் மொன்னுட்டு, வாயில வெரல வைச்சிக்கிட்டுப் போறதுக்கு நா, ஒண்ணும் ஊமனாண்டி இல்ல...'' கோபத்தில் கத்திப் பேசினான்.

சிட்டு அப்பன் கொஞ்சம் கோபமாக பேசினான். ''சும்மா தாண்டி தாண்டி பேசிக்கிட்டு நிக்காத. நீ முடுவா என்னாதான் சொல்ற...''

''இதுல என்னா முடிவ சொல்றது, பொண்ண இட்டுக்கிட்டுப் போவ வேண்டிதுதான்.'' சாதாரணமாக சொன்னான்.

சிட்டு கண்ணைக் கசக்கிக்கொண்டு திகில்பிடித்த மாதிரி குந்திவிட்டாள். யாரும் எதுவும் பேசவில்லை. கிழவந்தான் வாயைத் திறந்தான். சிட்டு அப்பனையும், சின்னக்காத்தானையும் சேர்த்து பேசினான்.

''இங்க பாரு தாய் மாமனுக்கு மனக்கொறய வைச்சிட்டு, ஒரு பொண்ணு வாழ்க்க நடத்தறது நம்ம சாதிக்கு அடுக்கு இல்ல. இந்தாப்பா செருவாத்தம்பி. எனுமோ கொற சொல்ற. சரியோ தப்போ ஆனது ஆயிப்போச்சி. ரெண்டு பேருக்கும் நாஞ் சொல்றது இதான். அந்த செல்லாத நோட்ட வாங்கிக்கிட்டு வேற குடுத்துடு. அடுத்தது, ஓங்கிட்ட இல்லன்னாலும் பரவாயில்ல, ஏங்கிட்ட இருக்கறதுல ஒரு பன்னிய புடிச்சிக்குங்க. இப்பவே சூட்டோட சூடா அடிச்சி, நெறமா கறிசோறு ஆக்கிப்போட்டு, தாய்மாமனுக்கு மன சந்தோஷமா அனுப்புங்க. அதான் ஓம் பொண்ணு வாழுங்காலத்துக்கும் நெல்லது... அப்பறம் ஓங்க சவுரியம்...''

அதை யாரும் எதிர்பார்க்கவில்லை. குறிப்பாக சிட்டுவின் அப்பன். இருந்தாலும் உம்மப்படாமலும் இருக்க முடியவில்லை. பொண்ணு வாழ்க்கை குறுக்கால் கிடப்பதை எண்ணி ஆகட்டும் என்கிற மாதிரி மௌனமாயிருந்தான்.

சிக்கல் ஒரு பக்கம் கிடந்தாலும், திரும்பவும் ஒரு கறி விருந்து கிடைக்கப் போவதை எண்ணி எல்லோருக்கும் நாக்கு துடித்தது. அதிலும் சின்னக்காத்தானுடன் வந்த இடைச்செருவாய்க்காரர்கள்தான் அதிகம் நாக்கைத் தொங்கப் போட்டார்கள். வாய் காய்ந்து போய் குந்தியிருந்த நேரத்தில், தண்ணிக்கும் கறிக்கும் ஒரு வழியை மீண்டும் ஏற்படுத்த வேண்டும் என்று நோட்டு பொத்தை, ரத்தம் ஈரல் என கிளறி விட்டவர்களே அவர்கள்தான்.

சின்னக்காத்தான் பேசாமல் குந்தியிருந்தான். கிழவந்தான் திரும்பவும் ஆரம்பித்தான். ''என்னா, செறுவா தம்பி என்னா சொல்ற...''

''அப்பறம் ஓங்க சவுரியம். நா என்னா சொல்லப் போறன். ஏதோ கறிக்கும் பணத்துக்கும் ஆசப்பட்டு செருவாக்காரன் இம்மாம் ரகளையும் பண்ணிட்டான்னு, நாளைக்கி எம்மேல ஒரு சொல்லுக் குத்தம் வருட்டும்னு திரும்பவும் பன்னி போடப் போறங்கிறிங்க...'' சின்னக்காத்தான் சப்புக்கொட்டியபடி எழுந்தான்.

கிழவன் பதறியபடி ''அய்யய்ய தம்பி, அப்பிடிலாம் எங்கள தப்பா நெனைக்காதிங்க. ஒரு தாய்மாமன் ஒங்க ரூல்ச, நீங்க கேக்குறீங்க. அதுக்கு பரிகாரம் பண்ணுலன்னா, எங்குளுக்குதான் சொல்லுக் குத்தம்...''

கிழவன் பின்னால் திரும்பினான், ''எலேய் எங்கடா பூட்டிங்க. அந்த பன்னியப் புடிச்சி தட்டுங்களண்டா...''

அவர்கள் எப்பவோ தயாராய் கிளம்பிவிட்டிருந்தார்கள். இரண்டாவது நாளும் கிடைக்கப்போகிற நல்ல வாட்டு. காணிக்கல்லில் சூரிக் கத்தியைப் போட்டுத் தீட்டினார்கள். ஒருவன் கத்தியை எடுத்துக்கொண்டு காட்டாமணிப்பக்கம் தழை வெட்டப்போனான்.

''எலேய் ரா நேரம் பூச்சிப்பொட்டு கெடக்கப்போவுதுடா...'' கிழவன் சொல்லிக்கொண்டே சின்னக்காத்தான் பக்கம் திரும்பினான்.

கிழவன் சிட்டுவைப் பார்த்து கண்ணை சிமிட்டியபடி சொன்னான் ''தம்பி... செறுவா தம்பி...அப்பறம் என்னாப்பா. நேரம் கடந்த நேரமா தான் இருக்கு. இருந்தாலும் வேலய ஆரம்பிக்க சொல்லிட்டன். மறுபடி என்னா, இந்த புள்ளய உள்ள அனுப்பிடும...''

அதுவரை கொஞ்சம் சாந்தமாக இருந்த சின்னக்காத்தான், திடுக்கிட்ட மாதிரி சொன்னான். ''ஒங்க ஒக்கித எனக்குத் தெரியும். இன்னொரு தரம், இந்த பாளயத்துல நா, மொக்கத்தனம் பட்டுக்கிட்டு நிக்க வேணாம். நீ சொன்னத மொதல்ல முடி. அப்பறம் உள்ற, வெளியிலலாம் பாத்துக் கலாம்.''

தெருவிளக்கு வெளிச்சத்தில் மும்முரமாய் வேலை நடந்து கொண்டிருந்தது. கொத்தவும் அரியவும், பக்கத்தில் அடுப்பை மூட்டினார்கள். ''மொதல்ல ஈரலையும், ரெத்தத்தையும் ஒரு ஓட்டுல போட்டு தடவுங் கடா...'' கிழவன் சொல்லிக்கொண்டே தன் கிண்ணத்தை முன்னால் வைத்தான்.

''அரிசிய திட்டமா வந்த விருந்தாளிவுளுக்கு மட்டும் பத்தறமாதிரி போட்டுக்கலாம். நாம என்னா கோச்சிக்கவா போறம் சோறு இல்லன்னு. வேற ஒரு காரியத்த வைச்சி இந்த பன்னிய உட்ருந்தன். சரி அதுவும் நல்ல காரியந்தான். சரி எனக்குக்கூட இந்தக் கிண்ணத்துல நாலு துணுக்கு எலும்பு இல்லாமப் போட்டுக்குடுங்க. நேரங்கெட்ட நேரத்துல நா, என்னா சாப்புடப்போறன்'' கிழவன் இன்னும் நெருக்கமாக கிண்ணத்தை நகர்த்தினான்.

சின்னக்காத்தான் அரவான்மாதிரி அருகால்படியில் தலைவைத்து, யாரும் உள்ளே போகாதபடி மல்லாந்து கிடந்தான். கூட வந்தவர்களும் துணியை விரித்து போதையின் அசதியில் குறட்டை விட்டார்கள்.

உள்ளூர்க்காரர்கள் ஓரிருவர் முடங்கி விட்டிருந்தாலும், மற்றவர்கள் பரபரப்பாக வேலை செய்துகொண்டிருந்தார்கள். சிட்டு சுவரோரம் இருட்டில் குந்தியவள், அசையவில்லை. அவளின் பார்வை இருட்டைக் கிழித்து வெளிச்சத்தை ஊடுருவிப் போய்க்கொண்டிருந்தது.

சின்னக்காத்தானிடமிருந்து குறட்டைச்சத்தம் கேட்டது. கறியை அரிந்து கொண்டிருந்தவர்களில் ஒருவன் வாயைத் திறந்தான். ''நேரங் கெட்ட நேரத்துல வேல வைச்சிட்டாங்கப்பா செருவாக்காரங்க''

''எலேய் காதுல கீதுல உழுந்துடப் போவுதுடா. அதுக்கும் ஒரு பன்னி கேட்டாலும் கேட்பான், அந்த ஆளு...'' வாயை அடைத்தான் மற்றொ

ருவன்.

''ஆமா, இன்னம் ஒரு பன்னி போட்டாலும் இங்க எனுமோ செல்லாத பூடுற மாதிரி பேசற. எடுத்தார கிண்ணத்த இன்னங் கொஞ்சம் பெரிசா எடுத்தாந்தாப் போச்சி...''

தலைக் கோழி கூவி வெகுநேரமாகிவிட்டது. அந்த இருட்டில் போய் எவன் தோட்டத்தில் மொட்டை அடித்தார்கள் எனத் தெரியவில்லை. எல்லாம் தலைவாழை இலைகள். செருவாய்க்காரர்களின் தலைகளை எண்ணி, இலையைப் போட்டார்கள். முதல் இலை சின்னக்காத்தானுக்கு வண்டிப் படல் மாதிரி விரிந்து கிடந்தது. முதலில் ஈரல், ரத்த வறுவல் களை வைத்துக்கொண்டு போனார்கள். முதல் இலையில் பின்னம் ஒரு பிடி வைத்தார்கள். ஒப்புக்குத்தான் இலையில் சோறு. சோற்றை மறைத்து கறி குவிந்து கிடந்தது. ஒவ்வொரு இலை முன்பும் தம்ளர். கேனில் இருந்து நேரடியாக ஊற்றிக்கொண்டு போனார்கள். ஊற்றிக் கொண்டு போகிறபோது அடிக்கிற நெடியிலேயே போதை வந்தது.

கிழவன்தான் எழுப்பினான் ''செறுவா தம்பி, வந்து சாப்புடுங்க...''

தெளியாத போதைத் தூக்கத்தில் எழுந்து கண்ணை கசக்கிக்கொண்டு நின்றார்கள். ''தண்ணி மொண்டாந்து குடுங்க கைகழுவ...''

இலைகளைப் பார்த்துக்கொண்டே கையைக் கழுவினார்கள். சுற்றும் முற்றும் பார்த்துக்கொண்டே வந்தார்கள். வாசலில் இருந்த கும்பலெல் லாம் கரைந்து நாலைந்து பேர் பரிமாறவும், இரண்டு மூன்று பொம் பளை சனங்கள் எடுத்துக்கொடுக்கவும் மட்டுமேயிருந்தார்கள்.

''வந்து குந்துங்க...''

தூக்கத்திலும், தெளியாத போதையிலும் இறுக்கமாய் இலைகள் முன் குந்தியிருந்ததில் படையல் போட்ட வீரன் சிலைகளாய் தெரிந்தார்கள். கிழவன்தான் சொன்னான். ''பாத்துக்குங்க தம்பி. கறி, ஈரல், ரெத்த வறுவலு எல்லாம் இருக்கு. குத்தம் ஏதாவது இருக்குன்னா குடிக்கிறதுக்கு மின்ன சொல்லிடுங்க ஆமா...''

சோற்றை ஒதுக்கித் தள்ளிவிட்டார்கள். கறி தின்றதே திகட்டியது. திகட் டலை எடுக்க தம்ளர்கள் காலியாயின. குறையக் குறைய கேனிலிருந்து ஊற்றிக்கொண்டே போனார்கள். எவ்வளவு குடித்தாலும், பன்றிகறி போதையை மெல்ல அடக்கிக்கொண்டேயிருந்தது. கறிக்கு சரக்கு. சரக்குக் கறி. மாற்றி மாற்றி உள்ளுக்குத் தள்ளி, முதலில் சின்னக்காத்தான் ஏப்பம் விட்டான். ''போதும் போதும்...''

கையை தரையில் ஊன்றி எழுந்தார்கள். ''எப்பாடா...'' என சின்னக் காத்தான் எழுந்தபோதுதான் பார்த்தான். சிட்டு சுவர் இருட்டில் வெறித்த

படி பார்த்துக்கொண்டேயிருந்தாள்.

விடிய இன்னம் கொஞ்ச நேரந்தான் இருந்தது. நிலம் தெளிந்து விட்டது. கையை கழுவிக்கொண்டு வந்து சின்னக்காத்தான் நின்றான். சிட்டுவின் அப்பா, புதிய சலவைத் தாள் நூறு ரூபாய் நோட்டு ஒன்றைக் கொடுத்தான்.

''அப்பறம் என்னா தம்பி சந்தோஷந்தான...'' கிழவன் உதட்டில் சிரிப்பு. மறுபேச்சு எதுவும் பேசவில்லை சின்னக்காத்தான். மிகவும் பாச மாக, கூரை நிழலில் குந்தியிருந்த அக்காள் மகள் சிட்டுவைப் பார்த்து சொன்னான். ''சிட்டு, உள்ள தம்பி குந்தியிருக்குது பாரு, ஏந்திரிச்சி உள்ள போ...''

வெடுக்கென இருட்டைவிட்டு வெளிச்சத்துக்கு வந்தாள் சிட்டு. யாரையும் பொருட்படுத்தாமல், தெருவுப்பக்கம் போனாள். ''என்னா புள்ள, இங்க உள்ள போவச் சொன்னா, அங்க போற...'' சிட்டுவின் அம்மா கேட்டுக்கொண்டே பின்னால் போனாள்.

''எங்க சிட்டு...'' சின்னக்காத்தானும் பதறியபடி கேட்டான்.

தெருவில் குனிந்து எதையோ எடுத்துக்கொண்டு திரும்பினாள். கையில் மாட்டுச் சாணி. சின்னக்காத்தான் மிரட்சியாகப் பார்த்தான். வாச லில் கிடந்த குண்டானில் தண்ணீரை ஊற்றி, சாணியைப் போட்டுக் கரைத்து, எடுத்து நடுவாசலில் நின்று வேகமாக வாரி வாரித் தெளித்தாள். மேலே பட்டுவிடாதவாறு ஒதுங்கிதான் பார்த்தார்கள். இருந்தாலும் ஒவ்வொருவர் மீதும் துளிகள் தெறித்து விழுந்தன.

●

புள்ளிப் பொட்டை

உயிரைக் கையில் பிடித்துக்கொண்டு ஓடியது. புள்ளிப்பொட்டை. ஆனால் அது தப்பித்து ஓடும் எல்லாம் திசைகளிலும் முட்டுச்சந்தாகவே எதிர்ப்பட்டு முட்டி மோதிக்கொள்ள வேண்டியிருந்தது. மூங்கில் படலின் மூக்கு நுழைகிற சந்தில்கூட நுழைந்து, உடம்பை உள்வாங்கி ஓடியதில் றெக்கைகளின் சிறகுகள் இற்றும் பிடுங்கியும் கந்தல் துணியாய்ப் பறக்க ஓடிக்கொண்டிருந்தது. சற்றும் சோராது, பின்னால் எட்டி மிதித்துவிடுகிறமாதிரி சேவலின் துரத்தலுக்குச் சிக்காமல் சுற்றிச் சுற்றி தாவிப் பறந்து, இடறிவிழுந்தும் ஓட்டத்திலேயே இருந்தது. பேப் பந்து விளையாடிக்கொண்டும், கோயில் பட்டாசாலையில் துருப்புச்சீட்டை மடித்துக்கொண்டுமிருந்த கூட்டத்தின் ஊடே பயந்தோடும் புள்ளிப் பொட்டையின் கதறல் எவரது செவிப்பறையையும் தொடவேயில்லை. கண்முன்னே நடக்கும் கொடுமையின் அபயக்குரலைக் கேட்கச் சகிக்காத பள்ளிக்கூட சுவரும், பால்வாடியின் கரி படர்ந்த கட்டிடமும் மட்டுமே விடாது எதிரொலித்துக்கொண்டிருந்தன.

தப்பித்தலின் அவசரத்தில், ஈ நுழையக்கூட வழியில்லாது பின்னி வைக்கப்பட்டிருந்த காய்ச்சாம் படலின் காலிடுக்கில் தலையை நுழைத்த புள்ளிப் பொட்டை, உடம்பை நுழைக்க முடியாமல் சிக்கிக்கொண்ட போது, பின்னால் துரத்திக்கொண்டு வந்த சேவல், பட்டென்று நிதானித்து நிற்கமுடியாமல், சிக்கிக்கொண்ட புள்ளிப்பொட்டை மீது விழுந்து எழுந்தது. வந்த வேகத்திலேயே ஏற நினைத்தது, எழுந்த வேகத்தில் ஏற முயற்சித்து விக்கித்துப் போனது. பாதி உடலை படலுக்குள் நுழைத்துக் கொண்டு கிடந்த புள்ளிப்பொட்டையின் மீது ஏறிஏறி, முகம் படல் கிட்டியில் இடித்து இடம் கிடைக்காமல், சேவல் சறுக்கி சறுக்கி கீழே விழுந்தது. படல் சந்தால் இன்னமும் உடலைக் குறுக்கிக்கொண்டிருந்த அதே வேளை, வால்புற இறகுகளை விசிறிமட்டை போல் விரித்து அழுத் தமாய், பின்பாகத்தில் ஏதும் ரணகளம் நடந்துவிடாதபடிக்கு இறுக்கமாய் மூடிக்கொண்டுவிட்டது புள்ளிப்பொட்டை.

றெக்கைகளின் மேல் புறத்தில் வேலிச்சிம்புகள் அதங்காதபடி அழுத்திக்கொண்டிருந்த நிலையிலும் கால்களின் நகத்தால் பொட்ட

மண்ணைப் பிறாண்டி பார்த்தது. மூக்கால் மண்ணைக் கொத்தி ஊன்றிய படி உடம்பை இழுத்துப் பார்த்தது. வலுவான காய்ச்சான் கழிகள் நீக்கு நிலை கொடுக்கவில்லை. காலடியில் கிடந்த பொட்டை மண்ணும் பாவம் பார்த்து சிறிதும் இடம் கொடுக்கவில்லை. ஏதாவது ஒரு மூச்சில் பொதுக்கென்று பிடுங்கிக்கொண்டு ஓடிவிடலாம் என படல் சந்தில், விடாது புள்ளிப்பொட்டை நீந்திக்கொண்டிருந்தது.

அதே வேளை இவ்வளவு தூரமும் விடாது அல்லைகள் வலிக்க துரத்திக் கொண்டுவந்த சேவலுக்கு, கைக்கெட்டியது வாய்க்கு எட்டாமல் போய்விடுமோ என்கிற பயம். கோட்டை விட்டுவிட்டால், ராசா மாதிரி நடந்துவரும் அதன் கௌரவம் என்னவாகும் என்கிறமாதிரியான பயத்தில், ஏதும் செய்ய இயலா சூழலில், பின்பாகத்தை மூடியிருக்கும் புள்ளிப் பொட்டையின் சிறகுகளைக் கொத்தி இழுத்தது. அது விறகு கழிகளாய் இறுகிப்போயிருந்தது. அசைந்து கொடுக்காத அதன் சிற கிலும், நடுமுதுகிலும் கொத்தி இழுத்துப் பார்த்தது. ஒவ்வொரு கொத்துக் கும் வாய் நிறைய மயிர்களை அள்ளிக்கொண்டு வந்தது தவிர, பலன் ஒன்றுமில்லை. அதை விடக்கொடுமை ஈட்டிமாதிரி பாய்கிற ஒவ்வொரு கொத்துக்கும், புள்ளிப்பொட்டை லேசாய் எதிர்திசையில் நகர்கிற மாதிரி தெரிந்ததும், சேவலுக்கு உடம்பு அதிர்ந்தது. தப்பித்துவிட்டால், அந்த சின்னஞ்சிறு சந்தில் தன்னால் நுழைந்தோடி துரத்த முடியுமா என்கிற பயம் வேறு. கொஞ்சம் பொறுத்து, நெருங்கிப் பழகாமல் எடுத்த எடுப்பில் அவசரத்தை காட்டி விட்டோமே என நொந்தபடி, வால் றெக்கை மறைந்திருக்கும் இடத்தில் ஏதேனும் சின்னஞ்சிறு சந்தாவது தெரிகிறதா என தலையைச் சாய்த்து சாய்த்து பறபறனெ சேவல் தேடிக்கொண்டிருந்தது.

முதல் வேலையாய், புள்ளிப் பொட்டை குந்தியிருக்கும் கூடை யைத்தான் இறக்கி வைத்து திறந்து விடுவான் தங்களான். சைக்கிளை நிறுத்தியதும், கூடைக்கும் முன்னால் இருந்த திராவக சீசாவை உருவிக் கீழே வைத்த நேரம், கேரியர்கம்பியை இழுத்தபடி கங்காயி கூப்பிட்டாள் ''இங்க வா, இத எடு.''

''இரு. இந்தக் கோழிய எறக்கி உட்டுட்டு வரன்'' கூடையின் காதைத் தள்ளினான்.

''அதுக்குள்ள... கோழிக்கொண்ணும் அவசரம் இல்ல. மொதல்ல இந்த சாமான எறக்கு.''

''இல்ல... இம்மாம் நேரம் குறுவிக்கிட்டுக் கெடந்துதுன்னு...'' கிட்ட வந்தான்.

''ஆமா, எறக்கிவுட்ட உடனே, அப்பிடியே பொட்டாட்டம் இவுத்தியே நிக்கப்போவுது பாரு...'' கங்காயி கம்பியை இழுத்தபடி

பல்லைக்கடித்துக்கொண்டு சொன்னாள்.

சாக்கின் வாய்ப்புறத்தில் கோர்த்திருந்த நைலான் கயிறை உருவிக் கொண்டு இருந்தாள். தங்களான் சைக்கிளைத் தள்ளிக்கொண்டுபோய் வேப்பமரத்தில் சாய்த்துவிட்டு, கேன்பாரில் மாட்டியிருந்த கூடையைக் கொண்டுவந்து வைத்து, புள்ளிப் பொட்டையைத் தூக்கி வெளியில் விட்டான். றெக்கைக்குள் நுழைந்த விரல்களில் கதகதப்பு இருந்தது.

மரக்கோலி வாங்கிப்போயிருந்த காலை பின்னுக்கு வாட்டத்தில் நீட்டி, றெக்கையை அதே வாட்டத்தில் இறக்கிவிட்டு, உடம்பை நீட்டி முறுக்கு உடைப்பதுமாதிரி நெட்டி முறித்தது. ரா முச்சூடும், இந்நேரம் வரையிலும் கூடைக்குள் குந்தியிருந்தது, கணுவுக்கு கணு பூட்டுப் போட்டதுமாதிரி, நெட்டி முறித்த பின்னும் வலித்தது.

பைக்குள் பையாய், பெரிய சாக்குப் பைக்குள் இருந்த சாப்பாட்டு சாமான்களின் பையை எடுத்து தட்டுக்கோப்பை, தம்ளர், வடிதட்டு என்று ஒவ்வொன்றாக எடுத்து வைத்தாள். எல்லா சாமான்களிலும் ஒடுக்குகள். கத்தி, பாரை, இடுக்கி, கத்திரி போன்ற இரும்பு சாமான்கள் அடங்கிய சாக்குக்குள், இந்த சாமான்களையும் ஒன்றாக வைத்துக் கட்டி சைக்கிளைத் தள்ளும்போது, ஆச்சக்குழி நறுக்குகளில் தொபுக்கென்று விழுகையில் நசுங்கி ஒடுக்கு விழ வேண்டியதுதான்.

''ஓங்கிட்ட கண்ணு கண்ணா சொல்லிப் பாத்துட்டன். செத்த இந்த சாமானுவுள ஒடுக்கு எடுன்னு. காதுல போட்டுக்க மாட்டங்கற.'' சலிப் பாய் சொன்னாள்.

''அத நானேதான் செய்யுமா. நீயிலாம் எடுத்தா சாதியில சேத்துக்க மாட்டாங்களா...'' கொண்டைப் பாரையால் குழி தோண்டியபடி கொஞ்சம் கோபமாக சொன்னான்.

ஒவ்வொரு நாளும் வேலையைத் தொடங்குகிறபோது, சாப் பாட்டுச் சாமான்களைப் பார்த்து ஒருவர்க்கொருவர் குற்றஞ் சாட்டிக் கொள்ள வேண்டியதுதான். மிச்சமீதி இருக்கிற சோறு குழம்புகளை காரணங்காட்டி, ஆயக்கட்டிய பிறகு பார்த்துக் கொள்ளலாம் என விட்டு விடுவது, கடைபடாமலேயே போய்க்கொண்டிருந்தது.

இறக்கிவிட்ட புள்ளிப் பொட்டை றெக்கையைத் தாழ்த்தி, மூக்கை நுழைத்து கொத்திக் கோதிக்கொண்டிருந்த நேரம் கோயிலைச் சுற்றி சீய்த்துக்கொண்டிருந்தவை மூக்கில் வேர்த்தது மாதிரி வட்டம் போட ஆரம்பித்துவிட்டன. தொந்தி பெருத்தவனின் தக்காபுக்கா நடையைப் போன்று அதக்கிக் கொண்டுவந்து எசாகையில் நின்று நோட்டம் பார்த்தது ஒன்று. சிகப்பும் மஞ்சளும் கலந்த பெரிய றெக்கையை நீட்டி தரையில் தேய்த்தபடி சர்ரென்று வட்டம் போட்டு சேக்கரித்தது மற்றொன்று. வேப்பமர நிழலில் கிடந்த சாணியில் கம்பு பொறுக்குகிறமாதிரி வந்து சேர்ந்தது இன்னொன்று. குத்தித் தூக்கிக்கொண்டு போய்விடுகிறமாதிரி

ஈட்டியை நீட்டிக்கொண்டு சாரை வேகத்தில் வந்து சடாரென்று கொஞ்சம் தள்ளி நின்றது ஒன்று. புள்ளிப்பொட்டை 'திக்'கென்று திகைத்துப்போய் நின்றுவிட்டது.

''வந்துட்டிங்களா வாங்க வாங்க... என்னாடா இன்னம் ஒண்ணையும் காணம்னு பாத்தன்.'' கிட்ட நெருங்கினால், மண்டையைப் பிளந்துவிடுகிற கருவத்தில் பேசிக்கொண்டே வெறுஞ்சாக்கை சுருட்டி ஓரமாக வைத்தாள் கங்காயி.

கிண்ணம் அளவிற்கு குழியைப் பறித்துக்கொண்டே, சிரித்தபடி தங்களான் சொன்னான். ''ஆரம்பிச்சிட்டியா. என்னாடா இன்னம் ஓங் கொரல காணம்னு நெனைச்சன். எனுமோ உள்ளூர்ல இருக்கிற அதுவோ கண்ணுக்கு, இது எனுமா தெரியிதுன்னு புரியில. வந்த சூடு ஆறறதுக்குக் கூட வுடாம அவசரம் தாங்குல அதுவுளுக்கு. அதுக்குள்ள போட்டி போட்டுக்கிட்டு வந்து நிக்கிதுவோ.''

''ஓனக்கு இந்தக் கோழிக் கதய எடுத்துட்டாப் போதும். அப்புடியே சக்கரப் பொங்க திங்கிற மாதிரியாச்ச...'' கங்காயும் சிரித்தபடி சொன்னாள்.

''நா நேத்து ஆலடியில சொன்னமாதிரி புள்ளிப் பொட்டய புடிச்சி பின்னால இருக்கற பொத்தல்ல, ரவ ஈயப்பொடிய வைச்சி ஊதி அடைச்சிட்டா, எதுவும் சிம்ப முடியாது. சத்தோ சத்துன்னு கெடக்கும்.'' சிரிக்காமல் சொன்னான்.

அவன் சொல்லி முடிப்பதற்குள் ''அடச்சீய்... அக்கம்பக்கத்துல சனம் இருக்காங்கன்னுகூடும் பாக்காம, எனுமாதான் ஒனக்கு இப்பிடி அங்கபங்கம் கெட்டாப்ல பேச வாய் வருமோ தெரியில. கருமம்...'' பொய்யான கோபத்தில் கையில் இருக்கிற செம்பை விட்டெறிகிற மாதிரி கையை ஓங்கினாள். பட்டென்று, தன்மீது எறிவதற்காகத்தான் எனப் பயந்து புள்ளிப் பொட்டை துள்ளி சிறகை விரித்தபடி ஓடியது, சிக்கிக் கொண்டுவிட்டது. சிகப்பும் மஞ்சளும் கலந்த பெரிய எறக்கையைக் கொண்ட சேவல் ஒன்று எல்லாவற்றையும் பின்னுக்குத் தள்ளிவிட்டுத் துரத்தியது. பள்ளிக்கூடம், கோயில் கூரை, ஏரிக்கரை, கடைசியில் காய்ச்சான் படல் சந்து... மாட்டிக் கொண்டுவிட்டது.

புள்ளிப் பொட்டையால் நடக்க முடியவில்லை. கால் அசந்து, தொடை கனத்துப் போய்விட்டது. எல்லாவற்றிலும் கொடுமையாக முறம்போல் விரித்து மறைத்து இருந்ததை விலக்கி ஓரந்தள்ளிவிட்டு... அதன் கண்களில் வலி தெறித்தது. மிளகாய்த்தூளை கொட்டித் திணித்தது மாதிரி பின்பக்கம் எரிச்சலில் அதிர்ந்தது. கொழுவைக் காய்ச்சிச் செருகியது போல் உடல் நடுங்கிக் கொண்டிருந்தது.

எவ்வளவு பெரிய ஆத்துமான். இடிமாதிரி மிதி. விளையாடிக்

கொண்டிருந்த பசங்களின் நடுவே குன்னிப்போய் றெக்கை இறகுகளின் அடியில் மயிர்கூச்செறியும் வலியில் போர்த்திக் கொண்டு கையாலாகாத காயலாக்காரனைப்போல் தள்ளாடிவந்தது. திடலில் பசங்கள், பட்டாசாலையில் ஆட்கள், தண்ணீர் மொள்ளப் போகிற பொண்டுகள் இத்தனை அமளிதுமளி கூட்டத்தில் ஏன் என்று கேட்க நாதியில்லாமல் போய்விட்டோமே என்கிறமாதிரி கூட்டத்தை பரிதாபமாகப் பார்த்தது.

பின்னால் வலியினூடே உறுத்துவதாகத் தெரிந்தது. திரும்பி மூக்கால் கொத்தி உறுத்தலை அடக்கப் பார்த்தது. ஊகும்... தலையைத் திருப்ப முடியவில்லை. தலையில் பாரையால் குத்தியது மாதிரி ஆழமான கொத்து. காலை வளைத்து தலையைத் தேய்த்துப் பார்த்தது. பாத முண்டு களில் ரத்தம் பூசிக்கொண்டு வந்தது. தலையை சிரமப்பட்டுத் திருப்பி பின்னுக்குக் கொண்டுபோய், உறுத்திய இடத்தில் லேசாக நிரண்டியதில், உடம்பில் வலி மின்னலோடியது. பின்னுக்கில் ரணமாய் போயிருந்தது. மூக்கின் நுனியில் ரத்த வாடை.

புள்ளிப் பொட்டைக்கு ஆத்திரம் தாங்கமுடியவில்லை. அப் படியே அந்த இடத்தை சில்லை சில்லையாய் கொத்தி சின்னா பின்ன மாக்கி அந்த இடமே இல்லாமல் ஆக்கிவிட்டால் என்ன என்கிற மாதிரி வெறுப்பு. இது இருப்பதால்தானே இந்தத் துரத்தலும் ரண வேதனையும்.

ஒருநாளா ரெண்டு நாளா... ஒன்றா இரண்டா... ஒரு ஊரா... ரெண்டு ஊரா... போகிற இடமெல்லாம் புதுத்தண்ணியைக் கண்ட கெண் டைக் குஞ்சுமாதிரி சூழ்ந்துகொண்டு, பொழுது முப்பது நாழிகையும் துரத்தல்தான். ஒன்று மாற்றி ஒன்று ஓடி ஓடி முட்டித் தேய்ந்துவிட்டது. ரணத்தினுள் நுழைத்து நுழைத்து... கண்ணில் ரத்தமாய் கசிந்தது.

புள்ளிப்பொட்டை காய்ச்சான் படல்கழியை மனதிற்குள் வறுத் தெடுத்தது.கொஞ்சம் நீக்கு நிலை கொடுத்திருந்தால்கூட, தப்பித்திருக் கலாம். அதைவிட அந்த பொட்டை மண்மீது ஆத்திரமாக வந்தது. பொட் டைக்கு பொட்டை கொஞ்சம் கூட மனம் இதங்காமல் போய்விட்டதே. காலால் சீய்க்கையில் கொஞ்சம் இளகியிருந்தால்கூட நுழைந்து ஓடியிருக் கலாமே. கல்லாடிப் போன மனம்மாதிரி கட்டாந்தரையாய் கிடந்ததே. அத்தனை சீய்ப்புக்கும், நகந்தானே தேய்ந்தது. நகக்கண்ணில் ரத்தம் கசிந்ததுதானே மிச்சம்.

காப்பாற்றாத மண்மீது ஆத்திரமாக வந்தது. கண் முன்னே நடக்கும் கொடுமையை, கதறலை காது கொடுத்துக் கேட்காத பொட்டை மண்மீது காந்தாளம் பொத்துக்கொண்டு வந்தது. நின்ற நிலையில் அழுந்த மண்முதுகில் கொத்தியது. கொத்திக் கிழித்தது. ஆத்திரம் பொங்கப் பொங்கக் கொத்தியது. மூக்கின் நுனி சிதைகிறவரை கொத்திக்கொண்டே யிருந்தது.

படல் சந்தில் உயிரைக்கட்டித்தான் போராடிப் பார்த்தது. முடிய

வில்லை. என்ன நடந்தாலும் நடக்கட்டும் என்று கடந்துபோய், அப்படியே கட்டையைப் போட்டுவிட்டது. பின்னுக்கில் முட்டிமோதி ஏமாந்து போனதும் அக்கடாவென்னு சத்தம்போடாமல் நின்றேவிட்டது. ஓடிய, போராடிய மூச்சிரைப்புகள் அடங்கிய ஒரு நேரத்தில், பின்னால் அசந்து நின்றிருப்பதை பட்டென்று ஏமாற்றிவிட்டு ஓடிவிடலாம் என்கிற நப்பாசையில், பொதுக்கென்று புள்ளிப் பொட்டை ஓடிவிட உடலைப் பின்னுக்கு இழுத்தது. வளை பிருவத்தில் தலைவைத்துப் படுத்திருந்த ஓணான் வாய் ஈசலாய் புள்ளிப்பொட்டை மாட்டிக்கொண்டுவிட்டது.

கைநழுவிப் போய்விடுமோ என்கிற வெறியில் வெக்கிப்போய் நின்ற சேவல் சுதாரித்துக்கொண்டது. துள்ளி ஏறியது, நடுமுதுகில் கால் பாய்ச்சி, நகத்தை இறுத்தியது. நகங்களின் கோரப்பிடியில் றெக்கைகளின் சப்பட்டைகள் அசக்க முடியாமல் போய்விட்டது. ஒரே போடு. நடு உச்சி மண்டையில் கொத்தி தலையை உயரே தூக்கியது. பலங்கொண்ட மட்டும், பின்னுக்கு மறைத்திருந்த வால் றெக்கையை, பனைமட்டையை முறிப்பது போன்று, நெரித்து ஓரந்தள்ளிவிட்டு, உயிர்பலத்தையெல்லாம் ஒன்று திரட்டி, ஒரே அழுத்து.

அவட்டை சொவட்டை கண்டதுபோல், கண் இருண்டுபோய் புள்ளிப் பொட்டை கால் இடற வந்துகொண்டிருந்தது. கங்காயி கையில் எதையோ வைத்துக்கொண்டு கூப்பிட்டாள்.

''ம்பா... பே...பே...''

''க்கும். இதுக்கொண்ணும் கொறச்ச இல்ல. போயன் நீனும் ஒஞ் சோறும்...'' கண் முன்னே விழும் சோற்றுப் பருக்கைகளைச் சீந்தாமல், புழுதியில் குந்தி, றெக்கைகளை மண்ணுக்குள் சேந்தி ஆட்டியது. பொட்டை மண், இறகுகளின் ஊடாக மேலேறி, புழுதி பறந்தது.

தங்களான் வேண்டாமென்று விடிவாதமாகத்தான் மறுத்தான். கங்காயி புடிச்ச புடியில் நின்றாள். ''நமக்கும் ஒரு பெறாக்கா இருக்கும். புள்ளையையுந்தான் ஊர்ல வுட்டுட்டு வந்துட்டம. குஞ்சியிலேயே புடிச்சிக்கிட்டு வந்துட்டம்னா, புள்ள மாதிரி நம்ப காலடியிலேயே சுத்திக்கிட்டுக் கெடக்கும்.''

''நம்ம கிட்ட இருக்கறதே ஊருபட்ட செம. ஊர் ஊரா வைச்சி நெட்டிக்கிட்டுப் போறதே பெரும்பாடா இருக்கு. இதுல, இது வேற செமுருணுங்கற...''

''செமுந்து சாவணும்னுதான் நம்ப தலையில எழுதியிருக்கு. எதுதான் செமையில்ல! செமயப் பாத்தா குடும்பம் நடத்தறம். நாளைக்கி ஒரு முட்ட இட்டுதுன்னா, கருக்கி வாயில போட்டுக்கலாம். ஊருக்கப் போவும்போது, ஒண்ணு ரெண்ட எடுத்துக்கிட்டுப் போனா வயிசிப் புள்ள அதுகிட்ட பச்சையா ஒடைச்சிக் குடுக்கலாம். ஒடம்புக்கு

நெல்லது. வைச்சி வளக்க பதப்படுலன்னா, எவங்கிட்டன்னாச்சும் புடுச்சிக் குடுத்துட்டுப் போறது. இல்லன்னா, நசுக்கி ரசம் வைச்சிட்டுப் போறது. இது என்னா கறவ மாடா தீனி வாங்கணும், தீவனம் வாங்கணும்னு லோலுபடணும்...''

கங்காயிக்கும் ஆசைதான். நிரந்தரமாய் ஒரு இடத்தில் முத்தாண்டிக் குப்பத்தில் கடை வைத்து, பாத்திரங்களுக்கு புதுமெருகு ஏற்றுவதுபோன்ற பெரிய வேலைகளை செய்துகொண்டிருக்கும் தன் அப்பனைப்போல் காட்டுக்கடலூர் பக்கமாவது ஒரு இடம்பார்த்து கடைபோட வேண்டும். ஆடு, மாடு, கோழி வாங்கி வைத்து வளர்த்து முத்தாண்டிக் குப்பத்தில் இருக்கும் புள்ளையையும் கூடஇட்டுவந்து வைத்து, ஆளும் பண்டமும் அறுபதுமாய் குடும்பம் நடத்த வேண்டும். எது நடந்திருக்கிறது? எப்படி நடக்கும்? காலில் சக்கரம். ஓடிக் கொண்டேயிருக்கவேண்டும் என்று தலையெழுத்து. ஊருக்கு ஊர் பொது இடம். புளிய வேப்பமர நிழல். தூத்தல் துளியாக இருந்தால், கோயில் சாரம், பள்ளிக்கூட தாழ்வாரம், பால்வாடி மறைப்பு.

வெகுநேர யோசனைக்கு பிறகும் தொடர்ந்தாள், ''ஒரு பழய ஒயர் கூடைன்னா போதும். புடிச்சிக் கூடையில போட்டு, சைக்கிள்ல மாட்னா போதும், அது பாட்டுக்கு கெடக்கும்.''

''சரி ஓம் பிரியம்...'' தங்களான் தலையசைத்துவிட்டான்.

அந்த ஊரில் பிடிக்கலாம், இந்த ஊரில் பிடிக்கலாம் என்று ஓடிக் கொண்டிருந்தது, கடைசியில் ஆலடியில்தான் விடிவு காலம் பிறந்தது. அந்த காலத்து செப்பு அண்டா வடக்குத் தெரு ரெட்டி வீட்டிலிருந்து வந்திருந்தது. அடி தேய்ந்து சல்லடைக்கண்கள் மாதிரி பொத்தல். வடிதட்டு அளவிற்கு வில்லைபோட்டு, பல் நறுக்கி, பற்றவைத்து கங்காயிதான் எடுத்துப் போயிருந்தாள். வாசப் படியோர பில்லாம் பத்தையில், பத்துப் பதினைந்து குஞ்சுகளை வைத்துக்கொண்டு சீய்த்துக் கொண்டிருந்தது கோழி.

அண்டாவை வாங்கிக்கொண்டு ரெட்டிச்சி உள்ளே திரும்பும் போது, கங்காயி கேட்டாள். ''குஞ்சித் தாக்கோழி நம்புளுதாம்மா...''

''இந்த சனியனல்லாம் நம்ம வைச்சி மேய்க்க முடியுமா...'' உள்ளே குரல் தேய்ந்துகொண்டே போனது. கொஞ்ச நேரம் கழித்து திரும்புகாலில் கேட்டுக்கொண்டே வந்தாள், ''என்னா திடீர்னு கோழியப் பத்தி வெசாரிக்கிற...''

கங்காயி தயங்கி தயங்கி சொன்னாள். ''இல்லிங்க ஒரு கோழிக் குஞ்சி வளக்கலாம்னு பாத்தன். அதான் ஒங்குளுதா இருந்தா...''

''அதுக்கென்னா புடிச்சிக்கன். குஞ்சி பாஞ்சி ரூவாதான்...''

கங்காயி லேசான சந்தேகத்துடன் இழுத்தாள். ''கோழி ஒங்குளுது இல்லேன்னு...''

''அதா. நாம போயி எப்பிடி கோழி வளக்கறது, பாக்கற சனங்க என்னா நெனைக்கும்னு, பாத்தியா எந்த ரெட்டியாமாரு ஊட்ல கோழி வளக்கறாங்கன்னு எதாவது அசிங்கிதமா சொல்லிடும்னு, அந்தாண்ட ஊட்டுக்காரிய கோழி ஒண்ணு வாங்கச் சொல்லி, அவகிட்டியே வாரத்துக்கு உட்டுட்டன். ஏங் கைராசியோ எனுமோ தெரியில, அவையம் வைச்சது பூரா, கண்ணாறு உழுந்து போறமாதிரி சாவாலும் பொட்டையுமா சவசவன்னு பொறிச்சிட்டுது.''

''சரி ஒரு பொட்டக்கோழி குஞ்சி குடுங்க...''

''பாஞ்சி ரூவாதான். ராத்திரிக்கி வா, புடிச்சித்தரச் சொல்றன்.''

தெருவோரத்தில சீய்த்துக்கொண்டிருந்த குஞ்சுகளைப் பார்த்தாள். எல்லாம் பிராயத்துக் குஞ்சுகள். எல்லாக் குஞ்சுகளின் மீதும் பார்வையை ஓட்டினாள். தவிட்டு நிறத்தில் மேலெல்லாம் புள்ளி புள்ளியாக இருந்த குஞ்சின் மீது பார்வையை இருத்தினாள்.

அந்த முதல் நாளை அவளால் மறக்கவே முடியாது. சண்டையான சண்டை வளர்த்திவிட்டான். முதலுக்கே மோசம் வந்துவிடப் பார்த்தது. அவளுக்கு குண்டிகுலையெல்லாம் நடுங்கிப்போய்விட்டது.

நிலா பதிவு. நல்ல கருக்கல். பள்ளிக்கூடத்தின் எதிரில் உள்ள புளியமரத்தடியில் முடங்கிக்கிடந்தார்கள். புளியமரத்துக்கு பின்னால் ஒரே பீக்கருவைக் காடு. சைக்கிள் கேன்பாரில் மாட்டியிருந்த ஒயர் கூடையில் தனிக்கோழிக்குஞ்சி. குஞ்சுகளோடு தாயின் றெக்கை கதகதப்பில் இருந்து பழக்கப்பட்டது. அந்தரத்துக் கூடையில் தனியாய் விடப்பட்டதும், பயத்தில் கீச்கீச்சென்று கத்திக்கொண்டேயிருந்தது, சுத்தம் பீக்கருவை புதர்காட்டைத் தாண்டி அங்காண்ட இருக்கிற வீடுகளுக்கும் எட்டியது.

அரவம் அடங்கிய ஊரில், கரியை அரைத்துப் பூசின மாதிரியான இருட்டில் கோழிக்குஞ்சின் சத்தம் அலறலாக இருட்டை அதாகுதப் படுத்திக்கொண்டிருந்தது. படுத்திருந்த ரெண்டுபேரின் காதுகளிலும், கால்மாட்டில் குறுக்காக நிறுத்தப்பட்ட சைக்கிள் ஒயர் கூடையிலிருந்து சத்தம் 'ங்கொய்ங்... ங்கொய்ங்' என்று வீணை நரம்பாய் தெறித்துக் கொண்டேயிருந்தது.

''இந்த சனியனக் கொண்டாந்து கால்மாட்டுல கட்டிட்ட. கறாங் கறாங்னு கத்தி உயிர எடுக்குது.'' எழுந்து போய், சைக்கிளை கொஞ்ச தூரம் தள்ளி நிறுத்திவிட்டு வந்து படுத்தான். கொஞ்சம்கூட சத்தம் குறைய வில்லை. உச்சக் கொட்டிக்கொண்டே புரண்டான். எப்போது தூங்கிப் போனார்கள் என்று தெரியவில்லை. கோழி கூவுகிற நேரத்தில் புரண்டு படுத்தவளின் காதுகளில், குஞ்சின் சத்தம் வித்தியாசமாய் கேட்டது. பயத்தில் அரண்டு போன குரலாக இருந்தது. நிழல் இருட்டில்

சைக்கிள் நிறுத்தியிருந்த திக்கில் உற்றுப் பார்த்தவளின் காதுகளில் அந்த சத்தத்தின் கூடவே, இன்னொரு சத்தமும் கேட்டதும் அவளுக்கு உதறல் எடுத்தது. அவனை எழுப்பினாள் ''தே... தே... எழுந்திரு. எனுமோ வேற சத்தம் மாதிரி கேக்குது.''

குந்திய நிலையில் உற்றுக் கேட்டார்கள். ''உஸ்... உஸ்...'' என்கிற சத்தம் பயங்கரமாய் கேட்டதும், அவன் தலைமாட்டில் இருந்த டார்ச் லைட்டை கையில் எடுத்தான். அழுத்தினான். வெளிச்சத்தில் பார்த்தவர்களுக்கு நடுங்கியது.

கூடைக்கும் கீழே இந்தாண்ட பக்கம், மயிரைச் சிலிர்த்துக் கொண்டு பெரிய கீரி. அந்தாண்ட பக்கம் படம் எடுத்தபடி பெரிய நல்ல பாம்பு. உள்ளங்கை அளவிற்கு விரித்துப் பிடித்திருந்ததில் படம் மின்னியது.

ஒவ்வொரு உஸ்சுக்கும் அதன் படத்தில் விரிவு தெரிந்தது. கோழிக்குஞ்சின் சத்தத்திற்கு வந்த கீரியும், பாம்பும் ஒன்றையொன்று குதறிவிடுகிறமாதிரி குறி பார்த்துக்கொண்டிருந்தன. உஸ் சத்தத்தில் கோழிக்குஞ்சி உயிர்போகிறமாதிரி அலறிக்கொண்டிருந்தது.

இரண்டு பேரும் என்ன செய்வதென்று புரியாமல் மிரண்டு போய் குந்தியிருந்தார்கள்.

''பாத்தியாடி. நீ கோழிக்குஞ்சி வளக்கறதுல வந்து வெளையறத. இதுல கால்மாட்டுல கொண்டாந்து வேற நிறுத்தியிருக்கற...''

அலண்டுபோய் குந்தியிருந்த அவள், பார்த்துக் கொண்டேயிருந்தாள். பேச்சு அரவத்தில் திரும்பிப் பார்த்த கீரி பட்டென்று கருவைப் பக்கம் ஓடியது. பாம்பும் படத்தை சுருக்கி சரசரவென்று கிழக்கே திரும்பி, உடலை வளைத்து நழுவிப் போய்க்கொண்டிருந்தது, விளக்கு வெளிச்சத்தில் மின்னியது.

ஒரு நிமிடம், கால்மாட்டில் நிறுத்தியிருந்து, இங்கு வந்து சீறிக் கொண்டிருப்பதாய் நினைத்துப் பார்த்தாள். உடம்பு வியர்த்துக் கொட்டியது. ''நாளைக்கி அவங்ககிட்டயே கொண்டுக்குனு போய் உட்டுட்டு வந்துடறன்.'' குரல் கரகரத்துப் போய் சொன்னாள்.

ஒன்றும் பேசாமல் சைக்கிளைத் தள்ளிக்கொண்டுபோய், பள்ளிக் கூட சுவரில் சாய்த்துவிட்டு வந்தான். நிலம் தெளிய ஆரம்பித்ததும், கோழிக்குஞ்சின் குரல் சாந்தத்திற்கு வந்தது.

விடிந்ததும், ''சரி, கெடந்தாப் போவுது போ...'' என்கிற முடிவுக்கு அவனே வந்துவிட்டான்.

துருத்தி அடுப்பிலேயே சின்ன ஈயக்குண்டில் உலையைச் சாய்த்துப் போட்டு, சாம்பல் அதிகம் கிளம்பாதவாறு துருத்தியின் வாயை விரித்து உயரே தூக்கி மூடி அழுத்தி ஊதிக்கொண்டிருந்தாள். ஒவ்வொரு அழுத்துக்கும் லேசாய் நெருப்பு சீறிக்கொண்டிருந்தது. வேலை முடிந்த பாத்திரங்

களைக் கொண்டுபோய் வீடுகளில் கொடுக்க எழுந்தவன், துருத்தியில் உலை இருந்ததும் அவனுக்கு பொத்துக்கொண்டு வந்துவிட்டது.

''எதாவது எனமனங் கெட்டாப்லதான் ஒருவேலய செய்வ. இதுல எம்மாம் நேரம் அழுத்தி, அழுத்திக்கிட்டு ஒக்காந்துருப்ப...''

''சரி சரி. நா தனியா அடுப்ப பத்த வைச்சிக்கிறன். நீ போய்ட்டு சீக்கிரம் வா'' சொல்லிக்கொண்டே அடுப்புக் கூட்ட கல்லை எடுத்து வைத்தாள்.

பொழுது போய்க்கொண்டிருந்தது. சும்மாடு கோலி தலையில் ஒரு பெரிய அண்டாவை வைத்தபடி இரண்டு கைகளிலும் தவலையும் செப்புக்குடமுமாகப் போனவன், திரும்பிப் பார்த்து சொன்னான். ''இந்தக் கோழி செட்டுப் போட்டுக்கிட்டு நிக்கிது பாரு. அண்ணக்கி புலியூர்ல வேல குடுத்தமாதிரி வைச்சிடப்போவுது. நேரா நேரத்துல கூப்புட்டுக் கவுத்துப்போடு. அப்பறம் இருட்டுல தேடிக்கிட்டு நிக்கணும்.''

பள்ளிக்கூடத்து ஓரம் குப்பைகளைச் சீய்த்துக்கொண்டிருந்தது. கூடவே இது கனத்துக்கு தகுந்தமாதிரி ஒரு சேவல் அழைத்துக்கொண்டு நின்றது. இப்படித்தான் காலை நேரத்தில் ஆரம்பித்து துரத்தி துரத்தி ஓடி அலுத்துப் போய் கடைசியில் சாயந்திரமாய் அசந்து போனதுமாதிரி நிற்கும். இருட்டத் தொடங்கியதும் சொல்லி வைத்தமாதிரி சாமான் செட்டுகள் கிடக்கும் சந்துகளில் தானாய் வந்து அடங்கிக்கொள்ளும்.

புலியூரில் வேலை செய்துகொண்டிருந்த அன்று இருட்டிய பிறகும் வரவில்லை. அங்குமிங்கும் ஓடிப்பார்க்கிறார்கள். ''சாயந்திரமாக்கூட அந்த வெள்ள சேவ கூடப் பாத்தன...''

பக்கத்திலிருந்து வீட்டுக்காரியிடம் போய் விசாரித்தாள், ''வெள்ளயா ஒரு சேவ இருக்கும. அது ஒங்குளுதா...''

விளக்கைக் கொளுத்திக்கொண்டு வந்து கோழி அடைகிற மூலையைப் பார்த்த அந்த வீட்டுக்காரியும் ஆச்சரியமாய் சொன்னாள் ''ஆமா, எங்க வெள்ள சாவாலையும் காணம. எவனாவது கழுக்கு மொழுக்குன்னு இருக்கறத பாத்ததும், மொளாத்தூளத் தூவிட்டானா'' அவளும் தேட ஆரம்பித்துவிட்டாள். ''சோடி போட்டுக்கிட்டு எங்கியாவது கெளம்பிட்டுதுவுளா...''

கங்காயிக்கும் அப்படித்தான் இருக்கும் என்று பட்டது. காலையில், புலியூர் மண்ணில் இறக்கிவிட்டதும், வழக்கம்போல வட்டம் போட்டபடி வந்து நின்றதுகளில், கம்பீரமாய் நின்றது வெள்ளைச் சேவல். வெள்ளை வெளேர் என்ற அதன் நிறமும், அது நின்ற அழகும், ரெத்தச் சிவப்பில் நிமிர்ந்த அதன் கொண்டையும் இன்னஞ் செத்த நேரம் நின்று பார்க்கலாம் என்கிற மாதிரியிருந்தது.

மற்றவை செய்கிறமாதிரி வெள்ளைச் சேவல், எந்த சேட்டையும்

செய்யவில்லை. புள்ளிப்பொட்டை எப்போதுமில்லாத மாதிரி அதை உருக உருகப் பார்த்தது, நேராக அதனிடம்போய் இழைந்தபடி நின்றது. செல்லமாய், வலிந்துபோய் வெள்ளைச் சேவல் கழுத்தில் ஒரு கொத்து கொத்தியது. வெள்ளை எந்தவித பதட்டமும் இல்லாமல் பரந்த றெக்கைக்குள் புள்ளிப் பொட்டையை வளைத்து ஏறி ஒரு மிதி மிதித்தது. புள்ளிப் பொட்டை ஓடவில்லை. கத்தவில்லை. அதற்குப் பிறகும் அதன் கையடக்கத்திலியே நின்றது. சந்தோஷமாய் எந்தவித சடசடப்பும் இல்லாமல், வெள்ளைச் சேவலின் ஆளுகையில் கால் உதறி சீய்த்து பொறுக்கியது. இவ்வளவு நாளில் அன்றைக்குத்தான் கோழி கோழியாக மேய்ந்தது.

இணை பிரியாமல் அதன் கூடவே வளைய வந்துகொண்டிருந் ததைப் பார்த்தவள் சொல்லிக்கொண்டாள். ''நாளைக்கி முட்ட இட்டு குஞ்சி பொறிச்சிதுன்னா, இந்த மாதிரி வெள்ள வம்சமா இருந்தா நெல்லா இருக்கும். ஊம்... ஒரு நாளைக்கி இம்மாம் அம்மாம்னு கணக்கு இல்ல. இதுல இதுதான்னு எப்பிடி...''

''காட்டுக் காடை வந்து ஊட்டுக்காடைய இட்டுக்கிட்டுப் போன கதயா, நெல்லா மேய்ஞ்சிட்டு வந்து அடைஞ்சத, ஓங் கோழிதான் கெடுத் துட்டுது...'' சேவல்காரி பேசிக்கொண்டே ராந்தலை எடுத்து வந்தாள்.

''நெல்லா பொட்டாட்டம் மேய்ஞ்சிட்டு வந்து அடைஞ்சதுதான், இந்த வெள்ள றெக்கயக் கண்டதும் எனுமா இருந்துதுன்னு தெரியில, கெளம்பிட்டுது'' மனசுக்குள் சொல்லிக்கொண்டே டார்ச் லைட்டை எடுத்து வந்தாள். கூடவே தங்களானும் வந்தான்.

மேய்ந்த இடங்கள், கிளறிய குப்பை, ஆஸ்பத்திரி கட்டிடம், ஆலமர விழுது, பீக்கருவை புதர் எல்லா இடத்திலும் தேடுகிறார்கள். பொழுதேறிக்கும் அனலில் குந்தியிருந்த கடுப்பில் கத்தினான், ''நீ வேண்ணா பாரு, எந்த ஊர்லியாவுது இந்தக் கோழியால தெருவு சிரிச்சிக்கிட்டு நிக்கப்போற...''

''எவங் கையிலும் சிக்குலன்னா, காலையில எங்கேர்ந்து வந்தாலும் வந்துடும்'' சேவல்காரி அலுத்துப்போய் வீட்டுக்கு வந்துவிட் டாள். ஒருவருக்கொருவர் முனறிக்கொண்டே இவர்களும் வந்தார்கள்.

வெகு நேரம் கழித்து ஏரிக்குப் போகலாம் என்று டார்ச்லைட்டை எடுத்துக்கொண்டு ஆலமரத்தை தாண்டியவன் கண்ணில் தென்பட்டது. பெரியபிள்ளை முருங்கை மரச்சிம்பில் கருப்பு உருவங்கள் குந்தியிருந் தன. கூப்பிட்டான் ''கங்காயீ...''

இவனின் குரல் கேட்டு சேவல்காரியும் கூடவே வந்தாள். லைட்டை அடித்தான். ஒரு பெரிய சிம்பில் ஒன்றோடு ஒன்று ஒட்டிக் கொண்டு குந்தியிருந்தன. சேவல்காரி முகத்தில் எள்ளும் கொள்ளும் பொறிந்தன. ''சாண்டக்குடிச்சவங் கோழிய, இங்க வந்து இப்பதான்

சோடி போட்டுக்கிட்டு குந்தியிருக்கிய...''

கோபத்தில் கீழே கிடந்த கல்லை எடுத்து விட்டெறிந்தாள். திடுக்கிட்டு திக்காலுக்கொன்றாய் பறந்து கீழே வந்தன.

வேலையான வேலை மேற்கிருப்பில். அந்தப் பக்கம்போய் வெகு நாளாகிவிட்டதால் ''என்னாடா இந்தப்பக்கம் ஆளயே காணம். சாமானுவோல்லாம் ஓட்டையும் ஒடுக்குமாக் கெடக்குதுவோ...'' விசாரிக்க ஆரம்பித்துவிட்டார்கள்.

இவளுக்கு துருத்தியை அழுத்தி அழுத்தி கை அசந்து போய் விட்டது. மரச்சுத்தியால் தட்டி ஒடுக்கு எடுப்பதும், நெருப்பில் காய வைத்த பாத்திரத்தில் பொடி வைத்து ஊதுவதுமாய் சுழன்று கொண்டிருந்தார்கள். காலை ஆகாரத்தை மறந்து, மதியத்தை தொட்டுக் கொண்டிருந்தது வேலை.

ஊர் பெரிய ஊராக இருந்தாலும், பொது இடம் என்பது கோயிலுக்கு முன்னால், ஒரு பெரிய வாசல் அளவுக்குத்தான். இன்னும் விழுதுகூட இறங்காத இளம்பிராய ஆலமரத்தின் கீழாகத்தான் வேலை. ஞாயிற்றுக் கிழமையாக இருந்ததால், பள்ளிக்கூடம் போகாத பசங்கள் குண்டு அடிக்கவும், நொண்டி விளையாடவும் ஒரே இரைச்சல். இதில் ஒடுக்கு எடுக்கிற சத்தம் வேறு.

புள்ளிப்பொட்டை எட்டப் போகாமல், அங்கேயே சுற்றிச் சுற்றி நின்றுகொண்டிருந்தது. சமயத்தில் கிடக்கின்ற சாமான்களின் இடுக்கில் வந்து நுழைந்தது. எதாவது கழிந்து தொலைத்துவிடும் என்று விடாது துரத்திக்கொண்டிருந்தாள். அவள் அசந்த நேரத்தில், வந்து குந்தி விட்டாலும், அடித்துப் பிடித்துக்கொண்டு பசங்கள் வந்து பக்கத்தில் கத்தும்போது 'பறாச்'சென்று பறந்துபோகும். போன சுருக்குத் தெரியாமல் உடன் பக்கத்தில் வந்து குந்தும்.

''என்னா, இப்பதான் அதிசிய மயிரா வந்து இடுக்குல ஏறி ஏறிக்கிட்டு நிக்கிற...'' வேகமாய் அடிக்கிறமாதிரி விரட்டினாள். பறாச்சென்று பறந்தோடி, சுவரோரம் சீட்டுக் குழைப்பவர்களின் மத்தியில் இறங்கியது. அவர்கள் அதிர்ச்சியில் ''தோ... தோ...'' என்றதும் றெக்கைகளை அடித்துக்கொண்டு குண்டு அடிப்பவர்கள் பக்கம் ஓடியது. குண்டு அடிப்பவர்களில் ஒருவன், கைக்குண்டை எடுத்து குறிவைத்து இழுத்தான். றெக்கையில் பட்டதும், பெருஞ்சத்தத்துடன் பறந்தது, தங்காளன் பக்கம் புழுதியைக் கிளப்பிக்கொண்டு இறங்கியது.

வேலை மேல் கவனம் ஓட்டிக்கொண்டிருந்தவனின், சூத்தாம் பட்டைக்கும் பக்கத்தில், அடக்கமாய் வந்து நின்றது. எதுவோ எடுக்க பின்னுக்குத் திரும்பியவனுக்கு இதைக் கண்டதும் எரிச்சல் வந்துவிட்டது. ''அடங்... இப்பதான் நேரங்காலம் தெரியாம...'' மரச்சுத்தியால்

ஓங்கினான். தாழ்வாகப் பறந்தமாதிரி ஓடியது. இரண்டு மூன்று குண்டு, தவளைகளை உருட்டிவிட்டு, நிரம்ப தண்ணீர் இருந்த ஈயக்குண்டின் வரம்பின்மேல் குந்தியது, வழுக்கி தண்ணீருக்கு விழுந்து படபடவென்று அடித்து தண்ணீர் சிதறியது.

குறுக்கும் நெடுக்கும் பசங்கள் படுத்துகிற பாடு. வேலை அவசரம். சலாபத்தாய் கையுதறி, கால் உதறி வேலை செய்யமுடியாமல் இந்த கோழி செய்கிற அட்டூழியம். வெறுப்பில் அலங்கமலங்க அடித்து விரட்ட, எழுந்து கோபமாய் ''ந்தோ...'' என பெருங்குரலில் விரட்டினாள். அது அங்குமிங்கும் போக்குக்காட்டி, கடைசியில் அவளுக்கும் பின்னாலேயே பட்டென்று வந்து நின்று பொதுக்கென்று பீக்கழிகிறமாதிரி முட்டை யைப் போட்டுவிட்டு, எட்ட ஓடி நின்று நிம்மதியாய் தலையை நிமிர்த்தி ''கொக்... கொக்க'' என்றது.

முட்டையைப் பார்த்ததும் கங்காயி நிலைகுலைந்துவிட்டாள். கண்கள் கலங்கிவிட்டன. இவ்வளவு நேரமும் அடித்து விரட்டலுக்கு அஞ்சாமல், திரும்பத் திரும்ப வந்து அழிச்சட்டியம் பண்ணியது செத்த நேரம் ஆற அமர குந்தி முட்டை இடத்தான் என்பதை நினைக்க நினைக்க நெஞ்சு குமுறியது.

அங்காண்ட பசங்கள் தொந்தரவு. எட்டாகையில் துரத்த சேவல்கள். குந்தி முட்டையிட, கையகல இடம் கிடைக்காமல் இவ்வளவு தூரம் போராடியிருக்கிறது.

''எலேய், இங்க பார்ரா. கோழி நின்ன நெலையில முட்ட இட்ருக்கு...'' பசங்கள் கும்பல் கூடி ஆர்வமாய் பார்க்கிறார்கள்.

கங்காயி ஆசையாய் போய் முட்டையை எடுத்தாள். வெள்ளை வெளேர் என்று கன்னிப் பொட்டையின் முதல் முட்டை உள்ளங்கைக்குள் கதகதப்பாயிருந்தது.

அரசியம்மன் கோயில் ஆலமரநிழலில் வேலை. நாலைந்து கிராமங்களுக்கு மையமான இடம். முதல் நாள் வேலை பார்த்தும், மீதமிருந்து, காலைச் சாப்பாடு நேரம்வரை இழுத்துவிட்டது. பாத்திரங் களை இவளைக் கொண்டுபோய் கொடுக்கச் சொல்லிவிட்டு, தங்களான் ஊருக்குக் கிளம்பினான். ஊரைவிட்டு வந்து பத்துப் பதினைந்து நாட்களுக்குமேல் ஆகிவிட்டது. அவள்தான் அனுப்பி வைத்தாள். ''போயி, புள்ளய பாத்துட்டு வாயன். காட்டுக்கூடலூர்ல ரெண்டு நாள் வேல செய்ஞ்சிட்டு, அப்பறமா ரெண்டு பேருமா போவும...''

முத்தாண்டிக்குப்பம் போகிற 12ல் ஏறிவிட்டான். இவள் வேலை முடித்த பாத்திரங்களை கொண்டுபோய் கொடுத்துவிட்டு வர, பதினொரு மணிக்குமேல் ஆகிவிட்டது. இவளுக்கும் முத்தாண்டிக்குப்பத்தில் இருக்கிற பிள்ளையைப் போய் பார்த்துவிட்டு வர அடித்துக்கொண்டுதான் கிடந்தது. வயதிற்கு வந்த, வயசிப்புள்ளை.

ஏக்கம் பிடித்துக் கொண்டுதான் கிடக்கும். ''சரி, ரெண்டு நாளு... போயி பாத்துக்கலாம்.''

பல்லை விளக்கிக்கொண்டு குந்தியவள், திடுமென ஞாபகம் வந்ததுபோல், கவிழ்த்து வைத்திருந்த ஈய அன்னக் குண்டானைப் போய் எடுத்தாள். புள்ளிப் பொட்டை உடம்பைக் குலுக்கிக்கொண்டு எட்ட ஓடியது. முட்டையை எடுத்துக்கொண்டு வந்து குந்தினாள். முட்டை இட ஆரம்பித்தபிறகு, காற்று போகவர இருக்கிற மாதிரி சந்துமானம் கொடுத்து ஈய அன்னக்குண்டானில் கவிழ்த்து வைத்துவிடுவாள். ஒரேயடி யாய் பத்து பதினொரு மணிக்கு திறந்து விடுவது.

ஏழெட்டு முட்டைக்கு மேல் சேர்ந்துவிட்டது. இதுவரை ஒரு முட்டையைக்கூட உடைத்து கறுக்க மனசில்லாமல் எடுத்து வைத்திருந் தாள். புள்ளையிடம் கொடுக்கவும் தொடவில்லை. முதன்முதலில் வாங்கிய கோழி. இட்ட முட்டைகளை அவையம் வைத்துப் பார்க்க வேண்டும் என்பது ஆசை. ஆனால் எதில், எப்படி வைத்து ஊர் ஊராய் தூக்கிக்கொண்டு போவது? எந்தத் தொந்தரவும் இல்லாமல் குந்தி, கோழியால் அவையம் காக்க முடியுமா? முட்ட இடற கோழி முட்ட இட்டாலும், சும்மா இருக்கற கோழி சூத்த நிண்டுமாம்ங்கிற மாதிரி இங்கு இருப்பவையும் சீண்டாமல் விடுமா! அடிக்கடி இரைச்சலில் எழுந்து குந்தினால் அவையம் உரைக்காமல் கூழை முட்டையாகப் போய்விடுமே! கங்காயி பெருமூச்சு விட்டுக்கொண்டு குந்தியிருந்தாள்.

மூன்று மணி 26ல் வந்து இறங்கினான். கிட்ட வருவதற்குள் ஆவலாய் கேட்டாள்.

''புள்ள எனுமா இருக்கு...''

''நெல்லா இருக்கு...'' கமுக்கமாய் சொன்னான்.

''என்னா, இம்மாந் தேக்கமா சொல்ற... புள்ளிளைக்கி எதாவது...''

''புள்ளைக்கிலாம் ஒண்ணுமில்ல. நம்ம கூடவே அதுவும் வரன்னு அடம்புடிச்சிக்கிட்டு நிக்கிது. நா சண்டபோட்டு உட்டுட்டு வந்தன்.''

கங்காயிக்குள் பட்டென்று ஒரு இறுக்கம் பரவி ஓடியது. கொஞ்சநேரம் பேசாமல் குந்தியிருந்தவளின் மௌனத்தை, விரட்டிக் கொண்டு வந்து சேவலுக்கு பயந்து, இவள் காலடி சந்தால் அலறி ஓடிக்கொண்டிருந்த புள்ளிப்பொட்டை போட்ட சத்தம் கலைத்தது.

''நம்ப கூடயா. வயிசிப் புள்ள... இட்டாந்து வைச்சிருந்தா, ரொம்ப வேடிக்கையாதான் இருக்கும்.தே பாரு... இந்த புள்ளிப்பொட்ட மாதிரி, ஊர் ஊரா போற இடமெல்லாம் சிருப்பா சிரிச்சிக்கிட்டுதாங் கெடக்கும்.''

●

கிக்குலிஞ்சான்

தீனியோ தண்ணியோ எதுவுமில்லை. கௌதாரிகள் இரண்டும் முதல் நாள் ராத்திரியிலிருந்து கொலை பட்டினி. வீட்டிற்குள் வந்து போகும் விதவிதமான முகங்கள், நடுவீட்டில் இடுப்பொடிந்து கிடக்கும் ராசவேலு வின் நெறட்டல்கள் எல்லாவற்றையும் மிரட்சியாகப் பார்த்தபடியே நின்றுகொண்டிருந்தன.

வெளியே வந்த காங்கிருப்பார், கணபதியிடம் சப்புக்கொட்டியபடி சொன்னார் ''நெல்லா தெடகாத்தரமா இருக்கற வயிசி புள்ளிவுளுக்குக் கூட நாந்து எலும்பு கூடறதங்கறது அம்மாஞ் சாமானியம் இல்ல. அறுவது வயிசிக்கி மேல தாண்டன கட்ட. முத்தன எலும்பு. இதுல முதுவு நேரா இருந்தாலும் பரவாயில்ல. ஏற்கனவே கூன் வுழுந்து வளைஞ்ச எலும்பு. என்னா கணக்குல எலும்பக் கூட்டி கட்டுப்போடறது. அப்படியே கட்டுப் போட்டாலும் கவுந்துபடுத்தாதான் எலும்புக்கு பாரம் ஓரைக்காமக் கூடும். வில்லுமாதிரி கூனு வுழுந்த ஆள எப்பிடி கவுத்திப் படுக்க வைக்கறது. எனக்கு ஒண்ணும் நம்பிக்க இல்ல.''

அவர் சொல்வது எதுவும் கணபதிக்கு அதிர்ச்சியாகத் தெரியவில்லை. வேண்டாவெறுப்பாகச் சொன்னான். ''வந்ததுக்கு எதாவது ஒரு கட்டுப் போடுங்க. ஒடம்பு நெலவரம் நமக்குத் தெரியிது. செலவுக்கு பயிந்துக் கிட்டு மொவனுவோ எவனும் வந்து பாக்குலன்னு அவன் வர்றவங்க போறவங்ககிட்டலாம் பஞ்சாயத்தம் வைப்பான்.''

''நாஞ் சொல்றது சொல்லிட்டேன். அப்பறம் ஏம் பேர்ல குத்தஞ் சொல்லக்கூடாது.'' தீர்க்கமாக காங்கிருப்பார் சொல்லியது, உள்ளே வலியில் குறுகிக்கிடந்த ராசவேலுவின் காதுகளில் கிணற்றில் கேட்கிற மாதிரி விழுந்ததும் பரிதாபமாகச் சொன்னார். ''ஏதோ ஒரு கட்டுப் போட்டு உடு சாமீ. இம்மாம் நாளு, நா என்னா நெஞ்ச நிமித்திக்கிட்டு நேராப் போயி வெறுவுக்கட்டா தூக்கிக்கிட்டு வந்தன். சும்மா அப்பிடி சூத்தால நவுந்துகிட்டுப் போற மாதிரி இருந்தாப் போதும். இந்த கௌதாரிவுள வைச்சிக்கிட்டு பெறாக்கா ஒரு கண்ணிய கிண்ணியப் போட்டுக்கிட்டு கொற காலத்தையும் ஓட்டிடுவன்.'' ராசவேலுக்கு

வலியில் வார்த்தை தேங்கித் தேங்கி வந்தது.

பட்டென்று கணபதிக்கு கோபம் பொத்துக்கொண்டு வந்துவிட்டது. ஊரிலிருந்து வந்து அப்பனின் தலைமாட்டில் அழுது ஓய்ந்திருக்கும் விசாலாட்சியிடம் பல்லை நறநறவென நெறித்தபடி சொன்னான், ''பாத்தியா எக்கா, சொல்றன்னு கோச்சிக்குறிய. நாந்து முறிஞ்சி அவங் கெடக்கற கெட என்னா... அவனுக்கு ஓசன எங்க... கௌதாரி மேல ஓடுது. அவனலாம்...''

கண்ணைத் துடைத்துக்கொண்டு விசாலாட்சி சொன்னாள், ''அவுரு ஏதாவது சொன்னாப் போறாரு. நீ பேசாம இருடா.'' காங்கிருப்பார் பக்கம் திரும்பி சொன்னாள். ''சரியில்லன்னு அப்பிடியேவாங்க உடறது. எதாவுது ஆவுது, ஒரு கட்டுப் போடுங்க.''

சம்மதமில்லாமல் உள்ளே வந்து குந்தினார். ஒருக்களித்து கிடந்தவரின் நடு முள்ளெலும்பை கழுத்திலிருந்து அழுந்தத் தேய்த்தபடி உள்ளங்கையை இடுப்பு நோக்கி நகர்த்தினார். சரியாக கூன்விழுந்த விளைவிற்கு நேராக கை வந்ததும் ராசவேலு அலறினார். உயிரைக் கையில் பிடிக்கிற மாதிரி யான அலறல்.

கூண்டுக்குள் கௌதாரிகள் மிரண்டு றெக்கைகளை அடித்துக்கொண்டு அங்குமிங்கும் அலைமோதுகின்றன. கம்பிகளைக் கொத்தி வளைக்கின் றன. தீனிக்கும் தண்ணிக்கும் வைக்கப்பட்டிருந்த டப்பாக்களில் மடார் மடார் என இடித்துக்கொள்கின்றன. அலறல் ஓய்ந்த பிறகும் பீதியிலிருந்து மீளாமல் நின்றுகொண்டிருந்தன.

இடுப்பை வளைத்துச் சுற்றி, தொடைகளுக்கிடையில் கோர்த்து வாங்கி 'கிழுப்பா' கட்டுகிறமாதிரி சிம்புக்கட்டு. காங்கிருப்பார் எழுந் தார். பேயறைந்தமாதிரி நின்றுகொண்டிருந்த கௌதாரிகளைப் பார்த்த படி சொன்னார். ''எங்கேர்ந்துயா புடிச்சாந்த இந்த கௌதேறிவுள? நெல்ல வணக்கமான வம்சம் போல்ருக்கு. நீ போட்ட சத்தத்துல கூண்ட இந்த அதம் பண்ணுது...''

என்னதான் பாடம் ஏற்றி வைத்திருந்தாலும், உள்ளூர் காட்டில் பிடித்து கண்ணிகளுக்கு பயன்படுத்தும் கௌதாரிகளின் குரலுக்கு, இங்கித்திய கௌதாரிகள் எதுவும் அதிக ஆர்வமாய் வருவதில்லை. எங்கேயாவது வெளியூரில் வளர்ப்புக் கௌதாரிகள் இருந்தால் தேவலாம் என்று முயல் வேட்டைக்கு வந்த மதுரையானிடம் சொல்லி வைத்திருந்தார் ராசவேலு.

மதுரையான் தொழுதூர் தாண்டி வாலிகண்டபுரத்தில் இட்டுக் கொண்டு போய் காட்டினான். முரட்டுக்கால்கள், கனத்த சிறகு. கொத்திக் குதறி விடுகிறமாதிரியான பார்வை. விரலசைவிற்குக்கூட திரும்பிப் பார்க்கும் நல்ல பாடம் ஏறிய எறங்காட்டு கௌதாரி. பார்த்த உடனேயே

ராசவேலுக்கு பிடித்துவிட்டது. ஆனால் எழுநூறு ரூபாய் என்றதும் ராசவேலு சுருக்குப்பையைக் கெட்டியாகப் பிடித்துக்கொண்டு எழுந்து விட்டார்.

"சரி வா மதுரையான். அவன் எனுமோ கன்னுக்குட்டி வெல சொல்றான்." பின்னால் கூன் விழுந்த மேட்டிற்கு நேராக கைகளைக் கோர்த்துக்கொண்டு நடக்க ஆரம்பித்தார்.

குறவன் பின்னாலேயே கொறம்பாடியபடி ஓடிவந்தான். "என்னா சாமீ, கௌம்பிடிங்க. கன்னுக்குட்டி இல்ல. ஒரு வண்டி மாட்டு சம்பார்ணய சம்பாரிச்சி குடுக்கும். கிளிப்புள்ளைக்கி சொல்லிக்குடுக்கற மாதிரி பாடம் ஏத்தி வைச்சிருக்கஞ் சாமீ. கொண்டு போயி ஓம் முந்திரிக்காட்ல உட்டுப் பாரு. ஆண சண்டைக்கு இழுக்கும். பொண்ண பொணசலுக்கு இழுக்கும். கண்ணியில கௌதாரிவோ வந்து சாயும். பெருசா சத்தம் காட்ணும்னு அவசியம் இல்ல. சும்மா உஸ்சுன்னு உடற பெருமூச்சி சத்தத்துலகூட சைகைய புரிஞ்சிக்கிட்டு அதம் பறக்க வைக்கும். சந்தேகமா இருந்தா பாருங்களன்."

குறவன் லேசாக சைகை கொடுத்தான். ராசவேலு திரும்பினார்.

"கிக்குலிஞ்சான்...கிக்குலிஞ்சான்..." பிளந்து கட்டின கௌதாரிகள். பணத்தை எண்ணிக் கொடுத்துவிட்டு கூண்டைக் கையில் வாங்கினார்.

அவன் சொன்னது எதுவும் பொய்யாகவில்லை. ஒரு சிறிய முந்திரிக் கன்றில் எறங்காட்டு கௌதாரிகளின் கூண்டை மாட்டிவிட்டு, சுற்றிலும் மடக்கு வலைக்கண்ணிகளை வேலிபோல் அமைத்துவிட்டு பக்கத்து முந்திரியில் மறைவாகக் குந்தி சைகை கொடுத்தார். ஆண் கௌதாரி கத்த ஆரம்பித்தது. துணைக்குதான் பெண் கௌதாரி. ஆண் கௌதாரிக்குதான் வேலை.

அந்தி வெயிலில் முந்திரிக்காட்டில் தனித்த, ஆங்காரமான அதன் குரல், மரங்களின் சந்துபொந்துகளிலெல்லாம் எதிரொலித்தது. தொங் கலில் சருகை சீய்த்துக்கொண்டிருந்ததுகள், வண்டிப்பாதையில் செல்லு மண்ணைக் கொத்திக்கொண்டிருந்ததுகள், எல்லாவற்றிற்கும் ரத்த நாளங் களை சுண்டி இழுத்தது. சைகையை மாற்றி மாற்றிக் கொடுத்தார். தொடர்ந்து முந்திரிச்செடி கூண்டிலிருந்து மாறி மாறிக் கத்தி காட்டைக் கிழித்தது. அந்தக் குரலின் ஈர்ப்பில் காட்டின் நாலா திசையிலிருந்தும் ஆணும் பெண்ணுமாய் கௌதாரிகள், குரல் வந்த முந்திரிச் செடியை நோக்கி ஈட்டியாய் பாய்ந்து வந்தன. வந்தவை தூரத்திலேயே சரசரவென தரையில் இறங்கி கிடுகிடு வென முந்திச்செடியின் கூண்டை நோக்கி ஓட ஆரம்பித்தன. எக்கச் சக்கமாய் பறந்து வரவும், இறங்கி ஓடவுமாய்... இடையில் முந்திரிச் செடியைச் சுற்றிக் கண்ணி வலை. கண்ணுக்குத் தெரியாத சுருக்கு இழைகள். இழைச்சுருக்குக்கு நேராக தலையைக் கொடுத்ததுகள், கழுத்துச் சுருக்கி பொட்டைமண் புழுதியில் தபட்டம் அடித்தன.

சிக்கலில் மாட்டாதவைதான் நேராய் கூண்டோரம் போய் சண்டைக்கு நின்றன. பக்கத்து முந்திரியிலிருந்து ராசவேலு எட்டி கண்ணியைப் பார்த்தார். ஐந்து கௌதாரிகள் கண்ணியில் சிக்கியிருந்தன. இதுவே அதிகம். இதற்குமேல் போனால், கண்ணிகளைப் பாழ்படுத்திவிடும். மெல்ல எழுந்து எதிர்ப்பக்கமாக நடந்தார். திடுமென கூண்டோரம் சண்டைக்கு நின்றவை பறாச்செனபறந்தன. பழக்க தோஷத்தில் கொஞ்ச தூரம் ஓடி பறக்க எத்தனித்த இரண்டு, திரும்பி ஓடும்போது, வகை தொகை தெரியாமல் திரும்புகாலில் கண்ணியின் இழைகளில் சிக்கியது.

ராசவேலுக்கு சந்தோஷம் தாங்கவில்லை. கூன் விழுந்த முதுகைப் போட்டுக்கொண்டு தொங்கு தொங்கு என ஓடிவந்தார். அவருக்கு துள்ளிக் குதிக்க வேண்டும்போல் இருந்தது. ஏழு கௌதாரிகள் சிக்கியிருந்தன. இத்தனை கௌதாரிகளை ஒரே சமயத்தில் அவர் பிடித்ததே யில்லை.

"மகராசனா இருக்கணும்'' மனசுக்குள் வாலிகண்டபுரத்தானை வாழ்த்தினார். மறைவில் நிறுத்தியிருந்த சைக்கிளில் இருந்து வெற்றுக் கூண்டை எடுத்து வந்து, இழை நீக்கி கௌதாரிகளைப் பிடித்து உள்ளே போட்டார். கூண்டுக்குள் இடம் போதாமையால் பிடிபட்ட கௌதாரிகள் ஒன்றை யொன்று கொத்திக்கொண்டு மிரள மிரளப் பார்த்தன.

கடைசியாய் முந்திரிக்கன்றில் மாட்டியிருந்த எறங்காட்டு கௌதாரிகளின் கூண்டை எடுத்துவந்து, திறந்து ஆண் கௌதாரியைப் பிடித்து கொஞ்சுகிறார். உதட்டில் எச்சில் சேர்த்து ஊட்டுகிறார். "நீ ஒண்டி இருந்தா போதும் சாமீ. வயிசான நேரத்துல எம் பொழப்பு போறன் போறன்னு போவும்..."

திடுமென அவருக்கு அரசன் ஞாபகம் வந்தது. அவசரமாய் சைக்கிளைத் தள்ளிக்கொண்டு வந்தார்.

"**எ**லேய் அரசா..."

காய்ச்சான் செடியின் நிழலில் நாலைந்து பேர்களுடன் குந்தியிருந்த அரசனுக்கு திக்கென்றது. நித்தமும் கடனுக்கு கையைக் காலைப் பிடிக்காத குறையாய் பல்லைக் கெஞ்சுகிற ஆள் 'எலேய்' பட்டம் போட்டுக் கூப்பிட்டதும் அதிர்ச்சியாக இருந்தது. "என்னாடா கூனா, வார்த்தலாம் தடிக்கிது.''

ஏழு கௌதாரிகளின் தெம்பில் வார்த்தையை எடுத்துக் கெடாசுகிறார் ராசவேலு. "மயிரு தடிக்குதுடா. கௌதாரி கௌதாரின்னு கெறாவிக் கிட்டுக் கெடந்திய. எங்க? காசிய எடுத்தா. ஓங் கணக்கு போவ, எடுத்துக் கிட்டு மீதிய குடு.'' சைக்கிளை நிறுத்தி கண்ணிக்கட்டுகளின் மேல் இருந்து கூண்டை இறக்கி வைத்தார்.

கூண்டு நிறைய கௌதாரிகள். எல்லோரும் வாயைப் பிளந்து கொண்டு அதிசயமாய் பார்க்கிறார்கள். ஆளாளுக்கு அரை குறை போதையில் கேட்கிறார்கள். ''ஏதுடா கூனா... கூண்டு கொள்ளாத, வெறும் கௌதாரிவுளா இருக்கு. ஆன விலாசம் அடிச்சமாதிரி இம்மாங் கௌதாரி, மருந்துகிருந்து வைச்சி புடிச்சியா...''

''மருந்தா... மின்னாடி மாட்டியிருக்கம் பாத்தியா. முந்தா நாளுதான் வாங்கியாந்தன். எறங்காட்டு ராசா. நானும் ஏம் வயிசிக்கி எத்தினியோ கௌதாரிவுள கண்ணிக்கி கொண்டுகிட்டுப் போயிருக்கன். ஆனா இதுமாதிரி பாத்ததேயில்ல... கிக்குலிஞ்சான்னு ஒரு கொரல் போட்டதும், அப்பிடியே பிலிபிலின்னு வந்து சாயுதுவோ... அது கெடக்குட்டும். என்னாடா அரசா...என்னா சேதி...'' ராசவேலு அவசரப்படுத்தினார்.

''ஆசப்பட்டுதாங் கேட்டன். ஆனா ஊட்ல ஊருக்கு பூட்டுதுவோ. எனக்கு யாராவது செஞ்சி குடுத்தாதாம் புடிக்கும். நானே செஞ்சி சாப்புட்டா மூஞ்சில குத்தறமாதிரி இருக்கும். வேற எங்கியாவுது குடு. நாளப்பின்ன வாங்கிக்கிறன். வேணுமின்னா, ரெண்டு பாக்கிட்டு தர்றன். கடனோட கடனா இருக்கட்டும்...'' காய்ச்சான் புதருக்குள் இருந்து வாய்ப் புறம் நூலால் கட்டிய பைகள் இரண்டை எடுத்து வந்து கொடுத்தான்.

''அட, இதுக்குப்போயி ஏண்டா நாளப்பின்னங்கற. போயி நாலு மொளாத்தூளும், ரவ உப்பும் எடுத்தாயன். இது பெரிய மாக் காணம்னு...'' சொல்லியபடி ஒரு பையின் மூலையைக் கடித்துத் துப்பி விட்டு, அண்ணாந்து வாய்க்குள் பீச்சி அடித்துக்கொண்டார். அடுத்த பையையும் பிய்த்து வாய்க்குள் ஊற்றிக்கொண்டு, கூண்டுக்குள் கையை விட்டார்.

பயந்து ஒன்றுக்கொன்று பின்வாங்கியது. வெடுக்கெனக் கொத்திய ஒன்றைப் பிடித்து இழுத்துக்கொண்டு மூடினார். படபடவென சிறகுகளை அடித்துக்கொண்டது. கழுத்தை வளைத்துப் பிடித்தபடி சிறகுகளைப் பிய்க்க ஆரம்பித்தார். இன்னும் ஏறாத போதையில் இருந்த ஒருவன் பொறுக்கமாட்டாமல் கேட்டான், ''எலேய் கூனா... கொன்னாவுது உரியண்டா. உயிரோட இந்த பாவம்லாம் ஒன்ன சும்மா உடாதுடா...''

''ஆமா. புடிக்க வேண்டிய பாவம்லாம் புடிச்சி வளைய வேண்டிய முதுவுலாம் வளைஞ்சி போச்சி. இனிமேதான் புதுசா...'' போதையில் சிரித்த அவரின் கையில், கழுவிய சக்கரை வள்ளிக்கிழங்காய், உயிரோடு உரித்த கௌதாரி. கண்ணில் உயிரை வைத்துக்கொண்டு துடித்தது.

ஒருக்களித்தவாறு ஒரே நிலையில் படுத்திருந்ததில், கீழ்பக்க விலா கன்னிப்போகிறமாதிரி வலித்தது. கைக்கு எட்டுகிற தொலைவில் இருந்த

கூண்டை கிட்டக்க நகர்த்தினார். பக்கத்தில் முறத்திலிருந்த கம்மம் புல்லை அள்ளி, எக்கி கூண்டின் மேல் தீனி டப்பாவிற்கு நேராக போட்டார். கம்பிகளில் சிதறி, கொஞ்சம் டப்பாவிலும் விழுந்தது. இரண்டும் ஒரே டப்பாவில் தின்கிறமாதிரி நடுக்கம்பி சுவரில் பொருத்தியிருந்தார். பக்கத்தில் தண்ணீர் டப்பா. செம்பில் இருந்த தண்ணீரை எடுத்து ஊற்ற மேலே தூக்கினார். ஒரு அளவிற்கு மேல் தூக்கமுடியாமல் இடுப்பு வலி தெறித்தது.

''நா ஊத்தறம் பெரிப்பா...'' தனபால் மகன் பெரியவன் செம்பை வாங்கி ஊற்றினான்.

மடக்கென்று ராசவேலுவின் கண்களில் கண்ணீர் முட்டியது. பழைய வீட்டுக்குப் பக்கத்து வீட்டுப் பையன். கௌதாரியைப் பார்க்க அந்த வீட்டில் இருக்கும்போது அடிக்கடி வருவான். தீனி போடுவான். தண்ணீர் வைப்பான். இங்கு வந்த பிறகு இந்தப்பக்கமே வருவதில்லை. ''நா, இடுப்பு ஒடிஞ்சி கீழ உழுந்ததும்,இதுவோ கததாண்டா சிக்கலாப் போச்சி. நெல்ல வம்சம்டா. ஆண்டவம் புண்ணியத்துல எந்திரிச்சி ஒக்காந்துட்டன்னா போதும்... செத்த கால நேரத்துல தோப்புப்பக்கம் கூண்ட எடுத்துக்கிட்டு போயி நாலு செல்லுகில்லு புடிச்சிப்போட்டுக் கிட்டு வாயன்.'' கெஞ்சினார்.

''எங்க பெரிப்பா இம்மாந் தூரம்... அங்கியாயிருந்தாலும் பரவாயில்ல...''

''சரி வுடு கெடக்கட்டும், ஒண்ணன் கணபதிய அப்பிடி பாத்தியா. இன்னக்கி ஏழாம் நாலு கட்டுப் பிரிச்சி போடணும். எனுமோ ரெண்டு நாளா கோணி ஊசியால குத்தறமாதிரி வலி பறக்குது. ராத்திரில கண்ண மூட முடியில...''

''அவுரு இதலாம் காதுல போட்டுக்கிற மாதிரி தெரியல. இருந்தாலும் சொல்றன்...'' எழுந்தான்.

''அவன் எப்பிடி காதுல போட்டுப்பான். அந்த சின்னக் கம்னேட்டி அதுக்கு மேல, எட்டிக்கூடப் பாக்குல. ஒண்ணும் இல்ல, கொன்னாலும் கொல்றான்னு அந்த ஊட்லியே இருந்துருக்கணும். இந்தக் கொட்டாயப் பக்கம் வந்ததும், அவனுவுளுக்கு அண கழிஞ்ச மாதிரி பூட்டுது...''

ஊருக்குள் இருந்த பழைய வீட்டை விட்டு ஒதுக்குப்புறமாய் இருக்கிற இந்தக் குடிசைக்கு வந்து ஒரு வருடத்திற்குமேல் ஆகிவிட்டது. பழைய வீட்டில் நடுக்கூடத்தில் பெரியவனும்,மேற்காலஅறையில் சுவரை இடித்து வாசப்படிவைத்து சின்னவனும் தனித்தனிக் குடித்தனமாக இருந்தார்கள். கிழக்கால ஓரம் சாரம் இறக்கி, ஒண்டிக்கட்டையாய் ராசவேலு பொங்கிச் சாப்பிட்டுக்கொண்டு இருந்தார்.

இப்போது இருக்கிற மாதிரி, ஒரு சோடி நல்ல வேலைக்கார கௌதாரி

களை வைத்திருந்தார். அந்த கௌதாரிகளால்தான் இந்த குடிசைக்கே வர நேர்ந்தது. சண்டை நடந்த அன்று காலையில் மூன்று கௌதாரிகள் கண்ணி யில் அகப்பட்டிருந்தன. ஒவ்வொன்றும் கால் கிலோவைத் தாண்டும். பெரிய ஆத்துமான்கள்.

இரண்டை விற்று நூறு ரூவாய் வந்ததில், அம்பது ரூவாய்க்கி தண்ணி. ஒன்றை வறுத்து, வாணலோடு எடுத்துவந்து குந்திவிட்டார். ஒரு கறியும் ஒரு முனறு சாராயமுமாக உள்ளே போய்க்கொண்டிருக்கிறது. வயது ஆனாலும் வலுவான பற்கள். எலும்புகளை மென்று உள்ளே தள்ளி, தாகத் திற்கு 'தண்ணி'. தன்னக்கடந்த போதையில், கூண்டில் இருந்த கௌதாரி களுடன் விளையாட ஆரம்பித்துவிட்டார்.

காலையில் புத்தாஞ்சோற்றின் செல்லை வயிறு முடுக்கத் தின்றுவிட்டு நின்ற கௌதாரிகள் இவர் சைகை ஒலி கொடுத்ததும் பூரிப்பில் ''கிக்குலிஞ் சான்...கிக்குலிஞ்சான்...'' என தெருவை கதிகலக்கியது. இவரும் விடாது பிகில் கொடுத்துக்கொண்டேயிருந்தார்.

ஏணையில் பிள்ளையைத் தூங்கப் போட்டுவிட்டு, ஆம்படையான் கணபதியை பார்த்துக்கொள்ளச் சொல்லிவிட்டு விறகுக்குப் போயிருந் தாள் மருமகள். பட்டாத் தோப்புப் பக்கம் போய் ஒரு செமைக்கு தூக்கி வந்து போட்டவள், ஓட்டமும் பெருநடையுமாக கடையைப் பக்கம் ஓடினாள். ஓடிய வேகத்தில் கணபதியிடம் கேட்டாள். ''நீயிலாம் குடுத்தனக்காரனாடா... புள்ளய பாத்துக்கற லட்சணம் இதானாடா...''

''என்னாடி... இங்க வந்து செத்த நேரம் கூட ஆவாது.'' வேகமாக வீட்டை நோக்கி வரும்போதே சாத்திய வீட்டுக்குள் குழந்தையின் அலறல். கூடவே இந்தாண்ட பக்கம் தொண்டையை கிழிக்கிற கௌதாரி யின் குரல். தூங்கிக்கொண்டிருந்த குழந்தை, கௌதாரியின் கத்தலில் விழித்து மிரண்டு அலறி அலறி லவாக்கொட்டு கொட்டுகிறது.

அவள் ஓடி ஏணையிலிருந்து தூக்கினாள். கணபதி கோபத்தோடு அப் பனிடம் வந்தான். நிமிர்ந்து பார்த்த ராசவேலுக்கு போதையில் பட் டென்று உருவம் பிடிபடவில்லை. வந்து நிற்பது பெரியவன் எனத் தெரிந் ததும் சைகையை நிறுத்தினார். கௌதாரிகள் பட்டென்று ஊமையாயின. அங்காண்ட பக்கம் குழந்தையை மாரில் அணைத்ததும் மழைபெய்து விட்டமாதிரி சப்பென்றிருந்தது.

கணபதிக்கு கோபம் பொறி பறந்தது. ராசவேலுவுக்கு கலவரமானது. கௌதாரிகளும் மிரண்டு போய் நின்றன. வேகமாக வந்தவன் அப்பனை எட்டி காலால் ஒரு உதைவிட்டான். ''ஒக்கால ஓழீ... மத்தியான நேரத்துல என்னாடா இப்பதான் கௌதாரிக்கு பாடம் ஏத்தற... கம்னேட்டி, புள்ள அலறி அலறி துடிக்கிறது காதுல நொட்டுல...''

வைத்து வாங்குகிறான். வாணலும் சாராயப்பைகளும் மூலைக் கொன்றாய் பறக்கின்றன. ராசவேலுவுக்கு போதை போன இடம் தெரிய வில்லை. கிடந்து கத்துகிறார். ''நா செவுனேன்னு இந்த கௌதாரிவுள

வைச்சிக்கிட்டு சீவனத்த ஓட்றன். என்னைப்போட்டு அடிக்கிறிய. நீ நெல்லா இருப்பியாடா. நாதியத்து பூடுவடா...''

அக்கம்பக்கத்திலிருந்து வந்து மறித்தவர்களையெல்லாம் தள்ளிவிட்டு பரபரவென்று வெளியே இழுத்துவந்தான். ''நானும் பாத்துக்கிட்டு இருக்கறன். எங்கியாவுது ரெண்டு கௌதாரி கெடைச்சிதுனா,குடிக்க வேண்டியது. தெனாட்டு மயிருல பேசவேண்டியது. புள்ள அலறறது கூட தெரியாத ஒனக்கு என்னாடா அம்மாம் போத...''

வாசலில் போட்டு சாத்திவிட்டு, சரசரவென உள்ளே ஓடினான். ''ஊகும்... இனி நீ இங்க இருந்தினா ஒண்ணும் பொருத்தப்படாது. ஏதோ வயசி ஆனவன்னு உட்டா லாகிப்படமாட்ட. ஓடு...போயி வழிநட கொட்டாயில போய் பொங்கித் தின்னுக்க...''

''டேய்... இது நாங் கட்ன ஊடுடா. என்னா மயிருக்கு என்னக் கொட்டாயிக்குப் போவச் சொல்ற...'' அவரும் கோபமாக சொல்லிக் கொண்டு இருக்கும்போதே அவன் கௌதாரிக் கூண்டோடு வெளியே வந்தான். ''எலேய் இந்த கௌதாரிவுள வைச்சிக்கிட்டுத்தான் இந்த ஆட்டம் ஆடற... இத...''

ராசவேலுவுக்கு ஒரு நிமிடம் ஆடிப்போய்விட்டது. வயிற்றுப் பாட்டிற்கான பிழைப்பு. கௌதாரிகள் இல்லாத சீவனத்தை அவரால் நினைத்துப் பார்க்க இயலவில்லை. பட்டென்று எழுந்தார். கூண்டைத் திறக்கப் போனவனிடம் மறித்துப் பிடுங்கினார். அவருக்கு குரல் இறங்கிப் போயிருந்தது. ''கொட்டாயிக்குதாண்டா போவுணும்... போறன்.''

''**எ**லும்புலாம் கூடிடும். காங்கிருப்பார் என்னா சாதாரண ஆளா. ஒண்ணும் பேதலிக்காத மூத்தவர. எப்பிடியாப்பட்ட ஆளு நீனே இப்பிடி அழுவலாமா மூத்தவர..'' தலை மாட்டில் குந்தி தேற்றியபடி இருக்கும் அரசனின் கையைப்பிடித்துக் கொண்டு அழுகிறார். தாடியிலும், மீசையிலும் சளியும், கண்ணீருமாய் தரையை நனைக்கிறது. அரசனுக்கும் கண்கள் கலங்குகின்றன. ''சேதி கெடைச்சதும் மக்யா நாளே வந்து பாக்குணும்னு நெனைச்சன். அதுக்குள்ள இந்த கலால்காரனுவோ உடாப்புடியா வந்து இட்டுக்கிட்டுப் பூட்டானுவோ. நேத்து ளசாயந்திரந்தான் வந்தன் மூத்தவர...''

வார்த்தைக்கு வார்த்தை கூனன்,கிழவன் என்று கூப்புடுகிற அரசன், அவரது நிலையைப் பார்த்து 'மூத்தவர,மூத்தவர' என வாய் நிறையக் கூப்பிட்டதும், அவருக்கு ஆத்திரம் பொங்கி ஓவென உடைந்து அழுதார், தேம்பின.

தேம்பல் அடங்கி வெகுநேரம் ஆனதும் அரசன் கேட்டான். ''நெல்லா தான அண்ணைக்கி சைக்கிளத் தள்ளிக்கிட்டு வந்த. அப்பறம் எனுமா

உழுந்து இதுமாதிரி ஆச்சி..."

கண்களைத் துடைத்துக்கொண்டு சொன்னார். "அன்னைக்கி அவனுவோ ஆன வெலாசம் அடிச்சமாதிரி இம்மாங் கௌதாரியான்னு வாயப் பொளக்கறப்பியே நெனச்சன், எனுமோ நடக்கப் போவுதுன்னு. நெனைச்ச மாதிரியே நடந்து போச்சி அரசா..."

எப்போதும் இல்லாமல் ஏழு கௌதாரிகள் கிடைத்த அன்று இரண்டு மூன்று போதும் என்று அரசன் சொல்லியும் கேட்காமல், ஏழு கௌதாரி களையும் உரித்து அரிந்து போட்டு சட்டி நிறைய கறி. முந்திரி இலைகளை கோர்த்து, சட்டிக் கறியை கொட்டி எதிரும் புதிருமாய் அரசனும் அவரு மாய் சூரியன் விழத்தொடங்கிய நேரத்தில் குந்திக்கொண்டார்கள். அரசன் தனக்கென்று எடுத்து வைத்திருந்த காட்டமான அசல் 'தண்ணி'. கறியும் சாராயமும் தன்னக் கடந்து உள்ளே போனது. இலையில் கறித் துணுக்குகள் காலியானதும் ராசவேலு கிளம்பினார். "நா வரண்டா அரசா..."

"போய்டுவியா கூனா...கூட கொண்டாந்து உட்டுட்டு வருட்டுமா." அரசன் கேட்டான்.

"என்ன ஒண்ணும் பாக்காத. இதுலாம் எனக்கு ஒரு தூசி. நீ பாத்துப் போ..." சைக்கிளைத் தள்ளினார். லேசாய் கால்கள் பின்னின. கை யெழுத்து மறைகிற நேரம். இருட்டு ஒரு பக்கம். போதை வளைத்தது. கூன் விழுந்த முதுகை வைத்துக்கொண்டு எப்போதும் சைக்கிளை மிறித்துக்கொண்டு போனது கிடையாது. குனிந்த நிலையில் குரங்கு தள்ளிக்கொண்டு போகிற மாதிரிதான்.

கால்கள் தடுமாறுகின்றன. தேய்வடிப் பாதையை விட்டு, நறுக்கு களில் விழுந்து சைக்கிள்துள்ளுகிறது. முன்னால் மாட்டியிருந்த கூண்டுக் குள் கௌதாரிகள் இரண்டும் படபடக்கின்றன. எப்படியோ ஏரிக்கரை வரை வந்துவிட்டார். ஏரியில் குளித்துக்கொண்டிருப்பவர்களின் அரவம் கேட்டது.

ஏரிக்குள் இறங்கி ஓரமாகப் போகும் பாதை. சைக்கிளை மெதுவாக இறக்கினார். சைக்கிள் இறங்குகிற வேகத்திற்கு இவரால் ஈடுகொடுக்க இயலவில்லை. தள்ளுமாடலுக்கு பிரேக் எதுவுமில்லை. தாங்கிப்பிடித்து தான் இறங்கினார். இருந்தும் கால் இடறியது. அப்படியே முன்னோக்கி உருண்டார். பக்கத்தில் தாக்குப் பள்ளம்.

"நெதானம் வந்தப்ப இங்க கெடக்கறன். எப்பிடி இங்க வந்தன்னு எந்திரிக்கப் பாக்கறன்... இடுப்புல கோடாலியால பொளந்த மாதிரி வலி." திரும்பவும் கிழவர் அழ ஆரம்பித்தார்.

அரசன் மெதுவாக மடியில் இருந்த இரண்டு உறைப்பைகளை எடுத்தான். பைகளைப் பார்த்ததும் அவருக்கு கைகள் பரபரத்தன. உதடு கள் துடித்து "கொண்டா சாமீ...கொண்டா சாமீ..." படுத்த கிடையாய்

வெடுக்கென வாங்கி, அவசரமாய் மூலையைக் கடித்து இழுத்தார். பெரிய பொத்தலாய் விழுந்து குடிக்க முடியாமல் சிந்தியது. பையை வாங்கி, ஒருக்களித்த அவரின் தலையை மட்டும் நிமிர்த்தி வாய்க்குள் பிழிந்து ஊற்றினான். திருகலான தொண்டைக்குள் மடக்மடக்கென இறங்குகிறது. குடித்து முடிந்ததும், பரிதாபமாக அரசனைப் பார்க்கிறார். கண்கள் சுழல்கின்றன. கடைக்கண்ணில் இருந்து கீழே கண்ணீர் வழிந்தோடுகிறது.

''இதாஞ் சாமீ. இதத்தான் நெனைச்சிக்கிட்டுக்கெடந்தன். என்னால வலி பொறுக்க முடியில அரசா. ஈட்டியால குத்தறமாதிரி பின்னால இடுப்புல குத்துது. என்ன எவனும் ஏறெடுத்துப் பாக்க மாட்டங்கறானுவோ. ஏம் பொறந்த பொண்ணே இல்லன்னா, நா நாதியத்துதாங் கெடப்பன்.''

உடைந்து நொறுங்கிச் சொன்னார், ''அந்த பாதாள வீரம் புண்ணியத்துல நா எந்திரிச்சி குந்திட்டன்னா, ஒனக்கு கௌதாரியா புடிச்சாந்து குடுக்கறன். செத்த, நித்தம் இந்த வலிய மறக்கிறமாதிரி, யாருக்கிட்டனாச்சும் ஒண்ணு ரெண்டு குடுத்து வுடு சாமீ. ஒனக்கு ஒரு புண்ணியமா இருக்கும்.'' கையெடுத்து கும்பிடுகிறார்.

வாசலில் தொப்பென்று சத்தம் கேட்டது. விறகைப் போட்டுவிட்டு மகள் விசாலாட்சி உள்ளே வந்தாள். அவர் கீழே விழுந்த ஆறேழு நாளாய் வழிக்கத்துடைக்க என்று படாதபாடு பட்டுக்கொண்டிருக்கிறாள். சேதி கிடைத்ததும் வந்து ஒப்பாரி வைத்துக்கொண்டு அழுதாள். அக்கம் பக்கத்து சனங்கள்தான் சொன்னார்கள். ''யாரு எவுரு இருக்கா. பத்து பொழுது கிட்ட இருந்து தண்ணித்தலுப்ப காய்ச்சிக்குடு புள்ள...''

அவளுக்கும் வெறுத்துவிட்டது. ஊரில் வயசுக்கு வந்த பொட்டப் புள்ளையைத் தனியாக விட்டுவிட்டு வந்திருந்தது தவிப்பாக இருந்தது. கட்டியவன் பொறுப்பில்லாத பயல். எங்கியாவுது சுற்றிவிட்டு ராத்திரிக்குதான் பாஞ்சி வருவான். தனி வீடு. வயிசிபுள்ளை மொக்கு மொக்குனு பயந்து குந்தியிருக்கும். இங்கேயும் விட்டுவிட்டுப் போக முடியாது. வெறுப்பில் மூஞ்சியைக் காட்ட ஆரம்பித்துவிட்டாள், அப்பனிடம்.

''நா, தோப்பப்பக்கம் வெறுவுக்குப் போறன். எவங்கிட்ட குடுத்தாலும் செலவுக்கு பத்து இருவது குடுப்பான். வெளிவாசப் போவுணும்னா ஓடு இருக்கு, இப்பிடியே 'இரு'. அப்பறம் போனப்பறம் போட்டு இலுப்பிக்கிட்டு நாற அடிக்காத...''

''காட கௌதாரி வித்த காலத்துலல்லாம், செறாப்ப மொவனுவோ கிட்ட அவுத்துட்ட. இப்ப பீ மூத்திரம் வாரிக்கொட்றதுக்கு மட்டும் நா ஆப்புட்டுக்கிட்டன்'' புலம்பிக்கொண்டிருப்பாள்.

அரைபோதையாக இருந்ததில் வலி கொஞ்சம் மரத்துப்போனது மாதிரியிருந்தது. லேசாக பின்பக்கம் கட்டில் நைப்பு தெரிந்தமாதிரி உறுத்தியதும் தொட்டுப் பார்த்தார். கையில் நசநசத்தது மோந்து பார்த்தார். நாற்றமாக நாறியது. கூப்பிட்டார் ''ஏம்மா... எனுமோ கட்டுல ஈரமாத் தெரியுது வந்து பாரு...''

தொடாமல் ஊனாடிப் பார்த்துவிட்டு சொன்னாள். ''ஈரமாதான் தெரியுது, எதாருந்தாலும் நாளைக்கி ஒம்பதாம் நாளு கட்டுப் பிரிக்க வரன்னுருக்கிறாராம். பாத்துக்கலாம். பெசாம படு...''

சொல்லிவிட்டு அடுப்படியிடம் போனாள். ''இந்த கௌதாரிவுளுக்கு நாலு கம்பு இருந்தா எடுத்தாந்து போடன்...''

அவளுக்கு பட்டென்று கோபம் எகிறியது. ''ஒனக்கு பணிக்க பண்றதே எனக்கு மாளுல. இதுல இத வேற... இத தொறந்து வுட்டாலே ஒன்னப் புடிச்சிருக்கற சனியன்ல பாதி கொறையும்...''

''**எ**ல்லா எனக்குத் தெரியும், ஓஞ் சூத்த மூடிக்கிட்டு சும்மாகெட...'' ரஞ்சிதத்தை பார்த்து கோபமாக சொல்கிறார்.

அலறியடித்துக் கொண்டு விசாலாட்சி எழுந்து கேட்கிறாள். ''என்னா எப்பா...'' திடுக்கிட்டு கண்விழித்து அலங்க மலங்க பார்க்கிறார். சிமினி விளக்கு வெளிச்சத்தில் எதிரில் விசாலாட்சி. வியர்த்து வடிய சொல்கிறார், ''ஓம்மா ரஞ்சிதம் கனவுல வந்தாம்மா...''

உடம்பு கிடக்கிற கிடையில், ரஞ்சிதம் கனவில் வந்து மல்லுக்கு நின்றதில் அவருக்கு பயம் கவ்வியது. ஊரை நம்ப வைத்துவிட்டாலும் எப்பேர்ப்பட்ட கொடூரம். அதை மறக்க எத்தனையோ ராத்திரிகளில் தண்ணியடித்து தூங்கியிருக்கிறார்.

கண்ணை மூடினார். தூக்கம் வரவில்லை. மாறாக இடுப்பின் வலி விஷமாக எகிறியது. பத்து வருடம் இருக்கும் ரஞ்சிதம் போய்ச் சேர்ந்து. அப்போது விசாலாட்சிக்கு மட்டும்தான் கல்யாணம் ஆகியிருந்தது. வீட்டில் யாரும் இல்லாத மத்தியான நேரம் ரஞ்சிதம் நடுவீட்டில், இவரின் செய்கையைப் பார்க்கப் பொறுக்காமல் பொறிந்துகொண்டு படுத்திருக்கிறாள்.

நல்ல கம்பு விளைச்சல் உள்ள நேரம். கண்ணியில் பிராயத்து கௌதாரிகள் ஒரு சோடி சிக்கியிருந்தன. பிடிபட்ட இரண்டையும் பழக்கப்படுத்தி பாடம் ஏற்றி வைத்திருந்தால் கண்ணிக்கு எவரிடமாவது நல்ல விலைக்கு கொடுத்துவிடலாம் என்பது அவர் கணக்கு. ஆனால் அவர் கணக்கை புதிய சோடியின் ஆண் கௌதாரி பொய்யாக்கியது. குச்சியை கையில் வைத்துக்கொண்டு 'உஸ் உஸ்' என்று அவர் கொடுக்கின்ற சைகைக்கெல்லாம், பக்கத்தில் பழக்கப்படுத்தி வைத்திருந்தது பதில் குரல் கொடுத்

ததே தவிர, புதியது அதங்காமல் மக்குப் பிள்ளையாய் குந்தி அவருக்கு எரிச்சலை மூட்டுகிறது. இத்தனைக்கும் புதிய சோடி இரண்டும் காலை யிலிருந்து பட்டினி.

கொஞ்சம் கம்பை அள்ளி கையில் வைத்தபடி புதியதன் கூண்டோரம் நீட்டினார். அது ஆவலாய் கொத்தித் தின்ன கம்பி சந்தால் அலகை நீட்டி யதும்,வெடுக்கென கையை இழுத்து சைகை கொடுத்தார். பழையபடி பழக்கப்பட்டதுதான் மளமளவென்று பொரிந்ததே தவிர,புதியது மண்ணு முட்டு மாதிரி இவரை ஏற இறங்கப் பார்த்தது. அவருக்கு அதற்குமேல் தாங்கவில்லை. ''அடங்கொக்கால...கத்தறத பாத்துனாச்சும் திருந்தறது இல்ல. கம்பிகளுக்கிடையில் குச்சியை விட்டு 'மட்டு மட்டு' என்று தலை யில் போடுகிறார். அது வலி தாங்காமல் கூண்டுக்குள் றெக்கைகளை அடித்து அலை மோதுகிறது.

''அட, நீன்லாம் என்னாடா குடுத்தனக்காரனா இருப்ப. வாயில்லா சீவனப்போட்டு இந்த சாத்து சாத்துறிய'' கௌதாரி வதைபடுவதைப் பார்க்கப் பொறுக்காமல், பேசியபடி ரஞ்சிதம் எழுந்தாள்.

ராசவேலுக்கு கௌதாரியின் மேல் இருந்த கோபம் அவள்மேல் திரும்பிவிட்டது. ''அடங்கோத்தா... நீ வேற எடையில எடையில வந்து மனுசனுக்கு எரிச்சல் மூட்டிக்கிட்டு. கறி திங்கறப்பலாம் வாயில்லா சீவன்னு நொட்டுலியா...'' மூஞ்சியில் கழியை ஏற்றுவதுபோல் ஓடினார்.

''ஆமா, அப்பிடியே ஏங்கிட்ட ஓடியா. இந்த பாவத்தலாம் எப்ப தித்தப் போறியோ போ, பட்டாத்தான் தெரியும் பள்ளிக்கு...'' எழுந்து வெளியில் போனாள்.

தோட்டத்து வாசப்படி, தெருவாசப்படி எல்லாவற்றையும் சாத்தி விட்டு குந்தினார். மோட்டுவளை ஓட்டை வழியாய் இரண்டு மூன்று இடங்களில் ஊதாங்குழல் சந்தாய் வீட்டிற்குள் வெளிச்சம். ''இதியுந்தான் போட்டு பாப்பும'' என்று டப்பாக்களில் கம்பையும், தண்ணீரையும் நிரப் பினார். பட்டினி கிடந்து அடிவாங்கிய களைப்பிற்கு அது புடிபுடி என புடித்தது.

வெகுநேரம் இடைவெளிவிட்டு திரும்பவும் சைகையை ஆரம்பித் தார். அது வயிறு புடைத்த தெம்பில் இவரை ஏறஇறங்கப் பார்த்ததே தவிர, மூச்சுவிடவில்லை. இவருக்கு கடந்துவிட்டது. ''ஊகும் இனிமே ஒனக்கு மொளாத்தூளும் வாணலுந்தான்.'' ஆத்திரத்தில் வேகமாக திறப்பைத் திறந்து உள்ளே கையை விட்டார். அது சராலென்று போக்கு காட்டி கை போக மீதம் உள்ள இடைவெளியில் பொதுக்கென வெளியே வந்து பறந்தது. திடுக்கிட்டுப்போனார்.

இதுபோன்ற அனுபவங்கள் நிறைய இருந்ததால், ஏற்கனவே கதவை சாத்தியிருந்தது நல்லதாக இருந்தாலும் அது சிக்குகிறமாதிரி தெரிய வில்லை. தொம்பைக்கும்,அடுக்குப்பானைக்கும், நுழைய முடியாத இற

வான சந்துக்குமாகப் பாய்ச்சல் காட்டியது. ''எங்க பூடுவ. ஒன்ன இன் னக்கி ரசம் வைக்கில, எம் பேரு கூனன் இல்ல...'' கூடவே பாய்கிறார். அங்குமிங்கும் இடித்துக் கொள்கிறார். அது கையில் அகப்படாமல் சரணாபாரி கட்டுகிறது. இந்த நேரம் பார்த்து லேசாய் கதவு திறந்து, வெளிச்சம் வந்ததும், திக்கென்று போய்விட்டது.

''யார்ரா அது மயிர...'' ஓடிய வேகத்தில் படாரென்று வேகமாக அறைந்து கதவைச் சாத்தினார். அங்காண்ட பக்கம் ரஞ்சிதம். கதவு வலுவாக ஓடி அறையவும் நெத்திக்கு நேராக கதவுச் சட்டம் மோத, நிலை குலைந்து மடாரென்று பின்னுக்கு விழுந்தாள். அதிர்ந்துபோய் கதவைத் திறந்து தூக்கினார். எந்த அசைவும் இல்லை. கௌதாரி பறந்துபோய் விட்டது.

இவருக்கு தடதடவென நடுங்குகிறது. திடுமென யோசனை வந்து தெருவில் பார்த்தார். யாரும் இல்லை. இறங்கி ஓடி கத்தினார். ''அய் யய்யோ ஓடியாங்க. எம் பொண்டாட்டி மயக்கம் போட்டு செவுத்துல மோதி உழுந்துட்டா. ஏஞ் சாமி உழுந்துட்டது ஓடியாங்க, ஓடியாங்க...''

காங்கிருப்பார் கையை விரித்துவிட்டார். ஈட்டியால் குத்துவதுபோல இருந்த வலி, எலும்பு படிமானம் சரியாக இல்லாமல் சீழ் வைத்த வேலை. உடைத்துக்கொண்டு கசிந்து ஒரே நாற்றம். சவித்து யாரும் கிட்ட நெருங்க ஐயரவு பட்டார்கள். சீழ் உள்நோக்கி குடவு கொண்டு போகின்ற அடை யாளமாய் வலி கழுத்து நோக்கி மேலே ஏறியதும் ரண வேதனை. ராச வேலுக்கு இனி பிழைப்போம் என்கிற நம்பிக்கை சுத்தமாய் போய் பயம் கவ்வியது.

சுள்ளென்று வெயிலடிக்கும் அந்த மத்தியான வேளையில் அவருக்கு குளிர ஆரம்பித்து, உடன் விறைத்துப்போகிற மாதிரி நடுங்க ஆரம்பித்தது. இடுப்புக்கட்டுக்கு நேராகக் கிடந்த வேட்டியை எடுத்து இழுத்துப் போர்த்திக் கொண்டார். குளிர் அடங்கவில்லை. நாலா புறமும் சாரல் அடிப்பது மாதிரி குளிர் குத்தியது. உடம்பைத் தொட்டுப் பார்த்தார். சில்லிப்பு கட்டியிருந்தது.

தலையை வளைத்துப் போர்த்தியபடி நடுங்கும் பார்வையினூடாக கூண்டைப் பார்த்தார். கௌதாரிகளுடன் கூண்டு ஆடுவதுபோல் இருந்தது. திடுமென அவருக்கு அந்த நேரத்திலும் ஒரு யோசனை ஓடியது. அவசரம் அவசரமாய் கூண்டை நோக்கி கையை நீட்டுகிறார். கை, அவர் வசத்திற்கு வர முரண்டு பிடிக்கிறது. எப்படியோ எக்கிப்பிடித்து கூண்டை இழுத்து கௌதாரிகளைத் திறந்துவிட்டார். கூண்டுக்குள்ளேயே இருந்து பழக்கப்பட்டவை, விடுபட்ட மகிழ்ச்சி சிறிதும் இல்லாமல் தயங்கித் தயங்கி சுற்றும் முற்றும் கலவரமாய்

பார்த்தபடி வெளியே வந்து வாசலை நோக்கி நடந்தன. என்ன நினைத்ததோ, வாசப்படியில் சுள்ளென்று எரித்த வெயிலின் வெளிச்சத்தில் தயங்கி நின்றுவிட்டன.

தலையை பின்னுக்கு சாய்த்து பார்த்தார். பறந்து போகாமல் நின்று விட்டன கௌதாரிகள். அவருக்கு பட்டென்று கண்கள் இருண்டன. "ச்சூ...ச்சூ..." விரட்டினார். தொண்டையில் குரல் இல்லை. "உஸ்...உஸ்..." என்கிறமாதிரி திரும்ப திரும்ப காற்று ஒலிதான் வந்தது.

நல்ல பாடம் ஏறிய எறங்காட்டு கௌதாரி, 'உஸ் உஸ்' சத்தமே போது மானதாக இருந்து சரசரவென இணையை இழுத்துக்கொண்டு திரும் பவும் கூண்டுக்குள் வந்து நின்று கத்த ஆரம்பித்தது.

"கிக்குலிஞ்சான்... கிக்குலிஞ்சான்..."

•

மழிப்பு

‘‘**ஊ**ட்ல ரத்னவேல் இருக்கானா...’’

உத்திராம்பு ஏறெடுத்துப் பார்க்கவில்லை. அவள் இந்த வீட்டில் வந்து வாக்கப்பட்டதிலிருந்து, சித்திருட்டிலும் நிலந்தெளிந்த பொழுதிலும் விடிந்து வாசல் கூட்டுகிற நேரத்திலும் கேட்டுக் கேட்டு காது புளித்துப் போய்விட்டது. எத்தனை விதமான குரல்கள். எப்படி எப்படியான வார்த்தைகள்.

‘‘ஒங்க ஊட்டுக்காரன் எங்க புள்ள...’’ - இது வயதானவர்கள்.

‘‘அந்த ரத்னவேல் பய எங்க...’’ - நடுத்தர வயதுக்காரர்கள் கூப்பிடுவது.

‘‘ரத்னவேலயே பாக்க முடியில. எங்க பூட்டான்...’’ - இது முளைத்து மூன்று இலைக்கூட விடாத மிளகு சீரகங்கள், கைலிகட்டத் தொடங்கியிருக்கும் இளவெட்டுகளின் தெனாவெட்டு அழைப்பு.

‘‘அப்றம் என்னா உத்ராம்பு. எப்பிடியிருக்கற. வந்தா ஒரு வா சாப்புடுன்னு வா வார்த்தைக்குக்கூட சொல்லமாட்டங்கற. எதாவது ஒழுங்கா இருக்கானா. இல்லன்னா சொல்லு. ஒனக்காக ஒரு மெரட்டு மெரட்டுறன்... சரி அப்பறம்... ஊட்லியா இருக்கான்...’’ வீட்டில் ஆள் இல்லையென்பதை உறுதி செய்துகொண்டு, அவளை ஏற இறங்க மேய்ந்தபடி கேட்கும் பஞ்சாயத்துக்காரனின் இழைச்சல்.

‘‘அந்த கம்னேட்டி பய எங்க போயிருக்கான். வந்தா, சின்னவரு வந்து சண்டப் போட்டுட்டு போனார்னு, அகித்தியமா ஊட்டுக்கு வரச் சொல்லு’’ - அதிகாரத் திமிரில் வரும் அகங்காரக் குரல்.

‘‘**எ**ன்னா உத்ராம்பு, மெய்யாலுமே காது கேக்குலியா. ஊட்ல ரத்னவேல் இருக்கானா’’ கட்டையன் இரண்டாவது தடவையாக, கொஞ்சம் சத்தமாகக் கேட்டான்.

‘‘என்னா, அப்பிடி தல போற காரியம். சுடுதண்ணிய காலுல ஊத்திக்கிட்டு வந்து நிக்கிற மாதிரி கூப்டற...’’ நிமிர்ந்து, பீச்சக்கை

உள்ளங்கையில் விளக்கமாற்றை ஒக்கத்தட்டிக்கொண்டே கேட்டாள்.

''நீ வெளக்கமாத்த கையில எடுத்துக்கிட்டு கேக்கற வெதமே பயமா இருக்கு. எதுக்கு தேடுவாங்க...'' கோரைக்கரம்பாய் இருக்கும் மூஞ்சியைச் சொறிந்தபடி திரும்பவும் கேட்டான். ''ஆளு இருக்கானா''

''இருக்காரு... இருக்காரு... இன்னம் ஏந்திரிக்கில...'' குனிந்து கூட்டத் தொடங்கிவிட்டாள். சாணத்தரையைத் தவிர்த்த புழுதியில் வெள்ளையாயும், கருப்பாகவும் சிறு சிறு முடிகள். நொறுங்கிப்போன தூர்முள்மாதிரி தூள்முடிகள் மண்ணுக்கு சரிசமமாய் கிடந்தன. வீச்வீச்சென்று கிளம்புகிற விளக்கமாற்று விசிறலில் இடுப்பு, முகம், கழுத்து எல்லா இடத்திலும் படிந்து கோழிப்பேன் அரிப்பது மாதிரி உறுத்தியது. முனறியபடி கூட்டினாள், ''இந்த காடாத்து கருமாந்தரத்த எந்த தலமொறையில ஒழிச்சித் தலமொழுவறதுன்னு தெரியில... அப்பிடி ஏரி மோட்டப்பக்கம் போயி வெட்டிவுட்டா தரித்திரம் பூடும்னு, இங்க வாசல்லியே குந்தி வெட்றது. காத்துல பறந்து வந்து சுள்ளு சுள்ளுன்னு குத்துது...''

காற்றுவாட்டத்தில் புழுதி கட்டையன் பக்கம் திரும்பியதும், கூரைப்பக்கம் ஒதுங்கியபடி சொன்னான். ''அவன செத்த எழுப்பன். நா மின்னியே ஒரு தடவ வந்தன. நீங்க கதவக்குடும் தொறக்குல. செத்த எழுப்பு...''

''நா எழுப்புல. தூக்கத்துல எழுப்பனா, அது நாய் உழுந்து புடுங்கறமாதிரி வள்ளுன்னு உழுந்து புடுங்கும். அதோட சாயந்திரம் வந்து, காலையில ஓம் மொகத்துல முழிச்சன், குடிக்கத் தண்ணிக்கூடக் கெடைக்கிலன்னு கைய கால நீட்டும்...''

நிமிர்ந்து பார்க்காமல் குனிந்துகொண்டே சொன்னாள்.

எதிர்த்த மாதிரியிருந்த, ரெட்டி வீட்டு ஆரல் ஓரம் போய் குந்தினான் கட்டையன். இன்று எவ்வளவு நேரமானாலும் முடி வெட்டிக் கொண்டு, முகச்சவரம் செய்து கொண்டுதான் போகவேண்டும் என, ஆரல் சுவரில் சாய்ந்துகொண்டு ரத்னவேலின் வீட்டைப் பார்த்தபடியே இருந்தான். அவனுக்கும் அலுத்துப் போய்விட்டது. வாரம் பத்துநாளாய், உடங்கட்டி பார்த்தும் ரத்னவேலை பிடிக்கவே முடியவில்லை.

''இப்பதான் எங்க அப்பா டீக்கடையப் பக்கம் போனாரு'' ரத்னவேலின் சின்ன மகள் பேச்சைக் கேட்டு, போனஅடி மறையாமல் போய் பார்ப்பான். ''இங்கதான் நின்னான்''. ''இப்பதான் பாத்தன்.'' நெருப்பை மிதித்த அவசரத்தில் சொல்வார்கள். எங்கு போய் தொலைவானோ, சிட்டாய் பறந்துவிடுவான். தேடித்தேடி விசாரித்து அலுத்துப்போய்விடும். வீட்டுக்கு வந்து காலை பழையதை பார்த்துக்

கொண்டு போகலாம் என்று வந்தால், பகமாத்தலாய் போய்விடும். ''அப்பறம்... நாளைக்கிதாம் பாக்கணும்.''

''எங்கியும் அலையாத நேரா மோகாம்பரிக் குப்பத்துக்குப் போ. நெகாயா அங்கதான் ஆளு இருப்பான்.'' கறாராய் சொல்வார்கள். அங்கேயும் என்ன லட்சணத்தில் இருக்கிறானோ என, கடந்து போய் பார்க்கிற வேலையையும் விட்டுவிடுவான்.

ரத்னவேலு இப்போதெல்லாம் இருளக்குறிச்சி மோகாம்பரிக் குப்பம் என கிளம்பிவிடுவதாக டீக்கடையில் பேசிக்கொண்டார்கள். அப்படித்தான் ரத்னவேலுவும் போய்க் கொண்டிருந்தான். இங்கு உள்ளூரில் செய்கிற வேலையெல்லாம் வெறுங்கையில் முழம் போடுகிற யேபாரம். ''எல்லாம் நெல்லுல பாத்துக்கலாம், மல்லாட்டையில பாத்துக்கலாம்... எங்க பூடப்போவுது ஒனக்குள்ளது, வேலய செய்யி'' என்று அவன் கூலியைத் தள்ளிப் போடுவார்கள்.

இருளக்குறிச்சி மோகாம்பரிக் குப்பத்தில் எல்லாம் அவனுக்கு ஏக மரியாதை. கையில காசி, வாயில தோசை என்கிறமாதிரி கத்தியை கையில் எடுப்பதற்குள், கத்திப் பெட்டி விரிப்பிற்குள் சில்லறைகள் வந்து இறங்கும். கண்டும் காணாததிற்கு கையில் புதுப்பிளேடோடு வருவார்கள். மருக்மருக்கென்று கையில் மைக்கத்தியைத் தேய்க்க வேண்டியதில்லை. சின்ன பைசா செலவில்லாமல், வாங்கி வரும் பிளேடை மடக்கு கத்தியில் செருகி இழுத்தால் மழமழவென்று பாயும். வேலை முடிந்ததும் ''வாடா உண்டையங்கிட்ட போய்ட்டு வருவம்'' கூப்பிடுவார்கள். உண்டையன் சரக்கு கிர்ரென்று ஏறும். அந்த போதை இறங்குவதற்குள் அடுத்த வேலை. அடுத்த போதை. பொழுது ஓகோவென்று ஓடும்.

பொழுதிறங்க வந்தால், வந்து மறிக்கும் உள்ளூர்க்காரர்களுக்கு தயாராய் பதில் வைத்திருப்பான். ''மோகாம்பரிக்குப்பத்துல நம்ல ஒல மூடி ஊட்ல ஒரு முக்கியமான காரியம்.'' ''இருளக்குறிச்சியில கீரிவாயரு ஊட்ல புண்ணியதானம்.''

''எதுக்கு அத இத சொல்ற. ஒனக்கு உண்டையங்கிட்டதான் முக்கியமான வேல இருக்கு. சரி போ. இங்க உள்ளூர்க்காரன்லாம் தாடியும் தப்புமா நிக்கறான். நாளைக்கி ஒனக்கு ஒண்ணுன்னா, மோம்பிரிக் குப்பத்தானும், இருளக்குறிச்சானும் வந்து நிக்கமாட்டான். இங்க இருக்கற உள்ளூர்க்காரன்தான் மின்ன வந்து நிப்பான். யோசிச்சி நட... சரி அது கெடக்கட்டும், காலையிலாவது வந்து பாக்கறன்'' அவன் போதை நிலையைக் கண்டு தாங்களாகவே ஒதுங்கி வழிவிடுவார்கள்.

கட்டையனுக்கு நீராகாரம் குடித்தால் தேவலை என்கிறமாதிரி குடலைக் குழப்பியது. இருந்தும் அவன் வீட்டுக்குப் போய்வர கொஞ்சமும் விருப்பமில்லை. இன்றைக்கும் ஆளை விட்டுவிட்டால்

அவ்வளவுதான். மருக் மருக்கென்று தாடையைச் சொறிந்துகொண்டான். அப்படியொன்றும் அடர்த்தியாய் கட்டை பாய்ந்து போய் இருக்கவில்லை. கம்மலில் அகப்பட்டு அங்கொன்றும் இங்கொன்று மாய் நிற்கிற கம்மம்பயிர்மாதிரி முடிகள். அடர்த்தியாக இருந்தாலும் போய்த் தொலைகிறது என்று கருகருவென தாடியாக வளர்த்து உருவி விட்டுக் கொண்டு நிற்கலாம்.

இருக்கிற நாலைந்தும் முகத்தை அரித்துத் தொலைக்கிறது. செடல் ஊசியால் குத்துகிற மாதிரி சில நேரங்களில் சுருக் சுருக்கென்கிறது. மூட்டைப்பூச்சி கடிக்கிற மாதிரி சில இடங்களில் நறுக்கென்கிறது. இதை விட தலை, பெரியபாடு. முன்னால் இருக்கிற நாலும் கண்ணில் வளைந்து வந்து கொம்பேறி மூக்கனாய்க் கொத்துகிறது. அனைத்தையும் உள்ளே தள்ளி, தலைப்பாகையை இறுக்கமாகக் கட்டினால், வியர்வை கிளம்பி யதும் மிளகாய் தூளை கொட்டி அரக்கிவிட்டமாதிரி தலையில் எரிச்சல் பற்றுகிறது.

எப்போதோ தடவுகிற எண்ணையினால் எந்தப் பலனும் இல்லை. முடியின் நுனிகள் செமட்டை பாய்ந்து, பாதாள சொரட்டின் கொக்கி களைப் போன்று எல்லாப் பக்கங்களிலும் மேல்நோக்கி வளர்ந்து கூர் பார்த்து கிடக்கின்றன. அழுக்கும், மண்ணும்,புழுதியும் ஏறி தலை கனம் கொண்டு விடுகிறது. எப்போதாவது துணி சோப்பைப் போட்டு தலை யைக் கசக்கினால், காட்டு வெள்ளம் போகிறமாதிரி தலையில் ஊற்றுகிற தண்ணீர், செக்கச் செவேல் என்று காலடியால் வழிந்தோடுகிறது.

பள்ளிக்கூடம், வேலைவெட்டிக்கு என்று வெளியூர் போகிற வர்கள் விதம்விதமாய் வெட்டிக்கொண்டு வருகிறார்கள். இவனுக்கு அந்த பாக்கியமெல்லாம் கிடைக்கவில்லை. மண்ணு பாலகன். வெளியூர் என்பது கமிட்டிக்கு, மல்லாட்டை ஏற்றிக்கொண்டு விருத்தாசலம் போனால்தான் உண்டு. அதுவும் ராத்திரியில் மல்லாட்டையை உடைத்து விட்டு, ராவோடு ராவாய் வண்டியிலேயே அனுப்பி விடுவார்கள். ரத்ன வேலாக பார்த்து எந்த லட்சணத்தில் வெட்டிவிட்டாலும் அவ்வளவுதான்.

திட்டக்குப்பம் சந்தைக்கு ஒருதடவை போனபோது வந்தது வந்து விட்டம் என்று கடையில் போய் குந்தியிருக்கிறான். இத்தனைக்கும் முகச் சவரந்தான். சுவரில் ஒப்புக்கு துணியை மார்மேல் போட்டிருந்த படத்தைப் பார்த்துக்கொண்டே நாற்காலியில் சாய்ந்திருக்கிறான். சில் லென்று நுரை. முகத்தில் படர்ந்தபோது சுகமாய்தான் இருந்தது. ஒரு பாக்கு கடிக்கிற நேரம்தான். கேவுருமாவை மூஞ்சியில் தடவிமுடித்து, ''எடு பத்து ரூபா'' என்றிருக்கிறான். இவனுக்கு திக்கென்று போய் விட்டது. எடுத்துக்கொடுக்கும்போது மனமே ஆறவில்லை. இந்த பத்து ரூபாய்க்கு, ஊரில் உச்சி வெயிலில் மாங்கு மாங்கு என்று களை

வெட்டுகிற சனங்களை நினைத்துக்கொண்டான். அதிலிருந்து நாலு நாள் இழுத்துப் பறித்தாலும் ரத்னவேலோடு சரி. கடையைப் பக்கம் கனவுகூட காண்பதில்லை.

சண்முகம் செட்டியை பார்த்தால்தான் இவனுக்கு ஆச்சரியமாக இருக்கும். எப்போது பார்த்தாலும் செட்டிமுகம் மழமழவென்றுதான் இருக்கும். கடையில் பிளேடு இருக்கும். செட்டிக்கு அலைச்சல் இல்லை. எடுத்து மிஷினில் மாட்டி நாலு இழுப்பு இழுத்துக்கொள்ளலாம். இவனும் அலைச்சலை மிச்சப்படுத்த, மிஷின், பிளேடு வாங்கி மாட்டி இழுத்துப் பார்த்தான். வகைதொகை தெரியாமல் இழுத்ததில், பில்லு செத்தி மாதிரி மூலைக்கு மூலை செதுக்கி ரத்தம் பிசிறியது. எரிச்சல் தாங் காமல், பச்சைத் தண்ணீரில் முகத்தைக் கழுவியதும், ரத்தக்கவுல் அடித்தது. அதோடு பிளேடையும் மிஷினையும், தலையைச் சுற்றி எரவாணத்தில் செருகிவிட்டான்.

''எந்த மிஷின்ல செட்டியார செய்யிற...'' கடந்து கேட்டும் விட்டான். செட்டி எரவாணத்தில் செருகியிருந்த ஒரு காட்டாமணி குச்சியை எடுத்தான். ''இதுதான் நம்ப மிஷினு'' என்று கடையில் இருந்த ஒரு பிளேடை எடுத்து குச்சியில் செருகினான். குச்சி, நடுவில் இறுக்கமாக நுழைந்ததும், இருபக்கமும் பிளேடு தாழ்வாக வந்தது. துணிசோப்பை முகத்தில் பூசிக்கொண்டு குச்சி மிஷினால் இழுத்தான். சின்ன கீறல் இல்லாமல் வழித்துக்கொண்டு வந்தது.

''எப்பா. மிஷின்ல மாட்டி இழுத்ததுக்கே எனக்கு தோலு வயிண்டு கிட்டு வருது. இதுமாதிரி குச்சியில மாட்டி இழுத்தா, கறி பேத்துக்கிட்டு தான் வரும்.'' கட்டையன் மிரண்டுவிட்டான்.

எதிர்வெயிலில் குந்தியிருந்தது வேர்த்து விறுவிறுத்தது. கட்டை யன் எழுந்து ரத்னவேல் வீட்டுப்பக்கம் வந்தான். உத்திராம்பு மண்ணும் மயிருமான குப்பைகளை அள்ளிக் கொண்டுபோய் குப்பையில் கொட்டிவிட்டு, கட்டையன் வருவதைப் பார்த்தாள். உள்ளே ரத்னவேல் செருமுகிற சத்தம் கேட்டது. உள்ளே திரும்பி கூப்பிட்டாள். ''எலேய் கமலு, நண்டு வூட்டு சின்னது கட்டையர் வந்துருக்கார்னு, ஒப்பன எழுப்புடா...''

உள்ளே கமலக்கண்ணனிடமிருந்து எந்த அரவமும் வரவில்லை... கொஞ்ச நேரம் கழித்து, கொட்டாவி விட்டபடி ரத்னவேல் வெளியே வந்தான். எச்சில் வழிந்து காய்ந்து கோட்டுவாய் காதுவரை வந்திருந்தது. தாடியைச் சொறிந்துகொண்டே, தண்ணிக்குடத்துப் பக்கம் போனான். கட்டையனுக்கு அவனைப் பார்த்த பிறகு கொஞ்சம் தெம்பாக இருந்தது.

''என்னா ரத்னவேலு, ஒன்ன பாக்கறது கடவுள பாக்கற மாதிரியிருக்கு...''

''வெத்தலையில தடவற சுண்ணாம்புக்கு வழியில்லன்னாலும், நாக்குல தேன் தடவறமாதிரி இந்தப் பேச்சுக்கு ஒண்ணும் கொறச்ச இல்ல...'' மிகவும் யோசித்தபடி நிதானமாக தூக்கத்தில் கட்டித்துப் போன கட்டைக்குரலில் கரகரத்து பேசியபடி, கைலியால் வளைத்து முகத்தை துடைத்துக்கொண்டான்.

கொஞ்சம் சலிப்பு கலந்தமாதிரி பேச்சு வந்ததும், பேச்சை மாற்ற கட்டையன் சிரித்தபடி சொன்னான், ''எந்த கோயிலுக்குப் போற ரத்ன வேலு, தாடிலாம் வளக்கற...''

''அட, நீ வேற ஏம்பா வவுத்து எரிச்சலக் கெளப்பற. நானும் பத்துநாளா செத்தக் குந்தி சேவிங் பண்ணிக்கலாம்னு பாக்கறன். ஒழிச்சல் படமாட்டங்குது. நீ வேற கோயில் கொளம்னு, இங்க ஊரு வேல செய்ஞ்சி கொட்டி வைச்சிருக்கற பணத்துல போவுலங்கற...'' நிற்க முடியாமல் சுவரோரம் குந்தினான்.

''அப்பிடி என்னாதான் மோம்பிரிக்குப்பத்துல குடுக்கறானு வோன்னு தெரியில. விடிஞ்சி ஏந்திரிச்சா கௌம்பிடுற. ஓய்வு ஒழிச எப்பிடிக் கெடைக்கும்.'' இவனும் பக்கத்தில போய் குந்தினான். குப்பென்று சாராய வாடை அடித்ததும் கேட்டான். ''நேத்து என்னா ஓவரா. இன்னம் வாட தூக்குது.''

''அட, நீ வேற ஏம்பா. நேத்து 'மண்ணுமுட்டு' ஊட்ல கரும காரியம். சும்மா ஒரு தம்ளரு புடின்னாங்க...'' சொல்லியபடி உள்ளே திரும்பினான். ''ஒரு செம்பு நீராரம் இருந்தா உப்புப்போட்டு எடுத்தா உத்ராம்பு. கொல எரியிது.''

உள்ளிருந்து படிகுவளையை நீட்டினாள். ஒரு வாய் ஊற்றி கொப் பளித்து முழிந்தான். தூக்கிக் குடிக்கையில் தடதடவென படிகுவளை நடுங்கியது. முட்டியில் தாங்கல் கொடுத்து நீட்டியிருந்த கைவிரல்களிலும் நடுக்கம் தெரிந்தது.

''மூத்தவரு ஊட்டு காரியத்துக்கு, கோயில் மோளத்துக்கு பாக்கு வைக்க நேத்திக்கே வரச்சொன்னாங்க'' உத்திராம்பு உள்ளிருந்து சொன் னாள்.

''ஆமா, அதுக்குத்தான் இப்ப மொதல்ல வேட்டிய எடுத்து கட்டிக் கிட்டு நிக்கணும். ஆயிரம்னு சொன்னா, ஐநூறுன்னு சொல்லி நானூற குடுப்பாங்க. வர்ற சொந்தக்காரங்கிட்ட நாமதான் பொண்ணியாப் போவணும். அதுலாம் லாகிப்படாது. அவுரு எங்க சுட்டாலும் என்ன சுடுட்டும். அவுரையே எங்கியாவுது பாக்கு வைச்சிக்க சொல்லு.''

கட்டையின் பக்கம் திரும்பினான் ''பெரிய பஞ்சாயத்துகாரரு, நம்ப சாமியாரு மொவனுக்கு என்னா தெரியாது. கொசுவாயங் கெழவர் செத்ததுக்கு இருவது ரூவா குடுக்கறாரு. இதான் மொறையான்னு

கேட்டுட்டாப் போதும். கைய கால முறிக்கறன்னு துள்ளுவாரு. ஒண்ணு காரியங்கவையில பத்து ரூவா வருதா... கூலியாவுது நெறமா குடுக்கறாங் களா... ஏதோ ஊருக்காரங்கன்னு நாம போறம். மோளம் அடிக்க வர்ற வெளியூர்க்காரங்கூடவா பேசாம போவான்?''

ரத்னவேல் மூச்சு வாங்கப் பேசினான். சுட்டுவிடுவது மாதிரி நீட்டிப்பேசிய அவன் விரல்கள் அதிகமாக நடுங்கின. கட்டையனால் குந்தியிருக்க தரிக்கவில்லை. ரத்னவேல் வேறு எதாவது பேச்சை எடுத்து விடுவானோ என்று பயந்து முந்திக்கொண்டான் ''அப்பறம் என்னா ரத்னவேலு, பசி வேற எடுக்குது.''

ரத்னவேல் ஒன்றும் புரியாதமாதிரி சாவகாசமாக கேட்டான். ''என்னா சேதி வந்தது...''

கட்டையனுக்கு கோபம் பொத்துக்கொண்டு வந்துவிட்டது. 'ஓங்கிட்ட எதுக்குடா வருவான். இப்பதான் கேழ்வி மயிரு கேக்கற...' என கேட்க நாக்கு துடித்தது. காரியம் கெட்டுவிடும் என்று சுழியை அடக்கிக் கொண்டு சாந்தமாக சொன்னான், ''இன்னக்கி நாலஞ்சி நாளா தேடிக் கிட்டுக் கெடக்கறன், முடி வெட்டிக்கிலாம்னு.''

கொஞ்சநேரம் ரத்னவேல் ஒன்றும் பேசவில்லை. பெருமூச்சு விட்டபடி குந்தியிருந்தான். உத்திராம்பு யேனங்களை பொறுக்கிக் கொண்டுபோய் சடசடவென போட்டாள். எதிர்த்தாற்போன்று கட்டி யிருந்த ஆட்டுக்கிடாய், பொட்டை ஆட்டின் பின்பக்கமாய் மோந்து பார்த்துவிட்டு, உதட்டைத் தூக்கி பல்லை இளித்தது. மொப்பு நாற்றம் அடித்தது.

''அகித்தியமா ஒரு ஊருக்குப் போவணும். மூஞ்சி வேற அரிக்கிது'' கட்டையன் சொல்லிக்கொண்டிருந்தான்.

''ஆமப்பா, என்னக் கண்டாதான் ஒங்குளுக்கு அகித்தியமா ஊருக்குப் போற வேல இருக்கும். மூஞ்சி மொகரல்லாம் அரிக்கும்'' வெடுக்காக ரத்னவேல் சொன்னான்.

பட்டென்று துண்ட்ரிக்கமாய் பேச நினைத்த கட்டையன் அடக்கிக் கொண்டான்.

பிறகு இறங்கியது மாதிரி ரத்னவேல் பேசினான். ''கத்தி வேற சாண புடிக்கில. கையிலியும் அஞ்சி காசிக்கி வழியில்ல...''

கட்டையனுக்கு பக்கென்று போய்விட்டது. இன்றைக்கும் கம்பி நீட்டி விடுவானோ என்று பயம் கவ்வியது. கட்டையன் கறாராகச் சொன் னான். ''இங்க பாரு ரத்னவேலு, நாலஞ்சி நாளா ஒன்னத் தேடித் தேடி அலுத்துப் போவுது. காலங்கோலமா போயி ஒரு வேலய செய்ய முடியில. சாணம் புடிக்கணும், மூத்தரம் புடிக்கணும்னு சொல்லிக்கிட்டு நிக்காத. கொடுவா கத்திய எடுத்து கழிச்சி வுட்டாலும், மேல இருக்கற

மயிரு கீழ உழுணும்...

''சரி, நா ஏரிக்கிப் போய்ட்டு வரன். நீ ஊட்டுக்குப் போய்ட்டு வா.'' கீழே தெம்புக்கு கையை ஊன்றி ரத்னவேல் எழுந்தான். கட்டையனுக்கு வீட்டுக்குப் போக மனமில்லை. இப்படி ஏரியப்பக்கம் போக்குக்காட்டி மோகாம்பரிக் குப்பத்துப் பக்கம் கிளம்பிவிட்டால் என்ன செய்வது என்று மரிமாறிக்கொண்டு நின்றான்.

ரத்னவேல் தெருவில் இறங்கியபோது, எதிரில் வந்த நடுப்பையன், ரத்னவேலைப் பார்த்ததும், திடுமென ஞாபகம் வந்ததுபோல் மூஞ்சியை சொறிந்தபடி நின்றான். ''ஒன்னதான் பாக்கலாம்னு வந்தன் ரத்னவேலு...''

ரத்னவேல் பரிதாபமாகச் சொன்னான், ''வேற எங்கியோ போன. ஆம்படையான கண்டதும் தாலி ஞாபகம் வந்தமாதிரி என்னப் பாத்ததும், ஒன்னதாம் பாக்க வந்தங்கற...''

''சரி அப்பிடித்தான் வைச்சிக்கன். ஆனா ஒண்ணு, நீ இருளக்குறிச்சி, மோகாம்பரிக்குப்பம் பக்கம் போயி நெல்லா பேசக் கத்துக்கிட்ட...'' நடுப்பையன் சொல்லிவிட்டு சிரித்தான்.

''யாரப் பாக்கறதாயிருந்தாலும் மொதல்ல ஏரியப்பக்கம் போய்ட்டு வந்தப்பறந்தான்.''

நடுப்பையனைப் பொருட்படுத்தாமல் ரத்னவேல் ஏரியப் பக்கம் போனான். பின்னாலேயே தாடையைச் சொறிந்தபடி கட்டையன் போனான். திரும்பிப் பார்த்துவிட்டு கட்டையன் சொன்னான். ''நீ ஊட்டப்பக்கம் போய்ட்டு வாயன்.''

''இல்ல, நானுந்தான் வருணும். விடியாத கண்ணத் தொடைச்சிக் கிட்டு, ஒன்னத் தேடிக்கிட்டு வந்தவந்தான்'' ஏரிக்குப் போவது ஒருபக்கம் என்றாலும், ரத்னவேலை விட்டுவிடக்கூடாது என்பதில் உறுதியாக இருந்தான்.

''ஒண்ணும் சூத்தப் புடிச்சிக்கிட்டு வராதப்பா. ஊரவுட்டு ஓடிட மாட்டன்...'' கடுப்பாகச் சொல்லிக்கொண்டே, பஞ்சாயத்து போர்டு கட்டிடத்தைத் தாண்டி செடி மறைவில் போய் குந்தினான்.

ரத்னவேல் சொல்வதற்குள் இவனாகவே ஒரு கல்லைத் தேடி எடுத்துப் போட்டுக் குந்தினான். ஏரிக்குப் போய்விட்டு வந்து, டீக்கடை அங்குமிங்கும் இழுத்தடித்து, கடைசியில் இங்கு வந்து குந்துவதற்குள் வெகுநேரமாகி, கட்டையனுக்கு கண்ணாம்பு சுற்றுவதுபோல் ஆகி விட்டது. அதற்குமேல் ரத்னவேலுக்கு, அங்குமிங்கும் ஓடுவதும், நிற்பதும் ஒன்றும் யோசனை புரியாதமாதிரி திகைமாறி நின்று கொண்டிருந்தான். கைகால்கள் பரபரவென இருப்பதுமாதிரி விரல்களை மடக்குவதும் முறுக்குவதுமாக இருந்தானே ஒழிய, கத்திப் பெட்டியை

தொடுவது மாதிரி தெரியவில்லை.

''என்னா ரத்னவேலு, கண்ணோவு கொண்ட பிலி மாதிரி நிக்கிற. என்னா யோசன'' குந்திக் குந்திப் பார்த்துவிட்டு கடந்துபோய் கேட்டான்.

''அட நீ வேறப்பா. மோம்பிரிக் குப்பத்துல அவசரமா வரச் சொன்னாங்க. போனா ஏதாவது வருமுடி கெடைக்கும்'' சப்புக்கொட்டிக் கொண்டு ஈவு புரியாமல் நின்றுகொண்டிருந்தான்.

''எல்லாம் போய்க்கிலாம். மொதல்ல கத்திப் பொட்டிய எடுத்தா...'' கட்டையன் அவசரப்படுத்தினான்.

உத்திராம்பு இரட்டைக்குடமாய் தண்ணீரைத் தூக்கிக்கொண்டு வந்து சிமிட்டித் தொட்டியில் ஊற்றினாள். வெறுமனே குந்தியிருக்கிற கட்டையனையும், கையைப் பிசைந்துகொண்டு நிற்கிற ரத்னவேலையும் பார்த்துக்கொண்டே போனாள். பித்துப் பிடித்தவன் மாதிரி தலையைச் சொறிந்துகொண்டு, ரத்னவேல் பட்டென்று வீட்டிற்குள் நுழைந்தான். நுழைந்தவனிடமிருந்து 'கீச்சா ராமா' என்ற எந்த சத்தமும் வரவில்லை.

குந்தியிருந்து, பொறுமையிழந்துபோய் கட்டையன் கூப்பிட்டான் ''ரத்னவேலு...''

''அட இருப்பா. பையில வைச்சிருந்த சீப்ப எங்க எடுத்துப் போட்டுதுவோன்னு தெரியில. இந்த கருமாந்தர ஊட்டுல, எத்தினி சீப்பு இருந்தாலும், இந்தப் பையில இருக்கறததான் எடுக்குதுவோ. எடுக்கறத எடுத்த எடத்துல வைச்சாதான...'' உள்ளே புலம்பிக்கொண்டிருந்தான்.

''என்னடா மாப்ள, ரத்னவேலுக்கா முடிவெட்டி உடப்போற. அப்பிடியே நம்ப பையன வந்து பாத்துட்டுப் போயன். சடமுடி வளத்துக் கிட்டு நிக்கிறான்'' நடுக்குப்பம் சின்னத்தம்பி மாமன் கிண்டலாய் சொல்லிக்கொண்டே வடக்கே தெருவில் போனார்.

கட்டையன் 'மொள்ள மாட்டாமல் முழுங்க மாட்டாமல்' குந்தியிருந்தான். முந்திரிக்கு ஏர் ஓட்டுகிற வேலை நடந்து கொண்டிருக் கிறது. எழவு கொத்த ஆள் போயிருக்கிறது. 'இந்த கட்ட கமினேட்டி எங்கப் போச்சி' என அப்பன் முந்திரித் தொங்கலில் நின்று பாட்டுவிட்டு அடித்துக்கொண்டிருப்பான்.

மறுநடையும் வந்துவிட்டாள் உத்திராம்பு. தண்ணீர் ஊற்றுகிற அரவம் கேட்டும் உள்ளிருந்தபடி கத்தினான், ''இந்த பையில இருந்து சீப்ப யாரு எடுத்தது... ஓங்கள...'' பல்லைக் கடிக்கிற சத்தம் கேட்டது.

''இங்க யாரு எடுத்தா. எங்கையாவது வேல செய்ஞ்ச எடத்துல, போதையில உட்டுட்டு வந்துருப்ப...'' மொக்கென்று வெறுங்குடத்தை எடுத்து இடுப்பில் வைத்துக்கொண்டு தெருவிற்குப் போனாள்.

முனறியபடி ஒரு கையில் கத்திப் பெட்டிப்பையும், மறு கையில் ஒரு பெரிய சீப்புமாய் எடுத்துக் கொண்டு வந்தான். அந்த சீப்பு, கொள்ளாத

அளவிற்கு வெறும் மயிர். பையை கக்கத்தில் வைத்துக்கொண்டு முடி களைப் பிடுங்கினான். குறியாகப் பிடுங்க முடியாமல் கைகள் நடுங்கின. ''ச்சீய்'' என வெறுப்பில் சொல்லியபடி பல்லைக் கடித்துக் கொண்டு இழுத்துப் பிய்த்தான். பிய்க்கப் பிய்க்க மயிர் வந்து கொண்டேயிருந்தது. ''சீவி முடிச்சப்பறம் இந்த பொக்கிஷத்த புடுங்கி எட்டப் போடக் கூடாதுன்னு இதிலியே வைச்சிருக்குதுவோ'' எல்லாவற்றையும் பிய்த்து உருவி, உருண்டையாய் உருட்டி வேலியோரம் போட்டுவிட்டுவந்து கிண்ணத்தை எடுத்தான். தொட்டியில் இருந்த புதுத்தண்ணீரை மொண்டு கொண்டுவந்து வேண்டா வெறுப்பில் குந்தினான். குந்திய வேகத்தில் குப்பென்று சாராயவாடை கவ்வியது.

கல்லை எடுத்து வைத்துக்கொண்டு தேய்த்தவன், தேய்த்துக் கொண்டேயிருந்தான். கட்டையனுக்கு குந்திக் குந்தி சூத்து எரிச்சல் கண்டு விட்டது. அதைவிட அவன் குந்தியிருந்தது ஒரு அரை செங்காமட்டிக்கல். முள் முனையில் குந்தியிருப்பது மாதிரி உறுத்தியது. தேய்த்ததை பார்த்துக் கொண்டேயிருந்தான். சமயத்தில் கத்தி வாட்டம் சரியில்லாமல் பாய்ந்து கல்லில் கூர்முனை சிக்கியது. பொருத்தமில்லாத தேய்ப்பாக கூராவதும், கல்லில் சிக்கி மழுங்குவதுமாக போய்க் கொண்டிருந்தது.

''என்னா ரத்னவேலு, கத்திய தீட்றியா இல்ல மழுக்கிறியா...'' கிண்டலாய் கேட்டான்.

''ஆமா, நான் இப்பதான் புதுசா கத்தி தீட்றன். எனக்கு சொல்லிக் குடுக்கற...'' வெறுப்பாய் சொல்லிவிட்டு, கல்லை கீழே வைத்துவிட்டு, கத்தி முனையின் சுரத்தை கட்டை விரலால் தடவியது மாதிரி பார்க் கையில், எங்கு விரலில் கத்தி கிழித்துவிடுமோ என்கிறமாதிரி விரல்களும் கைகளும் நடுங்கின. கட்டையனுக்குப் பயமாய் போய்விட்டது.

''என்னா ரத்னவேலு, நேத்துலாம் நெல்ல சரக்கு போல்ருக்கு...'' ரத்னவேல் பச்சைச் சிரிப்பாய் இளித்தான். ''மோம்பிரிக் குப்பம் போய்ட்டா அதுக்கென்னா கொறச்ச. தெளியத் தெளிய ஊத்திக்கிட்டு இருக்க வேண்டியதுதான்.''

''கையி ஆடற ஆட்டத்தப் பாத்தாலே தெரியுத...''

''ம். அதுலாம் ஒண்ணுமில்ல.'' திரும்பவும் மைக்கத்தியை எடுத்துத் தேய்க்க ஆரம்பித்ததும், முதல் இழுப்பிலேயே சிக்கியது. தொடர்ந்து அவனால் தேய்க்க முடியவில்லை. உடம்பு சடசடப்பாக இருப்பது மாதிரி தெரிந்தது. கத்தியையும் கல்லையும் போட்டுவிட்டு முட்டியை தாங்கல் கொடுத்தபடி கைகளை நீட்டி பெருமூச்சுவிட்டான். கைகளின் நடுக்கம் நேரம் ஆக ஆக அதிகமானது மாதிரி தெரிந்தது. கட்டையனை கலவரமாக பார்த்தான்.

மோகாம்பரி குப்பம் சாராயம் அவனை வளைத்துப் போட்டிருந் தது. காலையில் பல் விளக்குகிறமாதிரி, அதில் வாய் கொப்பளித்துக்

கொண்டிருந்தவனுக்கு, இவ்வளவு நேரம் வெறுமனே இருந்ததும் ஆட்டம் காண வைத்துவிட்டது. இந்நேரத்திற்கு ஒரு எக்கு எக்கியிருந் தால், அது பாட்டுக்கும் கைகளும் விரல்களும் சொன்னபடி கேட்கும். வேலை பறக்கும். வகைதொகை கெட்டமாதிரி கட்டையனிடம் மாட்டிக் கொண்டுவிட்டோமோ என்கிறமாதிரி பேய்முழி முழித்தான்.

கட்டையனை அவனால் கழற்றிவிடவும் முடியவில்லை. நாளைக்கி ஊரில் இவனுக்கு ஏதாவது பிரச்சினையென்றால், எதிர்கத்தி பேச்சி போடுபவர்களில் முக்கியமான ஆட்களில் ஒருவனாக கட்டையன் இருந்தான். குட்டி கொலைச்சி நாய் தலையில் வைத்த மாதிரி நொளுவ கட்டையன் ''ரத்னவேலு, ஒரு மாதிரியாதான் இருக்கான்'' என ஒரு கல்லை எறிந்துவிட்டால் அவ்வளவுதான். ஒவ்வொருவரும் இவனைக் கூப்பிட அலைந்த அலைச்சலின் வலிவருத்தத்தையெல்லாம் இவனுக்கு எதிராகத் திருப்பி விடுவார்கள்.

''இதுக்குதான் சாணபுடிச்சப்பறம் பாத்துக்கலாம்னு சொன்னது...'' ரத்னவேல் பரிதாபமாகச் சொன்னான்.

திக்கென்றது கட்டையனுக்கு. ''என்னா ரத்னவேலு சொல்ற...''

''கத்திய எம்மாந் தீட்னாலும் சொரத்தே வரமாட்டங்குது'' நடுங்குற விரல்களை பிடித்து உருவிக்கொண்டே சொன்னான்.

''கை நடுக்கத்துல ஒண்ணும் சரியா தீட்ட முடியிலன்னு சொல்லு. அத வுட்டுட்டு சூத்துக் கழுவத் தெரியாதவன் ஏரிமேல கோச்சிக்கிட்ட மாதிரி பேசற...''

''அட, நீ வேற பைத்தியமா...'' ரத்னவேல் பரிதாபமாக சமாளித் தான்.

கட்டையனுக்கு வெறுத்துவிட்டது. கத்தி ஒரு பக்கமிருந்தாலும் இவன் ஆடுகிற ஆட்டத்துக்கு, ரத்தக்காவு வாங்காமல், முடிவெட்டிக் கொள்ள முடியாது என்கிறமாதிரி பயந்தான். சரி சாயந்திரமாய் பார்த்துக் கொள்ளலாம் என்றாலும் ஆள் கிடைக்க மாட்டான்.

ரொம்ப கறாராய் கட்டையன் கேட்டான், ''அப்ப இன்னக்கி ஒண்ணும் கதைக்கி ஆவாதுங்கற அதான...''

பட்டென்று இப்படிக் கேட்டதும் ரத்னவேலால் உடனடியாக பதில் சொல்ல முடியவில்லை. சிரித்தபடி இழுத்தான் ''ஆவாதுன்னு ஒண்ணுமில்ல...''

''அப்றம் என்னாதான் சொல்ற...'' கடுப்பாகக் கேட்டான்.

ரத்னவேலுக்கு கொஞ்சம் தயக்கமாகத்தானிருந்தது. இருந்தாலும் அவனால் சொல்லாமலும் இருக்க முடியவில்லை. ''ஒரு செத்த நேரம் இரன். ஒரடியா மோம்பிரிக் குப்பம் ஓடி வந்துடறன்.''

கட்டையனுக்கு புரிந்தாலும், கேட்டான் ''எதுக்கு...''

''ஒண்ணுமில்ல. நேத்திக்கி கொஞ்சம் அதிகமாப் பூட்டுது. இன்னக்கி சம்மா நீர் வெளாவறமாதிரி ஒரு தெளுவு போட்டாதான் பொறுத்தப்படும். இந்த நடுக்கம்லாம் அப்பதான் நிக்கும். போன அடி மறையாத வந்துடறன்'' ரொம்ப பரிதாபமாக சடசடப்பில் சொன்னான்.

''இந்த ஆட்டத்துக்குல்லாம், இதான் காரணமுன்னு எனக்கு மின்னியே தெரியும். என்னை பைத்தியம்னு சொல்லி, எனக்கே காது குத்தற'' கட்டையன் சிரித்தான்.

ரத்னவேல் முன்பைவிட கூடுதலாக படபடப்பில் இருந்தான். கட்டையன் யோசித்துப் பார்த்துவிட்டு சொன்னான் ''சரிசரி, நீ மோம்பிரிக் குப்பம் போனா வரமாட்ட. இங்கியே மெட்ராசாங்கிட்ட பாத்துக்கலாம் வா'' கட்டையன் எழுந்தான்.

''அங்க போனா ஓசுல பாத்துக்கலாம். இங்கன்னா முடிச்சி அவுக் கணும்.''

''என்னா, தெளுவுக்கு ஒரு கிளாசு போட்டா போதுமில்ல.'' போய் தொலைகிறது பத்துரூபாய், முடிவெட்டிக்கொண்டால் போதும் என்கிற முடிவிற்கு வந்திருந்தான் கட்டையன்.

''இப்பலாம் கிளாஸ் ஏது... எல்லாம் ஒற தான்.''

''எந்தக் கருமாந்தரமாவுது கெடக்கு. தெருவுக்கிட்ட வந்து நில்லு. நா போயி காசிய எடுத்துக்கிட்டு வரன். கூடவே இந்த கத்திப்பையையும் எடுத்துக்கிட்டு வா. அப்பிடியே அங்க வெட்டிக்கிட்டு, உத்திமாக் கொளத் துல உழுந்துட்டு வந்துடறன்...'' நொந்தபடி நடந்து தெருவுக்கு வந்தான்.

''வரும்போது சைக்கிளு இருந்தா செத்த எடுத்துக்கிட்டு வா. இந்த கல்லாம்பரிச்சி ரோட்டுல இம்மாந்தூரம் போய்ட்டு வர்றதங்காட்டியும் கால் சாரிப்போவும்'' நடுக்கத்தை மனதில் வைத்தபடி, ரத்னவேல் பையைச் சுருட்டினான்.

''**நா** மிறிக்கிறன...'' சைக்கிளை வாங்க வந்தான் ரத்னவேல். மடியில் பை உசுப்பலாகத் தெரிந்தது.

''இது ஆட்டங் கண்ட சைக்கிளு. நீ வேற ஆட்டங்கண்டு போயி நிக்கிற. நீ மிறிச்சினா, ரெண்டு பேரும் ஓடையிலதான் உருண்டுகிட்டு கெடக்கலாம். நீ ஒக்காரு...'' நொண்டியடித்து ஏறி குந்தி மிதித்தான். தட்டுத் தடுமாறி ஓடி கட்டை வண்டியில் எகிறி குந்துவதுபோல் குந்தி னான்.

''ஒன்ன சைக்கிள்ல குந்த வைச்சி, மிறிச்சிக்கிட்டுப் போய் சாராயம் வாங்கி குடுத்து, முடி வெட்டிக்கிற மாதிரி காலகோலம் ஆயிப்போச்சி...''

மருக்மருக்கென்று சைக்கிள் சத்தத்தினூடே சொல்லிக்கொண்டு மிறித்தான்.

''சும்மா இதுமாதிரிலாம் தப்பா பேசாத கட்டையர. வேணாம்னா எறங்கிடுறன், போய்டும்'' வீறாப்பு காட்டுகிற மாதிரி ரத்னவேல் சொன்னான்.

''தப்பு என்னா கெடக்குது வா...'' சைக்கிள் நறுக்குகளில் இறங்கி குலுங்கிப் போய்க்கொண்டிருந்தது.

'தடியாபுள்ளை' குடிமுந்திரியில் நாலைந்து பேரோடு மெட்ராசான் குந்தியிருந்தான். தொங்கலுக்கு வெளியே நின்றுகொண்டு, கையில் பத்து ரூபாயைக் கொடுத்தான். ''பட்டுன்னு பாத்துக்கிட்டு வா...''

''என்னா கட்டையரு இந்த பக்கம்...'' மெட்ராசன் சிரித்தபடி கூப்பிட்டான்.

''சும்மா இப்பிடி...'' என்று அங்கு நிற்கப் பிடிக்காமல் உத்திமாக் குளத்துப் பக்கம் போய்வரக் கிளம்பிவிட்டான் கட்டையன்.

முடிச்சிப் போட்ட ஒரு பிளாஷ்டிக் பையை வாங்கிவந்து தரையில் கிடந்த கிளையில் குந்தி, கடித்துத் துப்பினான். அண்ணாந்து பிடித்தபடி பையை அழுத்தினான். சர்ரென்று வாயில் பீச்சியது. சப்பிட்டமாதிரி பையைத் தூக்கி எறிந்தான் ரத்னவேல்.

காறித்துப்பினான். அது மெட்ராசான் மூஞ்சியில் துப்பியது மாதிரி யிருந்தது. அவனுக்குக் கொஞ்சம்கூட சரக்கு எடுக்கவில்லை. திருப்தி யில்லாததால் முகத்தில் வெறுப்பு வந்தது.

''என்னா மெட்ராசான் இது. பச்சத்தண்ணி மாதிரி ஒரு உப்பும் இல்ல, ஒரப்பும் இல்ல'' திரும்பவும் காறித்துப்பினான்.

மெட்ராசன் கம்மென்று குந்தியிருந்தான். ரத்னவேல் வெறுப்பில் பேசிக்கொண்டேயிருந்தான். ''ஒரு நாளைக்கி மோம்பிரிக் குப்பத்துல வாங்கியாந்து குடுக்கறன். குடிச்சிப்பாரு. அப்பிடியே எகிறும். நாலு குடிக்கிறவங்கூட ஒண்ணுலியே சொக்கிடுவான்.''

மெட்ராசானுக்கு முகம் சுருங்கியது. நேரம் பார்த்து குந்தியிருந்த ஒருவன் நசுக்கினான். ''மோம்பிரிக் குப்பத்து சரக்கு என்னா சரக்கு... சும்மா பறக்கும...''

மெட்ராசானுக்குத் தாங்கவில்லை. எழுந்தான். ரத்னவேல் திரும்பவும் காறியபடி சொன்னான். ''பத்து ரூவாய்க்கி பொறுமானமா இருக்குணும் மெட்ராசான். காசி என்னா ரோட்லியா கெடக்கு...''

மெட்ராசான் இறுகிய முகத்தோடு அடுத்த முந்திரித் தொங்கலி லிருந்து முடிச்சுப் போடாத ஒரு பையை எடுத்து வந்து ரத்னவேலிடம் நீட்டினான் ''இந்தா, இதக் குடிச்சிப் பாரு.''

சிரித்தபடி ரத்னவேல் வாங்கினான். வாய்ப்புறத்தை வாயில் நுழைத்து அப்படியே தலைசேரத் தூக்கிச் சாய்த்தான். வயிற்றுக்குள் போன அடுத்த நிமிடம் கிர்ரென்றது. அப்படியே குண்டுகட்டாய் ஆளைத் தூக்கியது. புயல் கிளம்பியது மாதிரி எகிறியது. ரத்னவேல் இந்த மாதிரி சரக்கை சாப்பிட்டதே இல்லை. கரகரவென்று வளைத்துக்கொண்டது.

மெட்ராசான் வெளிப்படையாகவே பேசினான், ''நம்ப ஆளு வுளுக்கு நெல்லத குடுத்தா ஏற்காது. பின்னம் ரெண்டு மாத்தரயப் போட்டாதான் அசல் சரக்கும்பான்...'' வேடிக்கை பார்த்தபடி முந்திரி வேரில் குந்தினான்.

ரத்னவேல் மெல்ல தடுமாறியபடி எழுந்திரிக்கப் பார்த்தான். அப் படியே குந்திய வாட்டத்தில் பின்னுக்கு சாய்ந்தான். பின் சுதாரித்து எழு முயற்சித்தவன், கவுந்தாங்கடையாய் விழுந்தான்.

உத்திமாகுளத்துப் பக்கமிருந்து வந்த கட்டையன் பதறியபடி ஓடிவந்தான்.

''என்னா ரத்னவேலு... என்னா ஆச்சி?''

''என்னா மயிருல இருக்கறான் ரத்னவேலு... நீலாம் என்னாடா படாச்சி. மோம்பிரிக் குப்பத்து படாச்சிவோதாண்டா படாச்சி. அவன் லாம் தொழிலாளிய காபந்து பண்றான். இங்க தொழிலாளி தோளுல ஏறி காதுல உடுறிங்க... எவன்டா எனக்கு ஒழுங்கா கூலியக் குடுக்கிறிங்க? எவன் படிய குடுத்திங்க? எனக்கு என்னாடா காணி பூமியா இருக்கு. நா ரெண்டு புள்ளிவுள வைச்சிக்கிட்டு எனுமா காபந்து பண்ணுவன்...''

போதையில் குழறிபயடி, எகிறிப்பேசி புரண்டுகொண்டு கிடந்தான். மடியில் இருந்த கத்திப்பெட்டி நழுவி புழுதியில் கிடந்தது. வாயெல்லாம் வழிந்த எச்சிலில் மண் ஒட்டிக்கொண்டது. பேசிக் கொண்டேயிருந்தான். கட்டையன் விக்கித்துப்போய் நின்று விட்டான்.

''இம்மாங் குடியானவன் இருக்கற ஊர்ல, ஒருத்தனாவுது என்ன நெனைச்சிப் பாத்திங்களா. ஏம் பொண்டாட்டிப் புள்ளிவள நெனைச்சிப் பாத்திங்களா. நம்பள நத்திதான இருக்கறான். அவம் பொழுது எப்பிடிப் போவும். காசி கன்னிய, படி பண்டத்த குடுப்பம்னு நெனைச்சிங்களா. நா என்னாடா கடனா கேட்டன். செஞ்ச வேலைக்கி கூலியதான கேட்டன். எவன் குடுத்திங்க... எவங் குடுக்கிறிங்க...'' மண்ணில் கையால் அடித்து அடித்துப் பேசினான். ''குடுக்கற மகராசன் மோம்பிரிக் குப்பத்துல இருக் கறான். அங்க போறன்... ஏண்டா போறன்னு எதுக்குடா கேக்குறீங்க...''

கட்டையனுக்கு ஆத்திரமாகவும் அவமானமாகவும் இருந்தது. குடிபோதையில் உளறுகிறவனிடம் என்னபோய் பேசுவது. அதைவிட அவன் வீட்டு படிநெல்லே இன்னும் கொடுக்கப்படாமல் இருந்தது அவன் பேசுவது பாரையால் செருகி இழுப்பதுபோல் அவனுக்குள் வலி தெறித்தது.

அப்படியே அவனை விட்டுவிட்டுப் போகவும் கட்டையனால் முடியவில்லை. காலையிலிருந்து அவனுக்காக அலைந்த அலைச்சலை எண்ணி நொந்தபடி கிட்டப் போனான். கீழே கிடந்த கத்திப்பெட்டியை எடுத்துக்கொண்டு அவன் கையைப் பிடித்துத் தூக்கினான்.

''யார்ரா அது...'' உடம்பை ஒரு குலுக்கு குலுக்கியபடி லேசாய் கண்களைத் திறந்து மூடியபடி கேட்டான்.

கத்திப்பெட்டிப்பையை சுருட்டி அவன் கையில் திணித்தபடி கட்டையன் சொன்னான் ''எலேய்... என்னாடா இது. என்னாடா சொல்லிக் கிட்டு வந்த. நா வேற வேலய போட்டுட்டு இன்னைக்காவது வெட்டிக் கிலாம்னு...''

கட்டையன் வார்த்தையை முடிக்கவில்லை. படக்கென்று மின்னல் ஓடியது மாதிரி ரத்னவேல் உடம்பில் ஒரு சொடுக்கு சொடுக்கியது. கையில் திணித்த கத்திப் பெட்டியை பட்டென்று பிடுங்கி, படுத்த நிலையிலேயே தூக்கி எறிந்தான். ''ஆமா, மயிர வெட்றான்... போடா...''

கத்திப்பெட்டிபை முந்தரிச்சருகில் ஓடி பொத்தென்று விழுந்தது.

●

ஏவல்

எதிர் வெயில் கசக்கிப் பிழிந்தது. பேங்கு ரெட்டி வேர்த்து விறுவிறுக்க நடந்து கொண்டிருந்தான். வியர்வை பொங்கப் பொங்க அவனுக்கு ஆவல் தாங்கவில்லை. நடையை எட்டிப் போட்டான். மிதமிஞ்சிய உப்பு நீர் வியர்வையாக வெளியேற உடம்பு கனம் குறைந்து லேசாகிற மாதிரி இருந்தது. உடம்பும், மனசும் கலகலவென்று ஆகிறமாதிரியான இந்த நடைக்காகவே பேங்கு ரெட்டி மீண்டும் ஆலடி வெளியில் நிலபுலன் களை வாங்கிப் போட்டிருந்தான்.

இந்த நிலபுலன்களை உள்ளடக்கியிருக்கும், இந்த ஆலடிதான் இவனுக்கு சொந்த ஊர். இவனுக்கு பேரும் ராமலிங்கம்தான். இவன் அப்பன் சுந்தர் ரெட்டிக்கு, வாய்தாவே ஆயிரக்கணக்கில் வருகிற மாதிரி யான பரந்த நஞ்சை புஞ்சை. அது ரெட்டிகள் கொடிகட்டிப் பறந்த காலம். அதுவும் சுந்தர் ரெட்டிக்கு கொஞ்சம் செல்வாக்கு அதிகம். தெருவில் நடந்தால், எதிர்ப்படும் ஊழைக்கும்பிடுகளுக்கு தலையசைத்தே மாளாது.

அதிகாரமும் செல்வாக்கும் சேர்ந்த இறுக்கில் குந்தி தின்றதிலும், கூத்தியா வீட்டுக்கு பொட்டு வண்டி கட்டிக்கொண்டு அலைந்ததிலும், சரசரவென சுந்தர் ரெட்டி இறக்கத்திற்கு வந்துவிட்டான். கடைசியில் அடியில் கண்ட அசையும் மற்றும் அசையா சொத்துக்கள் யாவும் படை யாட்சிகளுக்கு பெயர் மாற்றம் ஆகிவிட, சுந்தர் ரெட்டி தலையில் அடித்த மாதிரி நின்றான்.

வாழ்ந்து கெட்ட குடும்பம் வறவோட்டுக்கும் கூட மிஞ்சாது என்கிற மாதிரி இடிந்து சிதிலமடைந்து கிடக்கும் சுற்றுக்கட்டு வளைவு வீட்டின் உத்திரங்களையும், துயிலங்களையும் விற்று, சீவனம் போக்கிக் கொண்டி ருக்கும்போது, சின்னத் தம்பு ராமலிங்க ரெட்டி படிப்பை முடித்திருந் தான். மேல்கொண்டு படிக்க வக்கில்லாமல், சாய்வுத் திண்ணை கொண்ட குறட்டின் வெடிப்பில் முளைத்த நெருஞ்சிச் செடியின் பூக்களை கிள்ளிக் கொண்டு, அதிகாரங்களையும், செல்வாக்கையும் இழந்து குட்டிச்சுவராய் கிடக்கும் வீட்டையும் வீட்டு நிலைமையையும் பார்த்தபடி குந்தியிருந்த

போது, அவனுக்கு வாழ்வு ஓலை வந்தது. வங்கியில் மிகப்பெரிய பொறுப்பில் இருந்த தன் சாதிக்காரரின் தயவில் இவனுக்கு வங்கி வேலை கிடைத்தது. ஆரம்பத்தில் விருத்தாசலம், திருமுட்டம் என கடந்து, கடைசியில் உளுந்தூர்பேட்டையில் வேர்களை நிரந்தரமாய் பாய்ச்சிக் கொண்டான். பேங்கு ரெட்டியாய் பெரும்பேருக்கு மாறினான்.

வங்கியில் இரவல் ஆட்டுக்கும், வெட்டாத கிணற்றுக்கும் கெஞ்சிக் கூத்தாடுவது பெரிய அதிகாரியிடந்தான் என்றாலும் கடைசியில் பணத்தை ஆலம் இலையாய் மொடமொடப்பு தாளில் எண்ணிக்கொடுப்பது இவன் தான் என்பதால், கடவுளாய் கையெடுத்துக் கும்பிட்டு வாங்கிப் போகையில், பழைய பரம்பரை செல்வாக்கு மீண்டும் துளிர்த்துக் கொண்டதாய், மகிழ்வில் ஓட்டினான்.

வேலை வாங்கிக் கொடுத்ததற்கு நன்றியாக,சாதிக்காரரின் பெண் ணைக் கட்டிக்கொண்டான். எதற்கும் குறைவில்லாத, இரண்டு ஆணும் ஒரு பெண்ணுமாய் பெற்றுக்கொண்ட பெருவாழ்வு. மகன்கள் பெரிய பெரிய வேலைக்கு படித்தும், தொற்றியும் கொண்டார்கள். அப்பனைத் தாண்டி திரவியத்தை அள்ளிவந்து கொட்டினார்கள். எட்டடுக்கு மாளிகை யிலிருந்து மருமகள்கள் எட்டி எட்டிப் பார்த்தார்கள். எடைக்கணக்கில் நகைகளையும், திரேகம் குலுங்காமல் போகும் காரையும் சீதனமாக வாங்கிப் போன மகள், கணவனை ஆட்டிப்படைத்துக்கொண்டிருந்தாள்.

நெடுங்காலம் அதிகாரம் மற்றும் செல்வச் செழிப்பில் திளைத்துக் கொண்டிருந்ததின் முடிவில், அவனுக்கு ஓய்வு ஓலை வந்தது. கை நிறைய காசோலைகளும்,கழுத்தில் மாலைகளுமாய் வீட்டுக்கே கொண்டுவந்து விட்டுவிட்டுப் போனார்கள். மரியாதை புகழ் செல்வாக்கு யாவும் பொட்டென்று குறைந்து போனது. ‘‘என்னாங்க பேங்க பக்கம் ஆளக் காணம்...’’ விசாரிக்கையில் காலாவதியான இவன் கதையை சொல்லக் கூசியது. பணம் கிடக்கட்டும், கண்ணாடிகளும் கம்பிகளும் ஆன கூண்டுக் குள் வளைவு நாற்காலியில் குந்தி, மின்விசிறியில் காற்று வாங்குகையில், எதிரில் வேர்த்து விறுவிறுக்க நின்று கொண்டிருப்பவர்களின் பார்வையில் தெரிந்த தன் பிரமாண்டம் கலைந்து, வீட்டுக்குள் வெள்ளைச்சுவர்களை வெறிக்கப் பார்த்தபடி குந்தியிருப்பது, திராவகமாய் துளைத்தது.

கணவன்களின் சம்பாதிப்பையே செலவழிக்கத் தெரியாமல் திகைமாறிக் கொண்டிருந்த மருமகள்களுக்கு, மாமனாரின் சேமிப்புகள் மீது நாட்டமில்லாமல் போனது. சீந்துவாரில்லாமல் குந்த வேண்டிப் போய்விட்டது. ஆயிரம் கொட்டி வைத்திருந்தாலும் பக்கத்து வீட்டுக் காரன்கூட ஏறெடுத்துப் பார்க்காத பொக்கை விழுந்த வாழ்க்கை கசந்து விட்டது. குந்தி குந்தி தின்றுகொண்டிருந்தால், உடம்பு சற்று கூடியதில் சக்கரை, அழுத்தம் என பயங்காட்டியது. எதிரில் மரியாதை நிமித்தங்கள்

எதுவுமில்லாது, உடம்பின் இளைப்பிற்காகவும், வியர்வைக்காகவும் மட்டுமே மேற்கொண்ட அவன் நடைகள், நடைபிணமாக இருந்தது.

குந்தி யோசித்ததின் விளைவுதான் இது. நிச்சயிக்கப்பட்ட நட்டந்தான் எனினும் நான்கு பேர் கவனிக்க வைத்து அதிகாரஞ் செய்ய, உடம்பிற்கும் மனதிற்கும் தோதாய் நித்தம் மரியாதை நடை நடக்க முடிவுக்கு வந்தான். ஏறின விலைதான். பிறந்து வளர்ந்த ஆலடி வெளியில் ஐந்து ஏக்கர் நிலமும் மா, தென்னை, பலா எனக் கூடிய களத்துமேடும், சக்காது இறைத்துக் கொண்டிருக்கும் நீர்மோட்டார் மற்றும் வாய்க்கால் தண்ணீரில் குளித்துவரும் சில்லென இளங்காற்றில் கட்டில் ஓய்வு. "எத்தினி பேரு முண்டம் கள வெட்னிங்க" "எதுக்குடா தண்ணி கட்ன" "யாரக் கேட்டுட்டு தண்ணிவுட்ட" "நாய, ஏண்டாத் தலய சொறியற..." ஏவலிட பணியும் கூலிகள். இவனுக்கு அதிகாரப் பெருமை.

வேலைக்கு வருகிற கூலி சனங்கள், மணிக்கணக்கு மற்றும் வாரக் கணக்கில் கப்பம் செலுத்தும் கொல்லைக்காரர்கள். கொடுப்பதும் வாங்குவதும் கண்ணாடிக் கூண்டுக்குள் இருப்பது போன்ற மகிழ்வு இருந்தது. காலையில் எழுந்தால், வங்கி வேலைக்குப் போவதுபோன்று, கையில் எடுப்புச் சாப்பாடு. பேருந்தில் கண்ணைச் சொக்கும் குட்டித் தூக்கம். ரோட்டிலிருந்து இறங்கி காலை வெயிலில் வேர்த்து விறுவிறுக்க நடை. மாலையில் திரும்ப அதே நடை. உடம்பு இயல்புக்கு வந்து, புதுவாழ்வு தொடங்கியது மாதிரி பூரிப்பு. மனதில் துள்ளல்.

எல்லாவற்றிற்கும் மேலாக நிலபுலன்களை கவனித்துக் கொள்வதற்கு பொறுப்பான ஆளாக சக்கரை வாய்த்தான்.

வாய்க்காலின் தண்ணீர் வரத்து குறைந்திருந்தது. சக்கரை அவசரமாய் வாய்க்கால் மேலயே ஓடினான். கடைசி வரை வாய்க்கால் எங்கேயும் உடையவில்லை. மோட்டார் நின்றிருந்தது. ரெண்டாலங்கெட்ட நேரத்தில் மோட்டார் நின்றிருந்தது, சந்தேகமாயிருந்தது. ஒவ்வொரு கட்டையாய் பிடுங்கிப் பார்த்தான். எல்லாக் கட்டையிலும் கம்பிகள் நன்றாக இருந்தன. கிழக்கால கட்டையின் விளக்கை போட்டபோது விளக்கு செத்துப்போயிருந்தது. ரோட்டோரக் கம்பங்களின் சிமிட்டிக் கட்டை மீதிருந்த பெட்டியை நோக்கி ஓடினான்.

பெட்டியில் உயிர் இருக்கிறமாதிரி உறுமல் சத்தம் கேட்டது. இவன் பக்கம் பிரிகிற கம்பியில், பீஸ் பழுத்து துண்டாகிப் போயிருந்தது. வேலி மறைவில் போட்டிருந்த துண்டு கம்பியை கம்பத்தோர குழாயில் செருகித் திருப்பினான். பெட்டியின் உறுமல் நின்றிருந்தது.

"யார்ரா அவன் தண்ணி கட்ற நேரத்துல பொட்டிய நிறுத்தனது..." மேற்கே நெம்பிலி ரெட்டி கொல்லையிலிருந்து கத்தல் சத்தம் கேட்டது.

''நாந்தாண்டா நிறுத்தனன். எம் பக்கம் வர்றது பீஸ் பூட்டுது...'' சொல்லியபடி ஏறினான். உயிரற்ற பெட்டியைத் தொட்டதும் பயமாகத் தான் இருந்தது.

அவனுக்கு இந்த வேலையெல்லாம் அத்துபடியானவை. ''பேங்கு ரெட்டிக்கு எல்லா வேலைக்கும் தோதான ஆளுதான் கெடைச்சிருக்கான்.'' இவன் காதுபடவே பேசிக் கொண்டார்கள். சக்கரை பார்ப்பதற்கு நரம்பு மாதிரிதான். வேலையில் பெரிய ஆள். அப்பனுக்குத் தப்பாத பிள்ளை மாதிரி, இவனும் பண்ணயம் பார்க்க வந்துவிட்டான்.

அவன் அப்பன் 'தலையாட்டி', தலைவர் ரெட்டி கொல்லையில் மோட்டார் ஓட்டுகிறான். 'தலையாட்டி' இவனைப் பள்ளிக்கூடம் அனுப்ப எவ்வளவோ கெசக்கரணம் போட்டுப் பார்த்துவிட்டான். இவனுக்கு கொல்லையில் கூலிவேலை செய்வதுதான் பிடித்தமானதாக இருந்தது. ''போய்த் தொலையிது'' என கூடக்கூட்டிப் போக ஆரம்பித் தான்.

வடக்கில் பேச்சரவம் கேட்டது. உயரே இருந்தபடி பார்த்தான். கையில் கட்டக்கொட்டு, மண்வெட்டிகளுடன், கோடு அடித்தமாதிரி பத்து பேருக்கு மேல் வரப்பில் வந்துகொண்டிருந்தார்கள். ஒவ்வொரு வரின் நிழலும் மேற்கே மரவள்ளிச் செடிகள் மீது விழுந்து மடங்கி கூடவே வந்துகொண்டிருந்தது.

இத்தனை ஆள் வேண்டுமென்று போய் சேதியை காதில் போட வேண்டியதுதான். போட்டா போட்டியில் ஆலடி, கொட்டாரம் என்று சனங்கள் குவிந்து விடுவார்கள். கையேந்த பேங்கு ரெட்டி, கை கோர்த்த ஆள் சக்கரை. வேலை முடித்து, மாராப்புத் துணியை தொடை இடுக்கில் சுருட்டி வைத்துக்கொண்டு, வாய்க்கால் தண்ணீரில் வாரியடித்து முதுகு குளியல் போட்டு, மாமர நிழலில் வந்து நிற்பதற்குள், மாரடிச்ச கூலி மடி மேல என்பதாய் கணக்கு பைசலாகும். ''அன்னூறு ரூவா தாளக் குடுத்தா நாங்க எங்க சில்ற மாத்துவம்...'' புதுத்தாளை புரட்டிப் புரட்டிப் பார்த்துக் கொண்டு சொல்வார்கள்.

உயரே இருந்தபடி சொன்னான், ''சனி மூலையிலேர்ந்து அர்த்தமா வெட்டுங்க...'' குரலின் திசையை நிமிர்ந்து பார்க்கிறார்கள். மரத்தில் நின்றவனைப் பார்த்துவிட்டு குனிகிறார்கள். இறங்கிவந்து மோட் டாரைப் போட்டான். தொட்டியில் விழுந்து, வாய்க்காலில் ஓடி பாத்தி களில் நுழைந்தது.

பசி வயிற்றைக் கிள்ளியது. வடக்கில் பார்த்தான். மரவள்ளிக் கொல்லைக்கப்பால், பனை மர சாலையின் அடியில் போய் நுழையும் ஒற்றையடிப் பாதையில் எந்த உருவமும் தென்படவில்லை. வாய்க்கால் நீருக்கு அடியில் கொழித்துக்குவியும் நொய்மணலை விரலிடுக்கில் அள்ளி, பல்லில் இட்டுத் தேய்த்து வாய் கொப்பளித்தான். கலங்கல்

இல்லாத தண்ணீரில் நாலு கை அள்ளிக் குடித்தான். சில்லென்று ஓடி முறுக்கிய குடல் திருவல்களை எடுக்கும்போது வலித்தது.

''என்னா படாச்சி, இன்னம் சாப்பாடு வல்லியா... கொடல் எடுத்த எலியாட்டம் நிக்கிற...'' குரல் செவியோரம் வந்து சேதி சொன்னதில் திரும்பினான். ஒரு வயதான வாத்தின் நடையை ஒத்த மாதிரி நடந்து, வழி படலைத் திறந்துகொண்டு பேங்கு ரெட்டி வந்துகொண்டிருந்தான்.

''படாச்சி கெடக்குது படாச்சி. படாச்சிதான் ஓங்கிட்ட கார்வாரியா சிங்கியடிச்சிக்கிட்டுக் கெடக்கறான. அது கெடக்கட்டும். ரொம்ப அக்கறையா சாப்பாடு வல்லியாங்கிறிய. இதான் இந்தக் கொல்லிக்கி நா அடியெடுத்து வைச்ச நாளா கால சாப்பாடு மத்தியான சாப்பாடா ஆயிப் போச்சு. நீனாச்சும் இப்பிடி புள்ளையார்குப்பம் பக்கம் வண்டி நிக்கிறப்ப நாலு இட்லி வாங்கியாரக் கூடாது. அப்பிடித்தான் இல்ல. எடுத்தார சாப்பாட்டுலனாச்சும் பின்னம் ஒரு கப்பு எடுத்தாரக்கூடாது...''

மனைவியைப் பார்க்கக்கூட முன்கூட்டியே நேரம் ஒதுக்கிப் பார்க்கும் அரிபிரியில் மகன்கள். காசு ஏறிய மருமகள்கள். கப்புக்கு நாலு இட்லி ஏறுவதே வேலைக்காரியின் தயவில்தான். இன்னம் பத்து நாள் அந்தக் கெழப்பொணம் இருக்கக் கொடுத்து வைக்கவில்லை. ஏதேதோ நினைவுகள், குளூரி எறும்புகளாய் பேங்கு ரெட்டிக்குள் முட்டி மோதின.

''புள்ளையார்குப்பம் வரும்போது நித்தம் வாங்கலாம்னுதான் நெனைக்கிறன். தூங்கிக்கிட்டியே வர்றதுல மறந்து போவுதுடா...'' ரெட்டி சமாதானம் சொன்னான்.

மாமரத்தின் தளிர்இலை தொட்டு வந்த காற்றில் கண்ணை இழுத்தாலும், பசி வயிற்றை நிரண்டியது. இருந்தாலும் தண்ணீர் கட்டிக் கொண்டிருக்கும் சக்கரையின், படமெடுத்தாடும் நல்ல பாம்பின் விரிந்த தலையாய் தோற்றம் காட்டும் ஒடுங்கிய அவன் வயிற்றில் மேல் பார்வை ஓடியது. அவனை விட்டுவிட்டு சாப்பிடவும் துணிவில்லை. தனியாய் தான் மட்டும் சாப்பிட்டுவிட்டு, வேலையில் குறையேதும் தென்பட்டுக் கேட்டால் அவன் திருப்பிக் கேட்க அல்லது நினைக்கக்கூடும். ''நீ சாப்புட்டு தெம்பா ஏப்பம் உட்டுக்கிட்டு நெழல்ல குந்தியிருக்கற, எத வேணுமின்னாலும் பேசலாம். நா வெயில்ல பசியோட லோல் படறன்.''

வடக்கே பனஞ்சாலைகளின் காலடி சந்தில் மாணிக்கம் வந்து கொண்டிருந்தாள்.

மாணிக்கம் வயதிற்கு வந்த புதுசு. வள்ளிக்கிழங்காய் இருந்தாள். கக்கத்தில் இருந்த கொடி தட்டில் மரவள்ளிக்குச்சி துண்டுகள். துண்டுகளில் இருக்கிற ஓரிரு கணுக்களில் துளிர்விட மூக்கு நீட்டிக் கொண்டிருந்

தது, மரவள்ளியின் கூர். இடைவெளி விட்டு கான்களில் ஒவ்வொன்றாய் போட்டபடி போய்க்கொண்டிருந்தாள். விரலிடுக்கில் நமுவும் மல்லாட்டைப் பயிர் விதைப்பாய், சரசரவென்று குச்சிகளைப் போட்டுக்கொண்டு போனவளை,புழுதிக்கு தண்ணீர் பாய்த்துக்கொண்டு போன சக்கரை ஊனாடிப் பார்க்கிறான். வயதுக்கு வந்து, புது மேனி பூத்து, எருமுட்டில் முளைத்த மதப்பான தக்காளிச் செடியாக இருந்த அவளைப் பிடுங்கி தனக்குள் நட்டுக்கொள்ள அப்போதே முடிவெடுத்துவிட்டான்.

ஊனிய மரவள்ளிக்குச்சிகள் முளைத்து வளர்ந்து, வேர்கள் கிழங்காக உருப்பெறத் தொடங்கி செடியடியில் வெடறோடத் தொடங்கியது. தலைவர் ரெட்டியின் மேற்பார்வையில் கும்பலைக் கூட்டிக்கொண்டு 'தலையாட்டி', மாணிக்கத்தை பெண் பார்க்கப் போனான். கிழங்கு பிடுங்கியதும், கணக்கு பார்த்து அப்பனுக்கும் மகனுக்கும் ரெட்டி சம்பளம் கொடுத்தான். கூடுதலாக அரைப்பவுன் தாலி தலைவர் ரெட்டியின் உபயம் ஆனது. அவன் அப்பனுக்கு கடமை கழிந்தது.

மாணிக்கமும், சக்கரையும் தலைவர் ரெட்டி கொல்லையில் வேலை இல்லாத சமயங்களில் திக்காலுக்கொருவராய் வெளி வேலைக்குப் போவார்கள். காணி பூமி வாங்குகிற அளவுக்கு சேரவில்லையென்றாலும், வயிற்றுப்பாட்டுக்கு வஞ்சனையில்லாமல் போய்க்கொண்டிருந்தது.

பட்டத்து விதைப்பு மாதிரி, கழுத்தில் தாலி ஏறிய நாளிலிருந்து, பத்தாம் மாதம் நாள் நாழி தவறாமல் முதல் இளவரசியைப் பெற்றெடுத்தாள். இடைவெளி கொடுக்காமல் பட்டத்து இளவரசனும் அடுத்து பிறந்தான்.

எவ்வளவுக்கெவ்வளவு அவசரமாய் பிள்ளைகளைப் பெற்றுக் கொண்டாளோ, அவ்வளவுக்கவ்வளவு நொறுங்கிப்போனாள். இரண்டு பிள்ளைகளையும் அடுத்தடுத்து தாங்கிய வயிறு, நாந்தெலும்பை ஒட்டி சுருங்கிப் போனது. கூலி வேலைக்குப் போன இடங்களில் மெனை பின் தங்கியது. அடிபுடி தாங்க முடியவில்லை.

முதல் இளவரசி போன பங்குனியில்தான் வயதிற்கு வந்தாள். உடன் மஞ்சத்தண்ணி வைத்து, ஒரு பவுன் நகையும், மயில் செட்டு பாவாடை தாவணியையும், அப்பனை வற்புறுத்தி செய்யச்சொன்னாள். எட்டி காலடியை மிதிக்கிற மாதிரி, மஞ்சள் தண்ணீருக்கு போட்ட பந்தலைப் பிரிப்பதற்குள்ளாகவே, பெண் கேட்டு அனுப்பினார்கள், களர்குப்பம் நாத்தனார் மகனுக்கு.

''என்ன மாதிரி அதுவும் செறுவயிசில கட்டிக்கிட்டு, சிட்டு முட்ட இட்ட மாதிரி அவசரமா புள்ளயப் பெத்துக்கிட்டு, நாலாம் நாத்தே நரம்ப அறுத்துக்கிட்டு, நடக்க தெம்பு இல்லாம ஒத்தநாடியா நிக்க வேணாம். பத்து பொழுது பொறுத்து செய்யலாம்'' மடக்கி அனுப்பிவிட்டாள்.

சாப்பாட்டுக்கும் செலவுக்கும் சிக்கல் இல்லையென்றாலும், ரெண்டு பேருக்கும் மனத்தாங்கல், அதுவும் இங்கு பேங்கு ரெட்டிகிட்ட வந்த பிறகுதான் அதிகமாகிக்கொண்டிருந்தது. கூடமாட வேலை செய்ய, வயதுக்கு வந்த பிள்ளை இருக்கிறதென்றாலும், அது பள்ளிக்கூடம் போகிறது. பையனுக்கும், அதுக்கும் சிப்புக்கட்டி கிளப்பிவிடுவதே பெரும்பாடு. பிறகு தண்ணீர் மொண்டு சோறாக்கி எடுத்து வருவதற்குள் இங்கு நேரம் தாண்டிவிடுகிறது.

மூன்று ஊர் எல்லையைக் கடக்க வேண்டும். அதில் இரண்டு ஏரி மேடு, நான்கு ஓடை, ஒரு மண் ரோடு, ஒரு தார் ரோடு, மூன்று வண்டிப் பாதை, இரண்டு கொடிபாதை இத்தனையும் கடந்து நடையாய் நடந்து வந்து சேர்வதற்குள், கால்மூளை அற்றுப்போகிறது. காலைக்கும் மத்தியானத்திற்கும் விடிந்ததும், விடியாததுமாய் கொட்டி எடுத்து வந்து சேர்கையில் நித்தம் இரைச்சல்தான்.

மாணிக்கம் பெரிய வரப்பை விட்டு வாய்க்காலில் இறங்கியதும், நீர்மட்ட அளவிற்கு கால் புழுதியை தண்ணீர் கரைத்துக்கொண்டு ஓடியது. மாமரத்து அடியில் வாளியை இறக்கி வைத்து சும்மாட்டை உதறினாள். வாளியின் சூடு சும்மாட்டுத்துணியில் பரவியிருந்தது.

''என்னா படாச்சி ஊட்டு அம்மா, எத்தினி நாளு சொல்றது. நேரா நேரத்துல ரவ சாப்பாட்ட எடுத்தாந்து அவங்கிட்ட குடுத்தா என்னா. நித்தம் வவுறு காய்ஞ்சி சாப்புட்டா என்னா ஆவறது. தாண்டன நேரத்துல சாப்புடுற சாப்பாடும், தாண்டன வயிசில பெத்துக்கிற புள்ளையும் ஒடம்புக்கு ஆவாது...'' ரெட்டி சொல்லிவிட்டு சிரித்தான்.

மாணிக்கத்திற்கு சிவுக்கென்று கோபம் எகிறிவிட்டது. ''நெழல்ல குந்திக்கெடக்கற கொழுப்பா ரெட்டியார ஒனக்கு. பத்து ஊரத் தாண்டி நீ கொல்லிய வாங்கி வைச்சிக்கிட்டு, மூணு ஊரத் தாண்டி சோறு எடுத்தாரங் காட்டியும் நாடி நரம்பெல்லாம் அத்துப்போவுது. இதுல, சும்மா காந்தாளத்தக் கௌப்பிக்கிட்டு...''

வந்த அலுப்பில் இடுப்பைப் பிடித்துக்கொண்டு, வாய்க்காலில் நடந்தாள். கால்கள் பட்டு தண்ணீர் தெறித்தது. கலங்கலாய் தண்ணீர், இவளுக்கு முன், மடைவாயில் நின்று கொண்டிருந்த அவன் காலடியில் போய் மோதிச் சுழன்றது.

''மணி என்னாவுது தெரியுமா...'' கோபமாய் கேட்டபடி, வேகமாய் கொத்தி இழுத்து வைத்துக் கட்டினான். கட்டுகையில் தேங்கிய தண்ணீர் வழி கிடைத்ததும், விர்ரென்று ஓடி, மடைத்தடுப்பில் போய் குத்தியது.

அவள் கோபமாகத் திரும்பினாள். ''பல்லுல பச்சத்தண்ணி குடும் படாம, அடிச்சிப்புடிச்சி ஆக்கி எடுத்தாந்தம் பாரு. எம் புத்திய செருப் பால அடிச்சிக்கணும்...''

பசியோடு அவனுக்கு கோபம் கண்ணாம்பு சுற்றியது. ''அம்மாஞ் சாதக மயிர்ல எனக்கு ஒண்ணும் எடுத்தாந்து நொட்ட வேணாம். நீ போயி வேல மயிரப் பாரு...''

''நீ என்னா நித்தம் ஏங் கொலய எடுத்துக் கொட்டிக்கிற. அந்த வானரத்துவுளக் கௌப்பி உட்டுட்டு, நெலகாலு மேல நின்னு தண்ணி மொண்டு வைச்சிட்டு, சோறு ஆக்கி எடுத்துக்கிட்டு கானகம் தாண்டி, கானகம் வர்றது இல்ல...'' வேகமாய் மாமரத்துப் பக்கம் போனாள்.

''அவன் வந்து சாப்புடுவான். நீ போயி கள கொத்தற எடத்துல பாரு புள்ள. எதிர்மாரு அடிக்கறதுல ஒங்க சனம் சில்லாக்கத்திரிவோ. மண்ணக் கொத்தி பில்லு மேல போட்டு மூடிடும்.'' லேசாய் ரெட்டி இணுக்கினான்.

''அட செத்த இரன் ரெட்டியார. காலு அசந்து போவுது. அங்க போனா அவங் கொத்திப்புடுங்கறான். இங்க வந்தா நீ. காலகண்ட அய்யிரு சந்தர மதிய வேல வாங்கற மாதிரி சூத்துல பனமட்டயக் கட்டி அடிக்கிற...''ரெட்டியின் மீது சீறி விழுந்தாள்.

''நீ ஒண்ணும் பாக்க வேணாம். அந்த காலரைக்கா காணியில வெளஞ்ச பாஞ்சிமூட்ட நெல்லையும் வாணான்னு சொல்லிடு.'' ரெட்டி சுருக்கென்று சொல்லிச் சிரித்தான்.

கொல்லையைப் பார்ப்பதற்கு சம்பளத்தை தவிர, அரை ஏக்கர் நிலமும் கொடுத்து, அதில் விளைகிறதை முழுமையாய் அவனையே எடுத்துப்போகச் சொல்லியிருந்தான் ரெட்டி. அதை நினைவு படுத்துகிறமாதிரி மாணிக்கத்திடம் சொன்னதும், மாமரத்தை நோக்கி வந்து கொண்டிருந்த சக்கரைக்கு சுருக்கொன்று தைத்தது.

''சுதிமதி கெட்டாப்ல பேசும் அது. அதுகிட்ட எதுக்கு ரெட்டியார. அதுலாம் சனம் சொன்னா சொன்ன மாதிரி வெட்டும். சாப்புட்டுப் போயி நாம் பாத்துட்டு வரன்.'' சக்கரை சொல்லிக்கொண்டே கிட்ட வந்ததும், மாணிக்கம் எழுந்து போனாள். ஆனால் அவள் நடை களை கொத்து கிற இடத்திற்கு போகிறமாதிரியில்லை.

ரெட்டிக்கு முகம் இறுகியது. அவனது அதிகாரங்களை பலூன்களாய் காற்றில் பறக்கவிட்டபடி, மாணிக்கம் வீட்டுக்குப் போகிற பாதையில் போய்க்கொண்டிருந்தாள்.

கல்யாணக் கிளி மணிமேகலையின் சீட்டை எடுத்துப் போடவே இல்லை. வந்து போகிறவர்களை மணிமேகலை வெறித்து வெறித்து கத விடுக்கின் வழியாகப் பார்த்து ஏமாந்து போய்க்கொண்டிருந்தாள். போய் சொல்லியனுப்புகிறோம் என்று சொல்லிப் போனவர்களிடமிருந்து,

வேறு இடத்தில் நிச்சயம் பண்ணிவிட்டதாய்தான் சேதிகள் வந்து கொண்டிருந்தன.

கிண்டலாய் பேசிக்கொண்டார்கள் ''கல்யாண தெசையே இல்லாத வங்கூட, நம்ப மணிமேகலைய சும்மா ஒப்புக்கு பொண்ணுன்னு பாத்துட்டுப் போனான்னா, அவனுக்கு நெல்ல எடத்துல பொண்ணு கெடைச்சி, பட்டுன்னு அவனுக்கு கல்யாணம் ஆயிடும்.''

என்ன நேரமோ, அவள் கல்யாண ராசி கிணற்றில் போட்ட கல்லாய் கிடந்தது. ஆத்தாளுக்கும் அப்பனுக்கும் இவள் விசனமே பெருவிசனமாக இருந்தது. பெருமூச்சு விடுவதைத் தவிர வேறொன்றும் அவர்களுக்கு ஆறுதல் தருவதாக இல்லை. கண் காணா தேசத்தில் இருக்கும் சாமிக்கு, கட்டிச்சோறு கட்டிக்கொண்டு போய் மொட்டை போடுவதாக வேண்டிக் கொண்டதுதான், கடைசி தெம்பு.

கருப்புதான் என்றாலும், புறந்தள்ளும் படியாக அவள் இல்லை. கையில் மடியில் கொஞ்சம் புரட்டி வைத்துக்கொண்டு, காரியத்தைத் தொடங்கலாம் என நாட்களைத் தள்ளிப் போட்டது ஆண்டுகளாய் கழிந்ததில், பருவம் கடந்த பயிராய், தோற்றத்தில் கல்ரை பாய்ந்ததாக தெரிந்தாள். முகத்தில் மென்மை கடந்து, கரடு தட்டியிருந்தது. எண்ணெயைத் தடவினால் மட்டுமே தற்காலிகமாய் வெள்ளைமுடிகள் கொஞ்சம் சாந்தமாய் தெரிந்தன.

கறக்கிற இரண்டு பசுமாடுகள்தான், அவள் வாழ்க்கையைப் பற்றிய கவலைகளை அவ்வப்போது மறக்கச்செய்தன. பால் கறப்பு வேலை முடிந்தவுடன் ஊற்றி கடைக்கு எடுத்துப்போகச் சொல்லிவிட்டு, கிளம்பு வாள். இடுப்பில் அரிவாள் செருகப்பட்டு உறுத்தலாய், புடவையில் நுனி காட்டும். வரப்பில் இருக்கிற மத்தங்காய் புல், அருகம்புல், கரும்பின் பச்சை சோலை என கையில் கிடைப்பதையெல்லாம் அறுத்து ஒரு கட்டுக்கு தேற்றிவிடுவாள்.

அன்றும் அப்படித்தான். கரும்பின் சின்ன வரப்புகளில் கோடு மாறிக்கொண்டு கிடந்த அருகம்புற்களை அறுத்துக்கொண்டிருந்தாள். இரு பக்கமும் சாய்ந்து கிடக்கும் கரும்புகள். சோலைகள் முழங்கையை அறுத்தெடுக்கின்றன. அறுப்புச் சத்தமும், நகர்கிறபோது சோலைகளின் சப்தமும், காதுகளில் வேறெந்த சப்தமும் விழாதபடிக்கு துர்த்துக் கொண்டிருந்தன.

திடுமென பக்கவாட்டு சோலைகளை நீக்கியபடி தலையை நீட்டினான் சக்கரை. ''யாரக் கேட்டுட்டு பில்லு அறுக்கற...''

திடுக்கிட்டுப் போனாள். இருந்தும் காட்டிக்கொள்ளவில்லை. முழங் காலை மழித்துக்கொண்டு காட்டியதை சேலையால் இழுத்து மறைத்தாள், யாருமில்லை. கொஞ்சம் சிரித்தபடி சொன்னாள். ''இந்த அதட்டல்லாம்

அக்காகிட்ட போட்டா இல்ல பாரவாயில்ல. சாப்பாடு எடுத்தார இம்மாம் நேரமான்னு கேட்டதும், அது டாண் டாண்ணு எகிறது. நித்தம் நானும் பாத்துக்கிட்டுதான் வரன்.''

அரிவாள் முனையால் குறிபார்த்துக் கொத்தியது போன்று, அவள் கேட்டதும் அவன் ஆடித்தான் போனான். அவளின் சிரிப்பும் பேச்சும் கருப்பஞ்சுணையாய் அவனுள் அருவியது.

''சரி சரி. நாளையிலேர்ந்து, பில்லுக்கு வர்றப்ப ஒரு சொம்பு மோரு எடுத்தாரன் குடி. அக்கா சோறு எடுத்துக்கிட்டு வர்றவரைக்கும் தாங்கும். பாவம் அதுமட்டும் இம்மாந் தூரத்துக்கு... என்னா பண்ணும்...'' கருப்பஞ்சோலையைப் பிய்த்து பில்லைக் கட்டினாள்.

''வேணாம் வேணாம்...'' சக்கரை இழுத்தான்.

''நீ ஒண்ணும் சும்மா குடிக்க வேணாம். நாளு கணக்க எண்ணிக்கிட்டு கடைசியில காசக் குடு...'' அறக்கட்டிப் பேசிவிட்டுக் கிளம்பினாள்.

எதிர்பார்த்துக் கிடந்தான். வயிறு மோருக்காவும், மனசு அவள் பேச்சுக்காகவும் ஏங்கியது. வாரம் பத்து நாளாய் மோர்கணக்கு எகிறியது. ''எம்மாம் நேரம் ஆயி வந்தாலும் என்னா ஏதுன்னு கேக்க மாட்டங்குது. அறுத்துப் போட்ட கோழியாட்டம் துள்ளும...'' மாணிக்கம் மனதில் சந்தேகம் வந்தாலும், மௌனமாய் சாப்பாடு எடுத்து வந்து வைத்து விட்டுப் போனாள். காலையில் குடிக்கும் மோர், வயிற்றை சாந்தப் படுத்தி வைத்திருந்தது.

இப்போதெல்லாம் பில்லுக்கு கிளம்புவது என்பது மணிமேகலைக்கு ஆர்வமானதாகவும், பிடித்தமானதாகவும் இருந்தது. நடையில் புது வேகம். கால்கள் வரப்பில் பாயும். அந்தக் காலையிலும் தலை சீவிக் கொள்வாள். புது மண்பானையின் தண்ணீர்க்கசிவாய், அவள் மேலெல் லாம் அவன் நினைப்பு உருகி வழியும்.

தண்ணீர், ஆலடி வீரப்பனுக்கு ஓடையைத் தாண்டி குழாயில் போய்க் கொண்டிருந்ததால் மோட்டாரைப் பார்த்துக்கொண்டு மாமரத்தடியில் முடங்கிக் கிடந்தான். அவனை தேடிக்கொண்டு மோர் செம்போடு மாமரத்தடிக்கே வந்துவிட்டாள். வெட்டவெளித் தனிமையில் மோர் செம்பை நீட்டியவளை எதிர்கொள்ளத் தடுமாறினான். பேசாமல் வாங்கிக் குடித்தான். குடித்துவிட்டு செம்பைக் கொடுக்கும்போதுதான் கவனித்தான். வழக்கமாக 34-ல் வருகிற ரெட்டி, முன்னதாக 'திருவேங்கட'த்தில் வந்தவன் கண்களில் பட்டுவிட்டாள். மணிமேகலை மின்னலாய் கரும்பிற்குள் நுழைந்தாள்.

சக்கரை மீதான சமீப கால குழப்பத்திற்கான காரணங்களை, ரெட்டி இப்போதுதான் கண்டுபிடித்தான். ''யாருக்கு தண்ணி பாயுது'' என்றால் ''ரும்புக்கு தினி போட்டாச்சு'' என்பான். ''எத்தினி ஆளு கள கொத்திச்சி''

என்றால், ''நாலு மணிநேரம் தண்ணி பாஞ்சுது'' என்பான்.

ரெட்டி சிரித்தபடிகேட்டான் ''யார்டா புள்ள அது...''

''அது, கொட்டாரத்து செல்ராம் மொவ மணிமேகல...'' தயக்கமாய் இழுத்தான்.

''இது எத்தினி நாளா நடக்குது...'' ரெட்டிக்கு சிரிப்பு.

''நீ வேற என்னா ரெட்டியார சந்தேகமா... அதுலாம் ஒண்ணுமில்ல...'' சக்கரை படபடப்பில் இழுத்தான்.

''அட, அது எனுமோ சொம்பு எடுத்தாந்துத அதாடா...''

அவனுக்கு பட்டென்று நிம்மதி மூச்சு வந்தது. ''அதான் சாப்பாடு வர நேரமாவுத. நித்தம் பில்லுக்கு வரும்போது, ரவ மோரு எடுத்தா காசி தர்றன்னு... கால நேரத்துல ரவ சில்லுன்னு...'' இழுத்தான்.

''ஓம் பொண்டாட்டிகூட இம்மாம் பொறுப்பா இருக்க மாட்டாடா...''

சக்கரை நெளிந்தான். ரெட்டியும் யோசனையில் குந்தினான். கொஞ்சம் குறுகுறுத்த மாதிரி சக்கரை எழுந்தான்.

''இந்த புள்ள அடிக்கடி இங்க என்னா நடமாடுதுன்னு இப்பதான் புரியுது. சுள்ளு ஓங்கிட்ட இருக்குது போல்ருக்கு...'' ஒரு குறியை வைத்து ரெட்டி நெருக்கினான்.

''அதுலாம் ஒண்ணுமில்ல ரெட்டியார...'' சக்கரை மழுப்பினான்.

''மடங்கனா, வளைச்சிப் போட்டு ஒரு கவுத்தப் போடண்டா... ஒண்ணுக்கு ரெண்டாக் கெடந்துட்டுப் போவுது. அதான் முடியில முடியிலன்னு மூஞ்சக் காட்டுத...'' ரெட்டி புள்ளடித்த மாதிரி சொல்லி விட்டு சிரித்தான்.

சக்கரைக்கு திக்கென்று மனதின் சகல மூலைகளிலும் பயம் எதிரொலித்தது.

இரண்டு மூன்று நாட்களாய் சக்கரைக்கு வீட்டிலிருந்து சாப்பாடு வரவில்லை. மணிமேகலையின் மோர் செம்பிலும், ரெட்டியின் இளநீர் சில்லிப்பிலும் காலை, மதிய சாப்பாடு ஓடிக்கொண்டிருந்தது. ராத்திரிக்கு வீட்டுக்கு போகையில்தான் நல்ல சாப்பாடு. கரும்பின் அரண் வளைவில், மோர் செம்பை நீட்டியவள், அவன் உடல் இளைப்பைப் பார்த்து, அவன் சொல்ல தயங்கினாலும், வாயைப் பிடுங்கி, காரணத்தை கக்க வைத்தபோது அதிர்ந்து போனாள்.

''அடக்கடவுளே! சொல்லியிருந்தா நா, ரவ எடுத்தாந்துருப்பன் இல்ல. என்னாதான் சென்மமோ அதுக்கு. ஒரு வேல செய்ற ஆம்பள எனுமா

பட்னி கெடக்கறது...''

எட்டி அவனைத் தன் மார்பின் மீது சாய்த்துக்கொண்டு, முந்தானையால் நெற்றியைத் துடைத்துவிட்டாள். அவன் பட்டென்று அவளை வளைத்துக்கொண்டான். காலங்களின் தொலைப்பில் மரத்துக் கிடந்தது, அவன் பிடிமானத்தில் படக்கென உடைந்தது. உருகிப்போனாள். முன்னிலும் இறுக்கமாக வளைத்துக்கொண்டு மீறினாள். பசியிலும் ருசியாக இருந்தது.

மணக்கொல்லை பக்கமிருந்து, மெதுவாக சக்கரை வந்து கொண்டிருந்தான். ஏற்கனவே வந்துவிட்ட ரெட்டி கேட்டான். ''என்னாடா எங்க போய்ட்டு வர...''

''எங்கியா, ரெண்டு நாளா சாப்பாடு வர்றது இல்ல. மணிக்கணக்குல வேற தண்ணிப் பாயறதால இருட்டோட எந்திரிச்சி வந்துடுறன். ராத்திரியே ஒண்ணும் மனசு சரியில்ல. சரியா சாப்புடுல. கொடல கொழப்பற மாதிரியிருந்தது. அதான் கடைக்கிப் போயி நாலு இட்லி தின்னுட்டு வந்தன்.''

''என்னாடா... ரெண்டு நாளா சாப்பாடு வல்லியா. அங்காண்ட கரும்புக்கு தண்ணி கட்ற எடத்துக்கே வந்து குடுத்துட்டு அப்பிடியே போவுதாங் காட்டியும்னு நெனைச்சன். என்னா சேதி எதாவது சண்டையா...'' ரெட்டி கேட்டான்.

மாணிக்கம் கறாராக சொல்லிவிட்டாள். ''என்னால மூணு ஊரு தாண்டி சாப்பாடு எடுத்துக்கிட்டு வர்றதுக்கு முடியில. எனுமோ ஊர் சேதிக்குப் போய்ட்டு வர்றமாதிரி அலுத்துப்போவுது. அங்க ஒண்ணும் ரெட்டி கொல்லியில, வேல தலதுள்ளிப் போவுல. இம்மாந்தூரம் நடந்து, அங்க போனா அந்த ரெட்டி அங்க போ இங்க போன்னு மாடு மேய்க்கற வள வேல வாங்கற மாதிரி அதட்றான். செத்த இருந்து சோறு ஆக்கனதும் கையோட எடுத்துக்கிட்டுப் போ...''

''இருந்து எடுத்துக்கிட்டுப் போனா... ஏழு மத்தியானத்துக்குதாம் மோட்ரக் கெளப்பலாம்.''

''அதுக்கு காப்படி அரிசிய எடுத்துக்கிட்டுப்போயி அங்கியே பொங்கி தின்னுகிட்டு, ரெட்டிக்கி ஊழியம் அடிச்சிக்கிட்டுக் கெட. ஒனக்கு எடுப்பு சாப்பாடு தூக்கியாற நேரத்துக்கு, இங்கியே எங்கியாவுது களகாம்பு வெட்டப் போனாலும் இருவது முப்பதுன்னு சம்பாரிக்கலாம். நடையாவது மிச்சமாயிருக்கும். ரெட்டி கொட்டிக்குடுக்கறதுக்கு, குடும்பமே ஆப்பையும் டாப்பாக்கூடுமா நிக்க வேணாம்.''

விபரத்தை கேட்கக் கேட்க ரெட்டிக்கு முகம் இறுகியது. ஒரு தீர்மானமான முடிவு எடுக்க வேண்டும் என யோசனை ஓடிக்கொண்டிருக்கும்போதே, மரவள்ளிக்கொல்லைக்கு அப்பால் மணிமேகலையின்

புடவை தெரிந்தது. சக்கரையின் கண்களில் ஆர்வம் கரை புரண்டோடி, அந்தப் பக்கம் இழுப்பாய் இழுத்ததை, ரெட்டியும் கவனித்தான்.

சக்கரை நழுவினான். ரெட்டி ஒரு தீர்மானத்திற்கு வந்துவிட்டான். போன அடிமறையாமல் சக்கரை வந்தான். ''சும்மா...'' இழுத்தான். பட்டென்று ரெட்டிக்கு குரல் மாறியது. ''என்னாடா, ஒரு கல்யாணம் ஆவாத புள்ளய அங்கியும் இங்கியும் வரச் சொல்லிக்கிட்டு...''

''இல்ல... சும்மா...''

அவன் பேச்சை முடிக்கவில்லை. கறாராக ரெட்டி பேசினான். ''டேய், என்னாடா எதுக்கு எடுத்தாலும் சும்மா சும்மான்னுக்கிட்டு. செலவுக்கு காசி தர்றன், இட்டுக்கிட்டுப் போயி கோயில் பக்கம் ஒரு கவுத்தப்போட்டு இட்டாடா.''

சக்கரை ஒன்றும் பேசாமல் நின்றதும் ரெட்டி பேச்சுக்கு பலம் கூடியது. ''ஒண்ணும் யோசிக்காத. கருப்பங்கொல்லியில நடக்கற கத, எனக்கு எதுவும் தெரியாதுன்னு நெனைக்காத. அது கன்னி கழியாத புள்ள, கொட்டாரத்தானுவோ சும்மா உடமாட்டானுவோ. நீங்க போறபோக்கு, நீனே வேணான்னாலும், வலினா ஒந் தலையில கட்டதாம் போறா னுவோ. அதுவும் விக்காத பொருளா இருக்கு.''

திரும்பவும் ரெட்டியே இடிமேல் இடியாய் இறக்கினான். ''நமக்கு மட்டும்தெரிஞ்சது ஊருக்கு தெரியாதுன்னு நெனைக்காத. இந்தப் புள்ளையும் பாவம். ஒன்னிதும் ஓங்கிட்ட எதுப்பாரு வெட்டிக்கிட்டு நிக்கிது. இட்டுக்கிட்டுப் போயி கவுத்தப் போட்டு இட்டாந்துடு. ஊட்ல ஓம் பொண்டாட்டி எதாவது வம்பு வளத்தானா, நூறு எக்காலச்சு மருந்த வாங்கிகிட்டு வந்து மின்னால வைச்சிக்கிட்டு ''குடிச்சிட்டு சாவப் போறன்னு'' சூர் உடு. பொம்னேட்டி அடங்கிப் பூடுவா. இந்த புள்ளைக்கும் பின்னாலயும் எவனும் வரிஞ்சி கட்டிக்கிட்டு வர மாட்டானுவோ. நடந்த வரைக்கும் விஷேசம்னு உட்டுடுவானுவோ.''

பழமலைநாதர் கோயிலில் வைத்து, சக்கரை வாழ்க்கையில் இரண்டாவதாக மூன்று முடிச்சைப் போட்டான். மணிமேகலை ஒன்றும் பெரிதுபடுத்திக் கொள்ளவில்லை. பருவத்தைக் கடந்து விளிம்பில் இருந்தவள், பேசாமல் கழுத்தை நீட்ட சம்மதித்துவிட்டாள்.

கட்டிய பிறகுதான் ஊரை நினைத்தான். ''வயிசிக்கி வந்த புள்ளய ஊட்ல வைச்சிக்கிட்டு, இவனுக்கு ரெண்டாந்தாரம் பொண்டாட்டி கேக்குது'' கேட்கப் போகும் குரல்கள் காதுகளில் நுழைந்து சில்லை சில்லையாய் குத்தின. எதிர்கொள்ளப்போகும் யுத்தத்தை சமாளிக்க, யுத்தியை யோசித்துக்கொண்டு பகல் முழுவதும் கோயில் தளத்திலேயே

முடங்கிக் கிடந்துவிட்டு இருட்டை அழைத்துக்கொண்டு வீட்டுக்கு வந்தான்.

எப்படியோ சேதி மாணிக்கத்திற்கு போயிருந்தது. வாசலில் கல்லாய் குந்திக் கிடந்தாள். விளக்கேற்றாமல் கதவைச் சாத்திவைத்திருந்தாள். காலடியோசையில் பத்ரகாளியானாள். இருட்டிலும் பார்வையில் பொறி பறந்தது. விழுந்து கொத்திக் குதறினாள்.

''கொலகார கம்னேட்டி, குத்துக்கல்லாட்டம் நா இருக்கும்போது, ஒனக்கு வேற பொண்டாட்டி கேக்குதாடா. நீ நாசமா பூடுவடா. நீ மல் லாந்து பூடுவடா...'' அவன் சட்டையைப் பிரித்து நார்நாராய் எறிகிறாள். ''நானும் ஏம் புள்ளிவுளும் செத்துப் போறண்டா. நீ நெல்லா இருடா...''

''மோட்டார் கௌப்பிவுடப் போறன், கொல்லியப் பாக்கப் போறன்னு ஏங் குடும்பத்த கஞ்சி காச்சிட்டியே... அந்த ரெட்டி ஏங் குடும் பத்துக்கு கொலகுருவா இருந்துட்டான. அவன் நெல்லா இருப்பானா... அவன் நாதியத்து பூடுவானா...''

தெருவை அடைத்து ஊரே திரண்டுவந்து வேடிக்கை பார்த்தது. மாணிக்கத்தின் கதறலைப் பார்த்து கண் கலங்கினார்கள். சக்கரையை கேழ்வி கேட்டார்கள். மணிமேகலையைப் பார்த்து காறித் துப்பினார்கள். மாணிக்கத்தின் ஆத்திரம் அவள்மேல் திரும்பிவிட்டது.

''மாப்ள கெடைக்கிலன்னா, விருத்தாசலம் பாலக்கரையப் பக்கம் போவ வேண்டிதாண்டி. இவனையாடி மாப்ளன்னு புடிச்ச. ஏந் தாலிய அறுக்கவாடி வந்த. ஏம் புள்ளய தெவைக்க உடவாடி வந்த. ஏந் தாலிய அறுக்க வந்த தேவுடியா...'' அவளின் மயிரை இழுத்துப்போட்டு புரட்டி னாள். சனங்கள் ஓடி வந்து மறித்தார்கள்.

இதுதான் சமயமென்று பூட்டிய வீட்டை எட்டி உதைத்து, உள்ளே ஓடினான். இருட்டில் தேடி அடுக்குப்பானை சந்தில் இருந்த பாட்டிலை எடுத்துக்கொண்டு வெளியே ஓடினான். யாரோ கைவிளக்கை அடிக்க அவன் கை மருந்து பாட்டில் சனங்களின் கண்களில் படுகிறது.

''அய்யய்யோ, அந்த மருந்து பாட்டல புடுங்குங்களன்...'' யார்யாரோ கத்தினார்கள். அவனைப் பிடித்து, மருந்து பாட்டிலைப் பிடுங்குகையில் அது மாணிக்கத்தின் காலடியில் வந்து விழுந்தது. மருந்து பாட்டிலைக் கண்டதும் மாணிக்கம் அப்படியே சிலையாக நின்றாள்.

அரவம் படாமல் இரண்டு புள்ளைகளையும் கையில் பிடித்துக் கொண்டு கிளம்பினாள். ''அவன் சூர் உடறதுல்லாம் எனக்கு தெரியா துன்னு நெனைக்கிறான். நெனைச்சாப் போறாம் போ'' நின்று வாசாங்கு விட்டாள் ''நீ நெல்லா மகராசனா ஓம் பொண்டாட்டியோட இருடா. நானும் ஏம் புள்ளிவுளும் எங்கியாவுது போயி உயிர மாய்ச்சிக்கிறம்...''

ஊரார்கள் மறித்தார்கள். அத்தனை பேரையும் சிம்பி உதறித் தள்ளி

னாள். ''கொலகார ஊரு, ஏண்டா இப்பிடி பண்ணன்னு அவனையும் அவளையும் செருப்பால அடிச்சி வெளியில தள்றதுக்கு ஒக்கித இல்ல. எதுக்கு வந்து மறிக்கிறீங்க...''

அழுது பறித்துக்கொண்டு கிளம்பினார்கள். ஒன்றிரண்டு பேர் கூடவே வந்தார்கள். கொட்டாரக்குப்பத்தை அடுத்து ஆலடியில் ஆத்தா வீடு. ஆத்தா வீட்டு தெரு திரும்பியதும் கூட வந்தவர்கள் நின்றுகொண்டார்கள். ஓடித் தாயின் மடியில் விழுந்து கதறவேண்டும்போல் இருந்து வீட்டை நெருங்கும்போது, அப்பனின் இரைச்சல் செவியில் அறைந்தது.

''ஆத்தாளும் மொவளும் கூலிக்கி போன எடத்துல பாத்த மாப்ள, பண்ணன காரியத்த பாத்தியாடி. நா அப்பியே பூண்டியாங்குப்பத்து சமா சம்மந்தமே வேணான்னு சொன்னன். கேட்டிங்களாடி. ஆத்தாளுக்கு அறிவிருந்தாதான புள்ளைக்கும் இருக்கும்.''

முகம் செத்துப்போய் ஆலடியை விட்டு கிளம்பிவிட்டாள். நாலைந்து நாளாய் ஆலடியில் இருந்துதான் பார்த்தாள். இருந்தவரை ஆத்தாளுக்கு அடியும் பேச்சுந்தான். ''ஆம்படையான கைக்குள்ள போட்டு வைச்சிக்கத் தெரியாதவ, எதுக்குடி இங்க வந்தா...'' மாணிக்கத்திற்கு இருக்கப் பிடிக்காமல், பிள்ளைகளை இட்டுக்கொண்டு பூண்டியாங் குப்பத்திற்கே வந்துவிட்டாள். வீட்டில் மணிமேகலை தோசை சுட்டுக் கொண்டிருந்தாள்.

மாணிக்கம் உள்ளே போய் முடங்கினாள். மணிமேகலையை முறைத்துப் பார்த்துக்கொண்டே பையன் குந்தியிருந்தான். அவளைப் பார்த்து லேசாய் சிரிக்கவும் செய்தான். தோசை திலுப்பியால் ஓரங்களில் உள் நுழைத்து பிடிப்பெடுத்து, நடுவில் விட்டு தோசையை தட்டில் எடுத்துப் போடப் போகிறபோது, பையன் ஒரு தட்டை எடுத்து நீட்டினான். சுடச்சுட தோசை அதில் விழுந்தது. ஏதேச்சையாய் பார்த்த மாணிக்கம், பட்டென்று எழுந்து ஓடி அவன் முதுகில் ஒன்று வைத்து தட்டைப் பிடுங்கி எறிந்தாள்.

வெளியில் சைக்கிள் சத்தம் கேட்டது. சக்கரையைக் கண்டதும் பையன் ஓடி கட்டிக்கொண்டான். பின் உள்ளே இட்டுக்கொண்டு, மடியில் குந்த வைத்து தோசையைப் பிய்த்து வாயில் வைத்தான். கண்களைத் துடைத்து விட்டான். மகள் இவன் இருக்கிற திசையைக்கூட திரும்பிப் பார்க்க வில்லை.

மரவள்ளியின் தழைகள் எல்லாம் கொட்டிவிட்டன. கிழங்கு முற்றி விட்டதற்கான அடையாளம் அது. சேலத்திலிருந்து யேபாரிகள் வந்தால்,

இனி பேசிவிடலாம் என ரெட்டி சொல்லியபடி ஆச்சலாய் கட்டிலில் குந்தி யிருந்தான்.

மரவள்ளிக்கு தண்ணி கட்டிக் கொண்டிருந்த மணிமேகலையை, முகம் செத்துப்போய் பார்த்தபடி குந்தியிருந்த சக்கரை சுரத்தற்றுப் பேசினான். ''திட்டம் போட்டுதான் ரெட்டியார, என்ன கோத்து வாங்கிட்ட. ஏண்டா இப்பிடி செய்ற, இதுலாம் குடுத்தனக்காரனுக்கு அடுக்காதுடான்னு சண்ட போட்டு, மாத்துவிங்கன்னு பாத்தன். ஆனா, ஒங்க லாவத்துக்கு என்ன படுகுழியில தள்ளிட்டங்க...''

ரெட்டி அதிர்ந்த மாதிரி கேட்டான் ''என்னாடா...''

''பாரன், ஒங் கொல்லியில எங்கியாவுது வேல தேங்குதான்னு. சோறு எடுத்தாந்துக் குடுத்துட்டு தே, தண்ணி கட்றா இவ. நா ஆளுவோ வேல செய்ற எடத்துக்குப் போறன். அவ சோறாக்கி வைச்சிட்டு ஊட்டு வேலய பாத்துக்கறா...'' கொஞ்சநேரம் அமைதியாக இருந்துவிட்டு திரும்பவும் பேசினான்.'' ஒனக்கு கொல்ல வேலய எடுத்துக்கட்டிப் பாக்கறதுக்கு ஒரு ஆளு கொறஞ்சிது, நா கொஞ்சம் சருங்கன மாதிரி இருந்ததும் இதான் சமயமுன்னு, அவ கழுத்துல கட்றா தாலியன்னுட்ட...''

''இப்ப மட்டும் என்னாடா சவுரியமாதான இருக்கற. நேரா நேரத்துல சோறு வருது. நிம்மதியா செத்த நெழல்ல வந்து குந்தற...''

''அட நீ வேற ரெட்டியார... ஊட்டப் பக்கமே போவ முடியில. ரெண்டு பேரும் ஒண்ணுக்கு ஒண்ணு கடிச்சிக்கிட்டு... நிம்மதியா கஞ்சி குடிக்க முடியில...'' சலிப்பாகச் சொன்னான்.

''ரெண்டுன்னா அப்பிடிதான் இருக்கும் போடா...'' ரெட்டி சமாதானப்படுத்தினான்.

வெகுநேரம் கம்மென்று குந்தியிருந்துவிட்டு, வெறுத்தமாதிரி பேசினான். ''இதுலாம் ஒண்ணும் பொருத்தப்படாது ரெட்டியார. ராத்திரிக்கி இப்பிடி வந்து மோட்ரு கொட்டாயப் பக்கம் மொடங்கிக் கலாம்னு பாக்கறன்...''

''ஏண்டா... திடீர்னு...'' ரெட்டி சந்தேகமாய் கேட்டான்.

''பகல்லதான் ஊட்டு வேல செய்றதுக்கு போட்டி போட்டுக்கிட்டு கடிச்சிக்கிறாளுவோன்னா, ராத்திரியாச்சினா அதுக்கு மேல. போட்டி போட்டுக்கிட்டு வந்து தூங்க உடமாட்டங்கறாள்வோ.'' மிரண்டமாதிரி சொன்னான்.

'' குடுத்து வைச்சவன்னு சொல்லு...'' ரெட்டி சிரித்தான்.

''குடுத்து வைச்சி என்னா பண்றது? நமக்கு வண்டி எடுக்குணு மில்ல...'' இடுப்பைப் பிடித்தபடி எழுந்தான்.

●

வலை

முட்டியில் முகம் புதைத்து குலுங்கிக் குலுங்கி அழுது கொண்டிருந்தாள். கண்ணீரிலேயே கரைந்து கொண்டிருந்தது பொழுது. காற்றும் வெளிச்சமும் வேண்டாத ஒன்றாகி, இருட்டின் தனிமையில் ''எக்கா, ஏண்டி இப்பிடி பண்ணன... எதுக்குடி இப்பிடி செய்ஞ்ச...'' புலம்பிக் கொண்டே இருந்தாள்.

இவளைப் போலவே அம்மா, அப்பா எல்லோரும் இருட்டு மூலையில் சுருண்டு கிடந்தார்கள். அழுது அழுது கண்கள் பஞ்சடைந்து, தொண்டை வற்றிப் புண்ணாகி, வெற்றுக்காற்று மட்டுமே அழுகுரலாய் வெளியேறிக்கொண்டிருந்தது. வீட்டில் நடமாட்டம் இருப்பதாய் மட்டுமே காட்ட, நேரங் கடந்து ஏற்றப்பட்ட வெளிச்சம். விடிந்து வெகு நேரம் ஆன பின்பே திறக்கப்படும் கதவு. இனி பழைய நிலைமைக்கு வராமலேயே போய்விடுமோ என்கிற பயம் குடும்பத்தில் ஆழ வேரோடிக்கிடந்தது.

''உட்டுட்டு போ காசி. வளத்தம், கட்டிக் குடுத்தம். ஆண்டவனுக்குப் பொறுக்குல. செய்றதுல கொற வைச்சமா, இல்ல கட்னவம் பேர்லதான் குத்தமா. எனுமோ அவ தலயில கொற வயிசின்னு எழுதிட்டான். என்னா அந்த கைப்புள்ளய நெனைச்சாதான்...'' பெற்றவனைத் தேற்றுவார்கள்.

''என்னா வனமயிலு, அது நம்புளுது இல்ல. நமக்கு பொறந்தது ஒரே ஒரு புள்ளன்னு நெனைச்சிக்கிட்டு போவ வேண்டிதான். என்னா அப்பிடி கட்டுனவன் சொல்லிட்டான். ஊர்ல அதது மலய முழுங்கிட்டு குசுவா உட்டுட்டு காலத்த கழிக்கிதுவோ. சரி அதுக்கு போவுங்காலம் இருந்துது போய்ட்டுது. படுபாவி முண்ட, இந்த பச்ச புள்ளயக்கூட யோசன பண்ணிப் பாக்காத பூட்டா...'' பெற்றவளுக்கு ஆறுதல் சொல்வார்கள்.

''ஏண்டி சித்ரா, என்னாடி கவுட்டிக்குள்ள தலய வுட்டக்கிட்டு குந்திக்கெடக்கற. கூடப்பொறந்த பொறப்பு, யார நெனைச்சிப் பாத்தா. யாரு மேல கோவம் அவளுக்கு. புடிக்காதவனையா கட்டிவைச்சம். எனுமோ போ, ரோசம் தாங்காத புள்ளிவுளா வளந்துட்டிங்க. எல்லாத்

தையும் மறந்துடு போ... அந்தப் புள்ளைக்கி பாலக்கீல காய்ச்சிப் போடு...'' தங்கைக்கு சமாதானம்.

நிமிர்ந்தாள். வேர்வையும் கண்ணீரும் முகத்தில் சாறாடிக்கிடந்தது. எண்ணை காணாத தலைமுடி முகத்தில் ஒட்டிக்கிடந்தது. தன்னைச் சுற்றிய இருட்டிலிருந்து எழுந்தாள். நூலாய் நொடிந்து போய்விட்ட உடம்பு. வதங்கிய அவரைக் கொடியாய் நடந்தாள். நடுவீட்டில் மல்லுக் கழியில் தொங்கியது ஏணை. தாங்கலுக்கு பிடித்துக்கொண்டு நின்றாள். மாசுமருவில்லாமல் தூங்கிக் கிடந்தது நிலா.

தாயின் முகம் பார்த்து அழவும் சிரிக்கவும் கற்றுக்கொண்ட எட்டு மாதக் குழந்தை. அன்றோடு பத்து நாள், தாயின் முகத்தையும் தாய்ப் பாலையும் அறவே மறந்து கிடந்தது. நிலா சிரிக்கையிலும், அழுகை யிலும் எல்லோருக்கும் ஆத்திரம் கவ்விக்கொண்டு அழுகை பீரிடும். ஒப்பாரியாகி பின் அது நிற்க நெடுநேரமாகும். அழுத குழந்தை, அழுகிற வர்களை வேடிக்கையாய் பார்த்துச் சிரிக்கும். பொய் அழுகை காட்டி சிரிக்கவைத்துப் பழக்கப்பட்ட குழந்தை, நிச அழுகையிலும் சிரிக்கும்.

நிறைமாத வயிற்றைத் தாங்க முடியாது முனகலாய் அக்கா நடக்கும் போதெல்லாம் இவள் முகத்தில் வலி ரேகை தெரியும். மல்லாந்து படுக்கக் கூடாதென்பதற்காக ஒருக்களித்து ஒரே நிலையில் படுத்து நோகும்போது, இவள் அருகில் படுத்து வயிற்றில் காது வைத்து, ''ஓம் புள்ள ஒதைக்கிது'' என்று சிரிப்பு மூட்டுவாள். அவள் மாத்திரைகளை கசப்பாய் விழுங்குகையில் இவள் உமிழ்நீரைக் கூட்டி முகம் கோணி விழுங்குவாள்.

அக்காளின் பிரசவத்தின்போது, இவள் வேண்டாத தெய்வம் இல்லை. குறிப்பாய் அரசியம்மன் கோயில் அரசாயிக்கு செடல் போட்டுக் கொள் வதாய் வேண்டிக்கொண்டாள். அக்காள் போட்ட பிரசவ அலறலில் துடி துடித்துப் போனாள். சுகப்பிரசவம். உதிரத்தோடு கழுவாமல் இவள் கையில்தான் தூக்கி வந்து கொடுத்தார்கள் முதலில். ''இந்தாடியம்மா நீ புள்ள பெத்தியா, இல்ல ஒக்கா புள்ள பெத்தாளான்னு தெரியில...அழுது களைச்சிட்ட.''

ஏணையைக் கட்டியதும் இவள்தான். அதில் முதலில் தூக்கி கெடத்தி, ஆராரோ பாடி தூங்க வைத்தவளும் இவள்தான். நிலா ஊருக்குப் போனால் கூட ஏணை அவிழ்க்காமலேயே கிடந்து, திரும்பி ஊருக்கு வருகிற நாள் வரைக்கும் நிலாவாய் நிறைவு செய்யும். மறாவது வருடம் அரசியம்மன் கோயில் திருவிழா வருவதற்குள், அக்கா சேந்தநாட்டு சுடுகாட்டில் சாம்பலாய் காற்றில் பறந்து போனாள்.

''**செ**ல்லம் செல்லம்னு கொஞ்சிக்கிட்டு நின்னிய. ஒஞ் செல்லம் செய்ஞ்ச வேலயப் பாத்தியா. நீ குடுத்த செல்லத்தால அந்த பாவிமுண்ட நடத்தன கங்காட்சியப் பாத்தியா...'' வனமயிலு காசியை நோக்கும் போதெல்லாம் சொட்டி சொட்டி ஒப்பாரி வைத்தாள்.

லட்சுமி குடும்பத்தில் பிறந்த முதல் குழந்தை. செக்கச் செவேல் என்று மூக்கும் முழியுமாக, பார்த்துக்கொண்டே இருக்கலாம் எனத் தோன்றும். காசி குழந்தையைத் தரையில் கால் பாவ விடுவதில்லை. தூக்கித் தூக்கிக் கொஞ்சினான். கை நீட்டியதையெல்லாம் வாங்கிக்கொடுத்தான். கிடைக் காததையெல்லாம் கேட்டு அடம்பிடிக்கும். விழுந்து புரளும் மண்ணில். குழந்தையின் கண்ணீரைக் கண்டாலே வனமயில் மீது பாய்வான். கோபத்தில் பொறி பறக்கும். வனமயிலு குழந்தையை அடித்துவிடுகிற போதெல்லாம், வனமயிலுக்கு அடிவிழும். இரண்டாவதாய் சித்ரா பிறந்த பின்னும், லட்சுமியின் ஆதிக்கக் கொடி இறங்கவேயில்லை.

வளர்ந்து வயசுக்கு வந்த பின்னும், லட்சுமிக்கு காசியிடம் கொஞ்சல் செல்லம்தான். யாராவது கடிந்து ஒரு சொல் சொல்லிவிட்டால் உடனே மோடிதான். மூஞ்சியை மோட்டுவளையில் தூக்கி வைத்துக் கொண்டு விடும். சாப்பிடச் சொன்னால் குறுக்கிக்கொண்டு குறுங்குறுங்கென்று முடங்கிக் கொள்ளும். வனமயிலு பொரிந்து கொண்டு கிடப்பாள். ''ஒரு வயிசிப்புள்ள, தொட்டதுக்கெல்லாம் ரோசம் பொத்துக்கிட்டு மோடி வைச்சிக்கிட்டு நின்னா கட்டிக்கிட்டப் போற எடத்துல கிழிச்சிக்கிட்டுத் தான் நிக்கும்.''

காசி வந்து முறுக்கு தீர்த்தால்தான் உண்டு. அதுவும் லேசில் தீராது. வனமயிலுக்கு நாலு பாட்டு வாங்கி வைத்தபின்தான் முறுக்கு உடையும்.

சித்ரா பேச்சு எல்லாம் எடுபடாது. எப்போதும் இரண்டாம் பட்சந் தான். துணிமணி, நகை நட்டு எல்லாம் லட்சுமியின் விருப்பப்படி தான். சித்ராவுக்கு அவர்களாகப் பார்த்து வாங்கி வந்து கொடுப்பதோடு சரி. பெரும்பாலான சமயங்களில், புதுத்துணிமணிகள் லட்சுமிக்குதான் எடுப்பது. சித்ராவும் கண்ணைக் கசக்கிப் பார்ப்பாள். இவள் செக்கு செல்லாது.

''அதுதான், நாம் புடிச்ச மொசலுக்கு மூணுகாலுன்னு எடுத்துக்குடுக்கச் சொல்லி ஒத்தக் கால்ல நிக்கிது. நீனுமா என்ன பிரி கட்டி அடிக்கணும். ஏற்கனவே அதுக்கு எடுத்த துணிமணி புதுசு மாதிரி அசகொலையாமதான் இருக்கு, எடுத்துக் கட்டிக்க...''

லட்சுமியின் பாவாடை, சட்டையெல்லாம் இவளுக்கு திட்டமாக இருந்த ஒரே காரணத்தால், அக்காவால் கட்டி ஒதுக்கப்பட்ட துணி மணிகள்தான் பெரும்பாலும் இவளுக்கு. அடுத்தடுத்து லட்சுமிக்கு புதுத் துணி சேர்வதால், அழகான நல்ல நிலையில் உள்ள அவளது துணிமணி

களே இவளுக்கு நிறைவாகப் போய்விடும்.

சித்ராவை விட லட்சுமி ஒரு வகுப்பு முன்னே படித்துக் கொண்டிருந்தது காசிக்கு எவ்வளவோ மிச்சம். சித்ரா சலித்துப்போய் கேட்பாள். ''ஒரு வருசமாவது எனக்கு புதுப்புத்தகம் வாங்கிக் குடுத்தா என்னாப்பா...''

''புது புத்தகத்திலியும் இதே எழுத்துதான் இருக்கும். பழைய புத்தகத்துல படிச்சா, படிப்பு ஏறாமலா உட்டுடப்போவுது'' பல்லில் போட்டுத் தெறித்தமாதிரி காசி சொல்லுவார்.

அட்டை கிழிந்து முனை மழுங்கி கிறுக்கலாய் கிடக்கும் அக்காவின் பழைய புத்தகங்களுக்கு புது அட்டை போட்டு நிராசையான புதுப்புத்தகக் கனவுகளை ஒப்பேற்றிக்கொள்வாள்.

வனமயிலும் சாந்தமாக காசியிடம் சொல்லிப்பார்ப்பாள். ''ரெண்டு புள்ளையில ஒரு புள்ளைக்கி மட்டும் எதுக்கு ஓரவஞ்சன. ரெண்டும் நம்ப புள்ளதான.''

ஆனால் அவளின் சப்பைக்கட்டு எல்லாம் எடுபடாது. அக்காளின் போக்கும் சித்ராவுக்கு பழகிப் போய்விட்டது. மாறாக அம்மாவையே சமாதானம் செய்வாள். ''வுடும்மா அது கொணம் அப்பிடி, அதான் அப்பா அப்பிடி செய்றாரு.''

லட்சுமி பத்தாம் வகுப்பில் பூட்டை விட்டுவிட்டாள். பிடித்துக் கொண்டாள் வனமயிலு. ''நீ செல்லம் கொஞ்சி கொஞ்சி மினுக்கிக்கிட்டு நின்னவ. ஒனக்கு எப்பிடி படிப்பு ஏறும். ஒப்பன் அதுக்கு மேல தாங்கு தாங்குன்னு உள்ளங்கையில தாங்கிக்கிட்டு நின்னான். எனக்கு மின்னியே தெரியும், ஒனக்கு பணிக்க பண்ணிப் பள்ளிக்கொடம் அனுப்பறதுலாம் வெழலுக்கு எறைச்ச தண்ணின்னு. ஒனக்கு செலவு பண்ணன காசியில நெறமா நாலு பவுனு நக வாங்கி வைச்சிருந்தாலும் புடிச்சிக்குடுக்கற செலவுனாச்சும் கொறையும்.''

வனமயிலு பேசிக்கொண்டே தெருவில் தண்ணீர் மொண்டு வருவதற்குள், இவள் தோட்டத்து வேலிப்பக்கம் போய் வந்து அம்மியில் அரைத்துக்கொண்டிருக்கிறாள் குண்டுமணியை. அதிர்ந்து போய்விட்டாள் வனமயிலு.

இவள் குணத்திற்கு எப்படித்தான் வாழ்க்கை நடத்துப் போகிறாளோ என பயத்தோடுதான் கட்டிக்கொடுத்தார்கள், சேந்தநாட்டில். பையனுக்கு வாத்தி வேலை. உள்ளூர் பள்ளிக்கூடத்திலேயே சொல்லிக்கொடுத்துக் கொண்டிருந்தான். அழகானவன். கைநிறைய சம்பளம். பெரிய மோட்டார் சைக்கிள். லட்சுமிக்கு கழுத்து கொள்ளாத நகை.

மூணாம் வழிக்கு மருமகனிடம் படித்துப்படித்துச் சொல்லியனுப்

பினாள். ''தம்பி, குடும்பத்துக்கு மொதப் பொண்ணு. கொஞ்சம் செல்லமா வளத்துட்டம். முன்கோவம் அதிகம். சும்மா ஒரு வார்த்த சொன்னாக்கூட உம்முன்னு இருக்கும். ரோசம் தாங்காத புள்ள. கொஞ்சம் பாத்து பதமா ஓட்டுப்பா.''

ஊருக்கு வரும்போதெல்லாம் குறைகளாய் சொன்னான். ''இருந் தாலும் இம்மாம் மோசமா புள்ளய வளத்துருக்கக்கூடாது. கொழம்புல இம்மாம் உப்ப போட்ருக்கிய, இத எவன் சாப்புடுவான்னு கேட்டதுக்கு ரெண்டு நாள் முறுக்கு. எந்திரிச்சி சோறு போட மாட்டங்குது. மீறி சத்தம் போட்டா யாருகிட்டயும் சொல்லாம ஊருக்கு கெளம்புது. இது கூட நா எனுமா குடும்பம் நடத்தப் போறன்னு தெரியல...''

கூப்பிட்டு குந்த வைத்து லட்சுமியிடம் கெஞ்சாத குறையாக சொல்லிச் சொல்லி அனுப்பினாள். ''மாமன் சொல்லுலன்னாலும், பாக்கற சனம் சிரிச்சி காறி முழியும். எனுமா புள்ள வளத்துருக்கா பாருன்னு. ஏம் பேர காபந்து பண்ணுமா.'' பெருமாள் மாடு மாதிரி தலையாட்டினாளே தவிர, பலன் ஒன்றுமில்லை.

லட்சுமியின் குணம் தெரிந்து, தனிக்குடித்தனமும் வந்து பார்த்து விட்டான். அதுவும் நிலா வயிற்றிலிருக்கும்போது படாதபாடு பட்டு விட்டான். முனுக்கென்றால், சாப்பிடுவதே இல்லை. பட்டினியாகக் கிடந்தால், வயிற்றிலிருக்கும் குழந்தைக்கு எதாவது ஆகிவிடும் என பயந்து தட்டில் சோற்றைப் போட்டு வைத்து அழாத குறையாகக் கெஞ்சு வான். அவள் இறுக்கிய முறுக்கை தளர்த்தாமலேயே இருப்பாள். தொந்த ரவிலிருந்து தப்பிக்க ஐந்தாம் மாதமே இங்கு ஊருக்கு கொண்டு வந்து விட்டுவிட்டான்.

நிலா பிறந்தாள். இனி மருமகனிடம் சொல்வதற்கு எதுவுமில்லை. லட்சுமியிடம்தான் சொல்லியனுப்பினாள். ''இனி நீ பேரம் பேத்தி எடுக்கற வரைக்கும் நா சொல்லிக்கிட்டு இருக்கமாட்டன். இங்க நம்ப ஊர்ல எந்த வண்டி பூட்டிக் குடுத்து, நக நட்டு செஞ்சாலும் அதது முந்திரிக் காட்ல சொரட்டுக்கழிய புடிச்சிக்கிட்டு கானகத்துலதான் நிக்கிதுவோ. ஒனக்கு என்னா ராசாத்தியாட்டம் பள்ளிக்கொடம் போறவங்களுக்கு சோறு போட்டுட்டு புள்ளயத் தூக்கி வைச்சிருக்கறது. பாத்து புத்தியா குடும்பத்த ஓட்டு.''

காலையில் பள்ளிக்கூடம் கிளம்பும்போதே சரியான சாப்பாடு இல்லை. மத்தியான சாப்பாட்டிற்கு வண்டியில் வந்து இறங்கினான். வாசக்கதவு திறந்திருந்தது. தெருவிலிருந்து பார்த்தான். ஒருக்களித்துப் படுத்தபடி புள்ளைக்கு பால் கொடுத்து கொண்டிருக்கிறாள். வண்டி சத்தத்திற்கு எந்த அசைவும் இல்லை. கோபமாக உள்ளே நுழைந்தான்.

மாராப்பு முந்தானையை விரித்துப்போட்டு தூங்கிக் கொண்டிருந் தாள். ஒதுக்கி விடப்பட்ட மாரில் குழந்தை பால் குடித்துக்கொண்டி ருந்தது. இவனுக்கு ஆத்திரம் பறந்தது. ''இங்க பாரு... லட்சுமி...'' அதட்டினான். பால் குடிப்பதை விட்டுவிட்டு குழந்தைதான் திரும்பிப் பார்த்துச் சிரித்தது. காலால் ஒரு எத்து எத்தினான். கண் விழித்தவள் சாதாரணமாக எழுந்து குந்தி மாராப்பைத் தேடினாள். தரையில் விரிந்து கிடந்ததை இழுத்ததும், புள்ளை வெறுந்தரையில் உருண்டது.

''ஓங்கிட்ட எத்தினி தடவ சொல்லியிருக்கன் படுத்துக்கிட்டே புள்ளைக்கி பாலு குடுக்காத. பொற ஏறி புள்ளைக்கி மூச்சி தெக மாறிடும்னு. ஏண்டி நான்லாம் சொல்றது ஓங் கறியிலேயே ஒரைக்காதா. புள்ளைக்கி எனுமா பாலு குடுக்குணும்னுகூட தெரியாத நீயிலாம் புள்ளப் பெத்துக்கினு கெடக்கற. நாய் கூட தான் குட்டிப் போட்டுக்கிட்டுக் கெடக்குது. குட்டி போட்டுட்டா ஆச்சா. மத்தியான நேரத்துல கதவ தொறந்து போட்டுக்கிட்டு மல்லாத்திக்கிட்டுக் கெடக்கற. கள வெட்டப் போயி, இப்பதான் அசந்து வந்து உழுந்துருக்க பாரு. ஒன்னச் சொல்லிக் குத்தமில்ல. ஊரு ஒலகத்துல பொண்ணே இல்லன்னு, தோலு செவுப்பப் பாத்துட்டு, ஊங் கொட்னம் பாரு. எம் புத்திய செருப்பால அடிச்சிக் கணும்...''

அவள் எழுந்திரிக்கவேயில்லை. கோபத்தில் பேசியபடி இவனே போட்டு சாப்பிட்டுவிட்டு கிளம்பினான். பள்ளிக்கூடம் போன கொஞ்ச நேரத்தில் அவனுக்கு சேதி போனது. ''ஓம் பொண்டாட்டி தூக்கு மாட்டிக் கிட்டு செத்துப்போச்சி.''

காட்டுக்கூடலூரே திரண்டு வந்துவிட்டது. அழுது புரள்கிறார்கள். முட்டி மோதுகிறார்கள். வனமயிலு மயக்கமடைந்து கிடக்கிறாள். காசி தலையில் அடித்துக் கொண்டு புரள்கிறார். ''எம்பொண்ணு போச்சே... எம் பொண்ணு போச்சே...''

''எக்கா...எக்கா...'' சித்ரா அடித்துக்கொண்டு மாய்கிறாள். கதறிக் கொண்டே சுற்றும் முற்றும் பார்க்கிறாள். யார் கையிலோ நிலா மிரண்டு அழுகிறது. தாவி விழுந்து வாங்கி, அக்காவின் முகத்தருகே கொண்டு போய் ''பாரு எக்கா... புள்ளைய பாரு எக்கா... ஓம் புள்ள எங்க அம்மா யாருன்னு பிற்காலத்துல கேட்டா, நா யாரச் சொல்வன் எக்கா...'' கூட்டம் குபீரென்று தீப்பிடித்ததுபோல் கதறி எகிறுகிறது.

''எங்க ஊர் புள்ள எப்பிடிடா செத்துது. வரதட்சண காணலன்னு கொன்னுட்டிங்களாடா...அடிச்சி நொறுக்குங்கடா...''. வண்டி வண்டி யாய் வந்து இறங்கி கழியைச் சுழற்றுகிறார்கள். சட்டிபானையை உடைக்கிறார்கள். எதிர்படுகிறவர்களையெல்லாம் நெட்டுகிறார்கள்.

இரண்டு ஊர்களுக்கும் அடிதடி மூள்கிற நிலையை நோக்கி போய்க் கொண்டிருக்கிறது.

தெருவில் நிதானமில்லாமல் புரண்டு கதறி கொண்டிருந்த காசியை போய் யாரோ தூக்கி நிறுத்துகிறார்கள். யுத்தகளமாய் இருக்கிறது. ''சாமிவுளா...சாமிவுளா...'' கை கூப்பியபடி ஓடி வருகிறார்.

''வேணாண்டா சாமிவுளா. நம்ப புள்ள பேர்லதாண்டா தப்பு இருக்கும். புள்ளய வளத்தவண்டா நானு. எனக்கு தெரியும்டா. நம்ப புள்ள பேர்லதான் தப்பு இருக்குமுடா...''

கூட்டத்தின் கோபம் தணிகிறது. கெஞ்சிப் புலம்புகிறார். ''ஏம் புள்ளய போய் பாருங்கடா. டேய் திரிசங்கு லட்சுமிய பாருடா. காலா காலத்துல நம்ப புள்ளய எடுத்து தவனப்படுத்த பாருங்கடா... அய்யோ லட்சுமி...ஏஞ் செல்லமே...''

பாலைக் காய்ச்சி பாட்டிலில் ஊற்றி ரப்பரை மாட்டினாள். நிலாவைத் தூக்கி மடியில் கிடத்தி பாட்டிலை எடுப்பதற்குள் அலைகிறது. கையில் சிக்கிய மாராப்புத் துணியை விலக்குகிறது. அடி வயிற்றில் முட்டி மோதுகிறது. முட்டிக்கொண்டுவரும் அழுகையை அடக்கியபடி, மாராப்பு துணியை விடுவித்து, அகல விரித்து இறக்கிவிட்டபடி, பாட்டி லின் குமிழை வாய்க்குள் திணிக்கிறாள். அமைதியாகி நிலாவின் கை ஆதரவாய் பற்றுவதற்கு மேலே எழுகிறது. அகலவிரித்துச் செருகிய மாராப்புத் துணியில் பிடிமானம் கிடைக்காமல் நழுவுகிறது. மீண்டும் தேடுதலின் முயற்சியில், கழுத்தில் ஊசலாடியபடி தொங்கிய மணி கிடைக்கிறது. கெட்டியாகப் பிடித்துக்கொள்கிற்து. பாட்டிலுக்குள் காற்றுக்குமிழ்கள் பறக்கின்றன.

அக்காளின் மரணத்தை மெல்ல மெல்ல மறக்க முற்படும்போது, துயரின் நிழல் வேறு ஒரு திசையில் பலமாய் இவளைத் தாக்க ஆரம்பித்து விட்டது. நிலைகுலைந்து போய்விட்டாள். இப்போதெல்லாம் அக்காளை நினைத்து அழுவதென்பதை விடவும், அவள் தன்னைத் தானே நினைத்து அழுவதே அதிமாகிவிட்டது. எவராலும் ஆறுதல் சொல்ல முடியாத துயர். தப்பிக்க ஏதும் வகையறியாதவாறு திடுக்கென வந்து கண்ணை பறித்துக்கொண்ட இருட்டு.

போக்காளி மகளை நினைத்து அழுவது போய், இருக்கிற மகளை நினைத்து நினைத்து அழுதுகொண்டிருக்கிறாள் தாய். ''பச்சக்கிளி மாதிரி இருந்த புள்ளைக்கி இப்பிடி தல எழுத்து வந்து அமையிதே.'' அப்பன் சித்ராவை நோக்கி நேருக்கு நேர் பார்க்க தெம்பு இல்லாமல் தலைகுனிந்து போகிறார். காலம் தீர்மானித்த தலை குனிவு. கல்லாய் இறுகிப் போகி றாள் சித்ரா.

பிணம் கிடக்கும்போது விழுந்து புரள்கிறாள் சித்ரா. கையில் நிலா கத்தி முறைக்கிறது. நேரம் போகப் போக இழப்பிலிருந்து மீண்டு கண்ணைத் துடைத்தபடி, சமாதானமடைந்து இவளைப் பார்க்கிறார்கள். கையில் இருந்த நிலாவைப் பார்க்கிறார்கள். யாரையும் நோக்க, நெகா இல்லாமல் கத்தி கரைந்துகொண்டிருக்கிறாள் சித்ரா.

''யாரு இந்த பொண்ணு இப்பிடி கத்தி கதறுது...''

''இது தான் செத்துப்போனவளோட தங்கச்சி...'' யாரோ பதில் சொல்கிறார்கள்.

''இன்னம் ஒரு பொண்ணு இருக்குன்னு சொன்னது இதான. அப்பறம் என்னா, இந்த மவராசிதான் எல்லாத்தியும் பாத்துக்கணும். புள்ளைக்கும் ஒரு ஆதரவாப் பூடும்.''

''ஆரிடா அவ. இப்பதான் எழவு ஊட்ல வந்து சம்மந்தம் பேசற.'' எரிந்து விழுகிறாள் ஒருத்தி.

''என்னாடி இப்ப தப்பா சொல்லிட்டன். எல்லாம் வெளிய வர கத தான். பையன் என்னா கொறச்சலா? ஒரு புடுங்கினியக் கொண்டாந்து அவந் தலையிலக் கட்டிட்டு, இன்னக்கி அவனையும் தற்கொறச்சல்ல உட்டுட்டு, அவனப் போடான்னா சும்மா பூடுவான், சிண்ட இழுத்துப் போட்டு முனியாத...'' அழுகுரல்களின் ஊடே கோபப்படுகிறாள் அவள்.

சூழலை மறந்து பல சுட்டுவிரல்கள் இவளை நோக்கி நீள்கின்றன. பேசிக்கொள்கின்றனர். தெரிந்த முகங்களெல்லாம் இறுக்கமாய் அவளைக் கட்டிக்கொண்டு அழுகின்றன. தெரியாத முகங்களெல்லாம், விசாரித்தறிந்து அவளிடம் அழுகின்றன. இன்னதென அறியாமல் அவளும் அழுதுகொண்டிருக்கிறாள்.

''பொண்ணோட அப்பாவும் ஈவு அறுக்கிறமாதிரி ஒண்ணும் சொல்லுலியாம். அப்பிடித்தான் போயாவணும். கையில ஒரு புள்ள இல்லன்னா, அறுத்துக்கிட்டு போவலாம். இப்ப என்னா, போனது பூட்டுது. அந்த புள்ளய ரெண்டாந்தாரமா குடுத்துட்டுப் போவ வேண்டிதுதான்.'' பிணம் எடுத்துக்கொண்டு போன பின்பு, தூக்கத்திலிருந்து மீளாதவள் காதுகளில் அரசல் புரசலாக விழுந்ததை பெரிதுபடுத்தாதவள், மீண்டும் ஒரு தடவை இப்போது ஞாபகத்திலிருந்து உள்வாங்கி பார்த்தவள் உடைந்து நொறுங்கினாள்.

வாசலில் மோட்டார் சைக்கிள் வந்து நிற்கிற சத்தம் கேட்டது. ''எம்மா... அக்கா... வந்துருக்குது...'' நிகழ் மறந்து நிலைகுலைந்தவள் திடுக்கிட்டு எழுந்து சொல்லி பட்டென்று வெட்டி இழுத்தமாதிரி குந்தி குமுறுகிறாள்.

நடையில் விளையாடிக்கொண்டிருந்த நிலா, பழகிய வண்டிச் சத்தத்தில் தவழ்ந்து வாசலுக்கு ஓடுகிறது. காசியும் வனமயிலும் தளர்ந்து போய் வாசலைப் பார்க்கிறார்கள். லட்சுமிக்கு சீதனமாய் வாங்கிக் கொடுத்த வண்டி. மகளும் மருமகனும் சோடியாய் வந்திறங்கும் வண்டி. நிலாவைத் தூக்கிக்கொண்டு லட்சுமி கணவனின் தோள்மேல் போட்டுக் கொண்டு போனதுதான் கடைசி நடை.

''நெலா, ஆயா தாத்தாவுக்கு டாட்டா சொல்லு. சித்திக்கி முத்தம் குடு.''

கடைசியாய் லட்சுமி பேசியது இதுதான். சித்ரா குனிந்து கன்னத்தில் முத்தத்தை வாங்குகிறாள். ஆயாவும் தாத்தாவும் விரலசைக்கிறார்கள். ''பாத்து பத்தரமா போ தம்பி.''

வெறும் வண்டிதான் வந்திருக்கிறது. சேந்த நாட்டில் மருமகன் வீட்டுக்கு பங்காளிப் பையன் வண்டியை ஓட்டிவந்திருக்கிறான். வண்டி யிலிருந்து இறங்கிய அப்பா முகமல்லாத ஆளைப் பார்த்து, ஏமாறுகிறது நிலா. இருந்தும் வண்டியை நோக்கி நகர்கிறது.

''வா...தம்பி...'' காசி திண்ணையிலிருந்தபடி சுரத்தின்றி கூப்பிடுகிறார்.

வந்தவன் ''வரன்'' என்றபடி திண்ணையில் வந்து குந்துகிறான். திண்ணையை ஒட்டிய சுவரில் உள்ளே சாய்ந்து குந்தியிருக்கிறாள் சித்ரா. வந்தவன் நிலாவை நோக்கி கையை நீட்டுகிறான். அது பேந்த பேந்த முழிக்கிறது. ''இங்க வா...'' என இறங்கி கையை நீட்டியதும், அது சரசரவென்று பின்னுக்கு திரும்பி முட்டி போட்டபடி அருகாலை தாண்டி நகர்ந்தோடி, முட்டியால் வளைத்துக்கோர்த்திருந்த கைகளைப் பிரித்து, சித்ராவின் மடியில் குந்திகிறது.

''நெலா, ஒங்க அப்பா கூப்புட்டாரு, வா... வண்டியில ஊருக்குப் போவும்.'' கிட்டப்போய் கையை நீட்டுகிறான். அது சித்ராவின் மார்பில் முகம் புதைத்து வர மறுக்கிறது.

திண்ணையில் வந்து குந்திய பக்கத்து வீட்டுக்காரர் கேட்டார், ''என்னா தம்பி வந்தது...''

தயங்கியபடி சொன்னான், ''அவுருதான்... சுத்தமா சாப்புடுற வேலையே கெடயாது. செத்த பெறாக்கா இருக்கும், பள்ளிக்கொடம் போன்னாலும் கேக்கமாட்டங்கறாரு. யாருக்கிட்டயும் வாயத் தொறந்து பேசறதும் இல்ல. அதான் இந்த புள்ளய இட்டுக்கிட்டுப் போயி வுட்டா... செத்த மனம் ஆறலா இருக்கும்னு தூக்கியாரச் சொன்னாங்க...''

யாரும் எதுவும் பேசவில்லை. பக்கத்து வீட்டுக்காரர்தான், வந்த வனிடம் பொதுவாய் பேசிக்கொண்டிருந்தார். ''இப்பத்திய புள்ளிவோ குடுத்தனம் பண்றத மண்ணக் கூட்டி வைச்சிக்கிட்டு வெள்ளாடறதா

நெனைக்கிதுவோ. பறம்பைசாவுக்கு புரயோசனம் இல்லாத, வாப் பேச்சிக்கிக் கூட, மின்ன பின்னப் பாக்காம மண்ணு ஊட்ட காலால கலைச்சிட்டுப் போறமாதிரி உட்டுக்கெடாசிட்டுப் பூடுதுவோ. தே... இப்ப யாரு பட்டு அலையறது. போன மூணாம் நாளே தனியா போறங் கறது. தனியா போன மறா நாளே கடிச்சிக்கிறது. இதே ஒரு கெழங்கட்ட கூட குடும்பத்துல இருந்தா இம்மாந் தொலைக்கி உட்ருக்குமா...''

மொடுக்கென்று யாரும் வாயைத் திறக்கவில்லை. காசிதான் கம்மிய குரலில் சொன்னார். ''புள்ள தனியா அங்க இருக்குமாப்பா... இங்க கூட எங்ககிட்ட வராது. சின்னப் பாப்பாக்கிட்டதான் இருக்கும். நாளய பொழுதுதான, புண்ணியதானத்துக்கு வரும்போது இட்டாரன...''

''இட்டுக்கிட்டுப் போயி மூஞ்ச காட்டிட்டு சாயந்திரமா இட்டாரன்...''

யோசித்துப் பார்த்துவிட்டு, உள்ளே திரும்பினார் ''சித்ரா...''

நிலாவுக்கு சட்டை போட்டு, பவுடர் அடித்துக்கொண்டிருந்தாள். வண்டியை நிமிர்த்தி ஏறி குந்தினான். நிலாவைத் தூக்கிக்கொண்டு வந்தாள். வண்டியைப் பார்த்து நிலா தாவியது. முன்னால் உட்காரவைத்து விட்டு பின்னுக்கு நகர்ந்துகொண்டதும்,நிலா கத்த ஆரம்பித்துவிட்டது. வண்டியை நகர்த்த ஆரம்பித்ததும், அழுது திமிறி உதைத்துக்கொண்டு கீழே இறங்க முயற்சிக்கிறது. நிலா அழ அழ சித்ராவின் கண்களில் மௌனமாய் கண்ணீர் இறங்கியோடுகிறது.

''என்ன வுட்டுடாத. கைய ஒதறி கால ஒதறி... நா எங்கியும் போவக் கூடாது...'' உதடுகள் துடிக்க ஆத்திரத்தில் பேசியபடி கையை நீட்டு கிறாள். நிலா கைகளில் வந்து, அமைதியாய் சிரிக்கிறது. கன்னத்தில் கண்ணீர்க் கோடு. சிரிப்பில் தத்தளிக்கிறது. வண்டி வெறுமனே போய்க் கொண்டிருந்தது.

திண்ணையில் யாரும் இல்லை. தோட்டத்து நடையில் விளையாடிக் கொண்டிருந்த நிலாவை வெறிக்கப் பார்த்துக்கொண்டு குந்தியிருந்தாள். நிலாவின் மீது வெறுப்பாக வந்தது. காலைச் சுற்றிய பாம்பாக நிலா. அது மட்டும் இல்லையென்றால், இவளுக்கு இப்போது அனத்தம் இல்லை. அவளின் வாழ்க்கையில் குறுக்கிட்டு விளையாடிக்கொண்டிருக்கிறது.

வெறுப்பில் பட்டென்று தோட்டத்துக் கதவை இழுத்துச் சாத்திக் கொண்டு, கதவோரம் சாய்ந்து வெளியில் குந்திக்கொண்டாள். உள்ளே நிலா பயத்தில் அலறுகிறது. அவள் திறக்கவேயில்லை. இந்த நிலா மட்டும் இல்லையென்றால், தன்னை யாரும் வற்புறுத்தப் போவதில்லை. கல்லாக்கிக் கொண்டு குந்தியிருந்தாள். நிலாவின் கத்தல் வீட்டைக் கிழிக்கிறது. கதவில் மோதுகிறது.

சித்ராவுக்கு கண்களில் தாரை தாரையாக ஓடுகிறது. நிலாவின் கதறல் உள்ளுக்குள் குடைகிறது. கதவில் மோதுவது செவுளில் அறைகிறது. உதிரக்கவுலோடு முதன்முதலில் கைகளில் வாங்கிய நிலா. முதன் முதலில் ஏணையில் தூக்கிவிட்டபோது சிரித்த நிலா.

வெடித்து சிதறுகிறாள் சித்ரா. கதவைத் திறக்கிறாள். கதவோரம் நின்ற நிலா கதவு திறக்கப்பட்டதும் பின்னுக்கு விழுந்து துடிக்கிறது. வாரி அள்ளி முத்தம் கொடுக்கிறாள். அழுதபடி உச்சிமோந்து மார்பில் அணைத்து ஆரக்காட்டுகிறாள். நிலா அழுகையை நிறுத்திய பின்பும் தேம்பல் நிற்கவேயில்லை.

தெருவில் நிலாவுக்கு, நிலாவைக் காட்டி சோறூட்டியபடி நடந்து கொண்டிருக்கிறாள். நடக்க நடக்க நிலா கூடவே வந்துகொண்டிருக் கிறது. திரும்பி நடக்கிறாள். நிலாவும் திரும்பி வருகிறது. கூடக்கூட வந்துகொண்டிருக்கும் நிலாவை பார்க்கப் பிடிக்கவில்லை. திடுமென ஒரு மழைமேகம் வந்தால் நன்றாக இருக்கும் என எண்ணினாள். நிலா சிரித்தது.

''நாளைக்கி சாயந்திரமா போனாப் போதுமில்ல...'' திண்ணையில் வந்து குந்திய திரிசங்கு கேட்டார்.

''போவ வேண்டியதுதான்.'' காசி உப்புசப்பில்லாமல் சொன்னார்.

நிலா கொட்டாவி விட்டதும் உள்ளே தூக்கிப் போனாள். திரிசங்கு கொஞ்சம் தயக்கமாய் மெதுவாகக் கேட்டார். ''அப்பறம் என்னா முடிவெடுத்திருக்கீங்க...''

புரிந்தும் புரியாதது மாதிரி கேட்டார் ''என்னா மாமா...''

''புண்ணியதானத்தன்னக்கி என்னா சேதி சாமாஞ்செட்டுவுள எடுத்துக் கிட்டு புள்ளயத் தூக்கிக்கிட்டு வந்துடுவமா... இல்ல வேற ஏதாவது...'' திரிசங்கு பேச்சில் இக்கு வைத்தார்.

உள்ளே ஏணையை ஆட்டிக்கொண்டிருந்த சித்ரா பட்டென்று ஆட்டு வதை நிறுத்தினாள். வெளியில் அடுத்தது எதுவும் பேச்சு இல்லாமல் குந்தியிருந்தார்கள். நிலா கொட்டாவி விட்டு தூங்கியதும் வாசலைப் பார்த்தபடி திரும்பி குந்தினாள். முதுகில் ஏணை உரசிக்கொண்டு போனது.

''என்னா ஒண்ணும் பேச்சக் காணம் வனமயிலு..'' சுவரோரம் குந்தியிருந்தவளைப் பார்த்து திரும்பவும் கேட்டார்.

''எதாயிருந்தாலும் பொறுமையாய் பாத்து முடிவு பண்ண வேண்டியதுதான். அந்த கொலகாரப் பாவி நம்பள இப்பிடி முடிவு பண்ணவுட்டுட்டு பூட்டா.'' உடைந்து அழுகிறாள். பெத்த மனம்

பேதலித்து நொறுங்கிப் பிதற்றுகிறது.

''பொறுமையான்னா, எப்ப வனமயிலு? எதுவாருந்தாலும் புண்ணிய தானத்து அன்னைக்கே முடிவு பண்ணனாதான். கஷ்டந்தான். இல்லன்னு சொல்லுல. ஆனா கடந்து போயி யோசனை பண்ணனா, நெல்லா இருக் காது.'' இடைவெளிவிட்டு அவரே பேசினார். ''ஒண்ணு, பெத்த புள்ளையே பூட்டுது. இனி பேரப்புள்ள என்னான்னு வரலாமா. இல்ல புள்ளய வளத்து கட்டிக்குடுக்கறதுக்கு சாமாஞ்செட்டுவோ நகைவுள எடுத்துக்கிட்டு வந்துடலாமா. அப்பிடியும் இல்ல...'' திரும்பி வீட்டிற் குள் பார்த்தார்.

உள்ளே தலை குனிந்தபடி அழுதுகொண்டிருந்தாள் சித்ரா. கொஞ்சம் தயக்கமாக சொன்னார். ''இல்ல பத்துபொழுது போயி, இந்த புள்ளய குடுத்துடுவமா... ஒரு சிக்கலும் இல்லாமப் பூடும்...''

இப்பிடி அவர் உடைத்துப் பேசியது யாருக்கும் ஒன்றும் அதிர்ச்சியாக இல்லை. ஏற்கனவே முடிவு செய்துவிட்ட மாதிரியானதுதான் என்றாலும் சித்ரா ஆத்திரம் பீரிட்டு, வெளியே காட்டிக்கொள்ளாமல் அழுதாள்.

''ஒங்குளுக்கு தெரியாதது ஒண்ணுமில்ல. புள்ளயத் தூக்கியாந்து மட்டும் எம்மாம் நாளைக்கி பணிக்க பண்ண முடியும்...'' திரிசங்கு பேசிக் கொண்டேயிருந்தார்.

கண்களில் தாரை தாரையாக வழிந்த கண்ணீரைத் துடைத்துக்கொண்டு, வனமயிலு சொன்னாள். ''எதாயிருந்தாலும்பொறுத்துபாப்பும் மாமா...''

இதுதான் என திரிசங்குவிற்கும் தெரியும். இருந்தாலும் ஒரு மொறைக்கு கேட்க வேண்டும் என்றுதான் கேட்டது.

புண்ணியதானத்தன்று குழந்தையைப் பற்றியும், லட்சுமிக்குப் போடப்பட்ட நகையைப் பற்றியும் எதுவும் பேசவில்லை. லட்சுமியின் கணவனிடம் யாரும் எந்தவித கோபமும் காட்டவில்லை. கொஞ்சம் சோகமாக இருந்தாலும், யாரும் அவனிடம் ஒரு சின்ன முகச்சுழிப்பும் காட்டவில்லை. காசி அவனுக்கு , ஒரு பவுன் மோதிரம் போட்டு, பேண்ட்டு சட்டை எடுத்து வைத்தார்.

படைக்கும்போது விழுந்து கும்பிட்ட மாமியார், உயரே கூரையைப் பார்த்து கைகளை நீட்டி வேண்டிக்கொண்டாள். ''எனுமோ தாயி, எங்க இருக்கன்னு தெரியில. ஒனக்கு போவுங் காலம் இருந்து பூட்ட. ஏம் புள்ளைக்கும் ஓம் புள்ளைக்கும் ஒரு நெல்ல வழியக் காட்டி ஓம் மூல்யமா இந்த குடும்பத்துக்கு ஒரு வெளக்க மறுபடியும் ஏத்தி வைய்யி...''

எரிந்துகொண்டிருந்த நல்லவிளக்கிடம் அம்மா அழுதபோது சனங்கள் தேற்றினார்கள். ''ஒண்ணும் மனச பேதலிக்க உடாத. மொன்னு முழுங் கிட்டு, ஓம் பேத்திக்கு ஒரு ஆதரவாவும், ஒனக்கும் வாழுங் காலத்துல

எந்த சிக்கலும் இல்லாத மாதிரி ஒரு நெல்ல முடிவா எடு. அது ஓங் கையிலதான் இருக்கு...''

வழக்கம்போல் சனங்கள் பேசிக்கொண்டார்கள். ''என்னாடி இதுல மூடுமந்தரம். பையன் வாத்தி வேல. கெழவனாவா பூட்டான் இப்ப. ஒரு எள்ளு மொகனத்தினிக்கூட அவம் பேர்ல தப்பு இல்ல. இதுல இவுங் களே பொண்ணு குடுக்க ஓசன பண்ணனா, யாரு தான் குடுப்பாங்க. முப்பது படைச்சிட்டு, பட்டுன்னு கோயில் தாலியா இட்டுக்கிட்டுப் போயி கட்டிக்கிட்டு வர்றத உட்டுட்டு...''

''நீ ஒண்ணும் நாயம் பொளக்காத. எல்லாம் அவுங்களுக்குத் தெரியும். இல்லன்னா இம்மாம் கமுக்கமாவா காரியம் பாப்பாங்க. அறுத்துக்கிட்டு போறமாதிரின்னா, இந்நேரம் அமுளிதுமுளி பறக்கும்.''

மீள்வதற்கு யாதொரு வழியுமில்லை. எல்லாப் பக்கங்களிலிருந்தும், நிராதரவாய் குரல்கள் கையை விரிக்கின்றன. அக்காவின் மீது அவளுக்கு கோபம் கோபமாக வந்தது. அவள் வாழ்க்கைப்பட்டுப் போன பிறகு தான், வீட்டில் இவள் கொஞ்சம் முக்கியத்துவமாய் இருந்தாள்.

அப்பனே சொன்னதுதான் ''சித்ரா... அதுதான் செல்லம் கொஞ்சிக் கிட்டு படிக்காம நின்னதுல, பட்டுன்னு பாத்து கல்யாணம் பண்ணனது. இனிமே ஒனக்கு எந்தக் கொறையும் இல்ல. நீனாச்சும் நெல்ல மாதிரியா படி.''

சொன்ன சொல்லின் சுவடு மறையாமல் எல்லாமும் மாறிவிட்டது. வெறுப்பாகப் பார்த்தாள். அலமாரியில் வரிசையாகப் புத்தகங்கள். எல்லாம் அக்காவுடையது. அவளும் படித்துக் கிழித்துவிட்டாள். இவளும்தான்.

எல்லோரும் வீட்டிலிருக்கும்போதே தனியாளாய் குந்தியிருந்தாள். யாரும் இவளுடன் பேசுவது இல்லை. பேசுகிற வாய்ப்பைப் பயன் படுத்திக்கொண்டு அழுது அவள்மீது இரக்கத்தை வர வைத்து ஏதாவது மனதைக் கரைத்து, குறுக்கில் தலையாட்டி விடுவாளோ என்கிற பயந்தான்.

இவளுடைய முடிவைக் கேட்கிற மாதிரியான சூழல் அங்கு எதுவும் இல்லை. வழக்கம்போல் மற்றவர்களின் விருப்பதிற்கிணங்கதான் நடந்துகொண்டிருந்தது. முதல் நாள் லட்சுமியின் கணவன் நிலாவைத் தூக்கிக்கொண்டு வந்திருந்தான்.

''சித்ரா... மாமா நெலாவத் தூக்கிக்கிட்டு வந்துருக்குது பாரு...'' வனமயிலு கூப்பிட்டாள்.

அக்கா வீட்டுக்காரனும் மாமன்தான். அவளைத் தாலி கட்டிக்

கொள்கிற முறையிலும் அவன், இவளுக்கு மாமன்தான். எந்த அர்த்தத்தில் என குட்டு உடைக்காமல் பேசினாலும் தனக்கும் அவனுக்குமான இடைவெளியைக் குறைப்பதற்கான முயற்சி என்பதும் தெரிந்தது.

காற்று வாட்டத்தில் சாயும் மூங்கிலின் பச்சை நுனிசிம்பாய், தாவி வந்த நிலாவைத் தூக்கி வந்து நடையில் குந்த வைக்கிறாள். விளை யாட்டுப் பொட்களுக்கு சுற்றும்முற்றும் பார்க்கிறாள்.

அலமாரியில் இனி தேவையில்லாமல் போய்விட்ட, பேனா பென்சில் புத்தகங்களை எடுத்து நிலா முன் போடுகிறாள். அது ஆசையாய் பென்சிலை எடுத்துப் பார்க்கிறது. தாறுமாறாய் புத்தகப் பக்கங்களைப் பிரிக்கிறது. கூரான பென்சில் முனையால், புத்தகப் பக்கங்களில் அழுத் திக் கிறுக்குகிறது. பென்சில் கூர் ஒடிகிறது. பக்கங்கள் கிழிகின்றன.

முப்பது படைத்து விட்டார்கள். நிலாவைத் தூக்கி வருவதும், இட்டுக்கொண்டு போவதுமாக அக்காளின் கணவன் அடிக்கடி வரப் போகத் தொடங்கிவிட்டான். அடுத்த கட்டத்திற்கு தாவிவிட்டது குடும் பம். பங்காளிக் கிழவி ஒருத்திதான் ஆரம்பித்து வைத்தாள். ''என்னாடா காசி, அந்த சேந்தநாட்டு தம்பி வேற வந்து போய்க்கிட்டு கெடக்குது. காமோசோமோன்னு அரசிமாக் கோயில் பக்கம் இட்டுக்கிட்டுப் போயி ஒரு கவுத்தப் போட்டு வராம...''

''என்னா ஆயி ஒரு நாலு நட்சத்திரம் பாக்க வேணாமா. சடுக்குன்னா மொண்டுக்க முடியும்.'' கிழவியின் பேச்சை காதில் வாங்கிக்கொண்டு வந்த திரிசங்கு கேட்டார்.

கிழவி மூஞ்சியில் அடித்தமாதிரி சொன்னாள், ''ஆமா நாலு நட்சத் திரம் பாத்துதான் மின்னக்கொண்டு போயி வைச்சிங்க. பத்து பொருத்தத் துல ஒம்போது பொருத்தம் சரியா இருக்குன்னுதான் முத்தாண்டிக்குப்பம் சோசியக்காரஞ் சொன்னான். என்னா ஆச்சி, சும்மா அது இதுன்னு நாளக் கடத்திக்கிட்டு இல்லாம, அந்த தம்பி நம்பள நத்தி வரும்போது வளைச்சி ஓட்டாம... நலிஞ்சவனுக்கு நாழி என்னா, நட்சத்திரம் என்னா...''

காசியும் வனமயிலும் பேசாமல் குந்தியிருந்தார்கள். உள்ளே அடுப்பு அனல் வெளியே எரிந்துகொண்டு வருவதுகூடத் தெரியாமல், கண்ணில் நீர்வழிந்து சுட்டபடி சித்ரா.

திரிசங்கு தயக்கமாய் கேட்டார், ''ஏண்டா காசி. நம்ப பேசறது இருக் கட்டும். எதுக்கும் அந்த புள்ளைக்கி சம்மதமான்னு ஒரு வார்த்த கேட்டிங்களா. நம்ப இஷ்டத்துக்கு செஞ்சி நாளைக்கி ஒண்ணுன்னா...''

கிழவி மறித்துப் பேசினாள். ''ஆமாண்டா கோழியக் கேட்டுட்டுதாம்

மொளா அரைக்கிறது. அதுக்கு மட்டும் நடக்கற கங்காட்சி தெரியா தாக்கும். படிச்ச புள்ள... வேற ஒருத்தி வந்து, மாத்தாந்தாய் கிட்ட அந்த கைப்புள்ள என்னா பாடுபடும்னு தெரியாது.''

வெள்ளிக்கிழமை லட்சுமி படத்தில் நல்ல விளக்கு கொளுத்தி வைத்திருந்தாள். வெளிச்சத்தில் விளையாடிக்கொண்டிருந்தது நிலா. சுவரோரம் குந்தியிருந்த அப்பனின் முன் சாப்பாட்டை போட்டு வைத்து விட்டு சுவரில் சாய்ந்து குந்தியிருந்தாள். வனமயிலு ஒருக்களித்துப் படுத்தபடி நிலா விளையாடுவதைப் பார்த்துக்கொண்டிருந்தாள். கண்களில் நீர் முட்டிக்கொண்டு தரையை நனைத்தது.

காசி சோற்றைப் பிசைந்துகொண்டேயிருந்தார். கண்கள் தத்தளித்தது சித்ராவை நேராகப் பார்க்காமல், கூரையைப் பார்த்து தயக்கமாய் கேட்டார். ''அப்பறம் நீ என்னம்மா சொல்ற...''

''எதுக்குப்பா...'' என்ன கேட்கிறார் என தெரிந்தும் கேட்டாள். குரல் உடைந்து அழுகையில் மிதந்தது.

''கல்யாணந்தாம்மா... நீன்னா நெலாவுக்கும் ஒரு ஆதரவாப் பூடும். எங்குளுக்கும்...''காசி அழுதேவிட்டார். மேற்கொண்டு அவரால் பேச முடியவில்லை.

விளக்கு வெளிச்சத்திற்கு வந்த ஒரு பூச்சியை பார்த்து பயந்து ஓடி, சித்ராவின் மேல் நிலா ஏறிய அதிர்வில் கண்களில் குளம் கட்டியிருந்த கண்ணீர் சிதறித் தெறித்தது.

வெடித்துச் சிதறிய அழுகையின் ஊடே சித்ரா சொன்னாள், ''நா மட்டும் என்னா சொல்லிட முடியும்னு நெனைக்கிறீங்க...''

●

ராக்காலம்

திடுக்கிட்ட மாதிரி விழித்தவனின் கண்களுக்கு நேராக, சூரியன் குத்தியதால் கூசியது. கண்ணை உருட்டிக்கொண்டே பார்வையை கொல்லைமேல் இறக்கினான். பகீரென்றது. கிள்ளினால் ரத்தம் வருகிற மாதிரியான தழைகள். குலுங்கக் குலுங்கப் பூத்திருந்த பூக்கள். கொத்துக்கொத்தாய் காய்கள், பிஞ்சுகள். வாய்க்கால் வஞ்சியென, மல்லாட்டையில் சாலைசாலையாய் போட்டிருந்த பயத்தஞ்செடிகள்... இருந்ததிற்கான அடையாளமாக அடிக்கட்டைகள் மட்டுமே நின்றிருந்தன. கண்டும் காணாததிற்கு, முதல்நாள் தண்ணீர் கட்டிய மல்லாட்டை செடியை மிதித்தும் கடித்தும் பிடுங்கியும்... வெள்ளை யனுக்கு கண்களில் நீர் கோர்த்தது.

விடிய விடிய கூத்து பார்ப்பது போல்தான் குந்தியிருந்தான். கிழக்கு வெளுத்து அக்காக்குருவிகள் கத்த ஆரம்பித்தபோதுதான் கண்ணை மூடினான். அதற்குப் பிறகு வந்திருக்கிறது. ஏரி மேட்டிலிருந்து ராசவேலு வேகமாக வந்துகொண்டிருந்தார். தூரத்தில் வரும்போதே, மாடுமேய்த்து வெறிசோடிப்போன கொல்லையைப் பார்த்தபடியே சொன்னார் ''என்னாடா பையா, இம்மாம் நாளு காவக் காத்திருந்து கோட்ட உட்டுட்டியா... எம் மொளாக் கொல்லல்லாம் என்னா கெதியில இருக்கோ. அந்த கம்னேட்டிப் பய கொல்லிக்கு போறன்னுட்டு, கோயில்ல மொடங்கிக் கெடந்துட்டு வருது...'' மேற்கே ஓடினார்.

ஏரி மேட்டிலிருந்து இறங்கி ஓட்டமும் பெருநடையுமாக, செல்வ ராணி வந்தாள். வரும்போதே கேட்டாள். ''என்னா தே, இருவது மாட்டுக்கு மேல, கெழக்கு வெளியால போவுதுவோ. இங்க எதாவது நொழைஞ்சிட்டுதா...'' கேட்டுக்கொண்டே வந்து, கொல்லையைப் பார்த்தவளுக்கு குரல் திக்கென்று நின்றது. ''அடக்கடவுளே! என்னா தே இது. இப்பிடி மண்டரையா தின்னுட்டு, சனகாடு பொணகாடா அடிச்சிருக்கு. இங்க என்னாதாம் பண்ணிக்கிட்டு குந்தியிருந்த. நெல்லா சித்தர மாசத்து காத்து அடிச்சதும் காலக்கெளப்பிக்கிட்டுத் தூங்கிட்டியா. அட அய்யனார! காயும் நெத்தும் கத்த கத்தயா நின்னுத! அது வவுத்துல புழுவு வைக்கோ. அவங் கட்டுத்தெருவுல கழுத கெடந்து பெரளோ...''

அவளின் வயிற்றெரிச்சல் வாசாங்காய் திசையெங்கும் பரவியது. புள்ளையார் மூலையில் குந்தியிருந்த அய்யனாருக்கு காது புளித்துப் போனது. ஒவ்வொரு வாய்க்கால் வஞ்சி என பார்த்துப் பார்த்து குமுறி, மாடுகளை, மாடு வைத்திருந்தவனை கேள்வி கேட்டாள். பட்டென்று இவன் பக்கம் திரும்பினாள். ''அப்பிடி என்னாதான் ஒரு குடுத்தனக்காரன் காவக் காத்த. இதுக்கு நீ ஊட்லியே மொடங்கிக் கெடக்கலாம...''

''இம்மானும் நீ குடுத்த வேலடி. நா அப்பியே மல்லாட்டையில பயித்தஞ்செடி போடாதன்னு சொன்னன். என்ன பீ தொடைக்கிற கல்லாக்கூட மதிக்கமாப் போட்டுட்டு, இப்ப என்னியே வந்து கேழ்வி மயிரு கேக்கற. ஒரு ராத்திரி வந்து கொட்டாவி வுட்டுக்கிட்டு குந்திக் கெடந்தினாத் தெரியும், ஓ வண்ணல் மயிரு.''

இவன் பதிலுக்கு கோபமாக பேசிக்கொண்டு இருக்கும்போதே, தெற்கிலிருந்து முகம் செத்துப்போய் குருமூர்த்தி வந்தான். அவன் முகத்தைப் பார்த்தே ஊகித்தபடி கேட்டான் ''நீயும் தூங்கிட்டியாடா...''

''அட, நீ வேற ஏண்டா... நெலம் தெளிஞ்சப்பறந்தாண்டா கட்டுல்ல சாய்ஞ்சன். போயி பாரன். பாவப் பந்தல்ல நொழைஞ்சி சின்னாபின்னமா அறுத்துக்கெடாசிட்டு அங்காண்ட முருங்க கண்ணுவுள, சுத்தமா மொட்ட அடிச்சிட்டுப் பூட்டுது. நா எப்பிடி இனி அந்தப் பந்தல பொண்ணமாடப் போறன்னு தெரியில...'' குரல் சிதைந்து போயிருந்தது. குருமூர்த்திக்கு ஒரு ஏக்கர் பந்தல் போட்டு படரத் தொடங்கியிருக்கும் பாகற்காய் கொடிகள். அரை ஏக்கர் பூத்துக் குலுங்கிய புது ரக காய்முருங்கைக் கன்றுகள்.

மரத்தில் கொக்கி போட்டு எரியவைத்திருந்த விளக்கை, சொரட்டுக்கழியோடு கவனமாக எடுத்து, மல்லாட்டை செடியில் மறைவாகப் போட்டுக் கொண்டிருக்கும்போதே, வாயிலும் வயிற்றிலும் குத்திக்கொள்ளாத குறையாய் ராசவேலு ஓடிவந்தார்.

''இங்க பார்ரா இந்த அநியாயத்த...'' மடியை அவிழ்த்தார். மடி நிறைய மிளகாய்ப் பிஞ்சுகளும் காய்களும் பழங்களும் பச்சைசிம்பு களுமாய் கோம்புகளுடன் வாய்க்காலில் முட்டாய் விழுந்து குவிந்தது. என்ன சொல்வதெனத் தெரியாமல் எல்லோரும் திகைத்துப் போய் நின்றார்கள்.

இடையில் முந்திரிக்காட்டைத் தாண்டி கிழக்கே, மேற்கிருப்பு, வேதக்கோயில், வடக்கிருப்பு, தெற்கிருப்பு என முற்றிலுமாய் முந்திரிக் கிராமங்கள். மிச்சபிச்சம் இருக்கிற கொல்லைகளும் மானம் பார்த்த மகசூல்தான். அவர்கள் மகசூல் வைக்கும்போது மட்டும் மாடுகளைக் கட்டியும், மேய்க்கையில் கிட்ட நின்றும் மேய்ப்பார்கள். உள்ளங்கை அகல நிலம்கூட அவர்களுக்கு இறப்பம்பட்டறை கிடையாது.

வேசநாளில் முந்திரிக்கு கிளம்பிவிடுவார்கள். வாய் காய்ந்த நாள் என்று மாட்டுக்கு எவனும் ஒரு வண்டி வைக்கோல் வாங்கி போர்போட்டு பிடுங்கிப் போடுவது கிடையாது. அது ரா முழுவதும் வெறும் கட்டுத் தெருவின் பொட்டை மண்ணை மோந்து பார்த்து சீந்திக்கொண்டு நிற்க வேண்டியது. அவிழ்த்துவிட்டதும் குடிக்க தண்ணீருக்கும், வயிற்றுப் பச்சைக்கும் முந்திரியைத் தாண்டி இந்த ஊர் கொல்லைக்காட்டில் வந்து வெளுர் வாங்க வேண்டியதுதான். முந்திரிக்குப் போய் வந்தவன் எந்த மாட்டைப் பார்த்தான், கட்டினான்? தொடர்ந்து இரண்டு மூன்று நாள் வராமல் போனால்தான் தேடிக்கொண்டு வருவது.

மாடுகள் என்றால் பேய்வம்சம். கும்பலாய் வந்து விழுவதற்குள் எச்சரிக்கையாய் ஓடி மறித்துத் திருப்பினால்தான் உண்டு. கொல்லையில் நுழைந்துவிட்டால், சிட்டி தட்டுவதற்குள் பதம் பார்த்துவிடும். ''எலேய் கொல்லியில மாடுடா...'' என்று சின்ன சத்தம் கேட்டால்கூட போதும், அவ்வளவுதான். அப்படியே பொய்க்கால் குதிரைமாதிரி தலையைத் தூக்கிப் பார்க்கும். அடுத்தது குளம்படி புழுதி மேகத்தைதான் பார்க்கலாம். கூப்பிடுகிற தொலைவில் முந்திரிக்காடு. எந்த முந்திரியிலாவது நின்றுவிட்டு போன அடிமறையாமல் திரும்பவும் வந்துவிடும்.

பகலில் இந்தக் கூத்து என்றால் ராத்திரியில் மோசம். முதல் நாள் முன்நேரத்தில் வந்தால் மறுநாள் பின்நேரத்தில் வரும். விடியக் காலையில்தான் வரும் என்று அசந்தால், பாதி ராத்திரியில் வந்து மேய்ந்து கொண்டிருக்கும். உளவு கத்த மாடுகள். வேச நாளில் மகசூல் வைத்து எடுப்பது என்பது, எமன் வாயிலிருந்து உயிரை மீட்கிற கதைதான்.

தெருவில் கும்பலாயிருந்தது. வீட்டுக்குள் போகாமல் போர்வையையும், கைவிளக்கையும் திண்ணையில் வைத்துவிட்டு, வெள்ளையன் தெருவிற்கு ஓடினான். கயிற்றோடு வடக்கிருப்பு ஆள் ஒருவன் நின்றிருந்தான். அவனைப் பார்த்ததும் வெள்ளையனுக்கு பற்றிக்கொண்டு வந்தது. கடித்துக் குதறிவிடுகிறமாதிரியான கோபத்தில், செல்வராசு பேசிக் கொண்டிருந்தான்.

''ஓம் மாடுதான. தே இருக்கு. நா ஒண்ணும் கடிச்சி தின்னுடல. ஆனா அப்பிடியே ஒரு நாலடி, மேலவெளியில அந்த நெல்லுக் கொல்லியப் போயி பாத்துட்டு வா, என்னா பாடுபடுத்தியிருக்குன்னு. இந்நேரம் நீங்களா இருந்தா, படைய தெரட்டிக்கிட்டு வந்து, அண்ணாக் கவுத்துல கோமணத்துணி இல்லாம துள்ளிக்கிட்டு நிப்பிங்க...

''ஏம் மாடுலாம் அதிகமா வராது. தே, நேத்திலேர்ந்து மாட்டக் காணம்னு வந்தன். இனிமே வராது. அவ்வளவுதான் நாஞ் சொல்லுவேன்'' அவன் தெனாட்டலாக பேசினான்.

''நேத்திலேர்ந்துதான் காணமா. யோவ் இதுவும் இதுகூட நாலஞ்சி மாடுவுளும், இங்கியே உத்திமாக்கொளத்தப் பக்கம் சுத்தி சுத்தி நின் னுட்டு வருது'' நடப்பதைக் காதில் வாங்கிக்கொண்டே வந்த குருமூர்த்தி சொன்னான்.

''நீங்க என்னா நெனப்புல மாட்ட அவுத்து வுட்டு அழும்பு பண்றிங் கன்னு எங்குளுக்குத் தெரியும். ஆனா அந்த நெனப்பு நீடிக்காது. பள்ளம் உள்ள எடத்துல தண்ணி நின்னுடும்.'' ஊர் ஓரம் மிளகாய் வைத்திருக்கும் உத்தண்டி தலையை ஆட்டியபடி பேசினான்.

கட்டில் அகப்பட்ட மாடுகளை ஓட்டிக்கொண்டு போக, அவர்கள் வரும்போது இங்கு ஏதாவது பிரச்சினையென்றால், இங்கித்திய ஆட்கள் நெய்வேலி வேலைக்கு, ஊர் சேதிக்கு அவர்கள் ஊர் வழியாக போகும் போது மடக்கிவிடுவது. பசங்களை வைத்து ஊரிலோ, நடு முந்திரிக் காட்டிலோ மிரட்டச் சொல்வது. ராத்திரியில் ரெண்டாலங்கெட்ட நேரத்தில், திடுமென போதையில் ஒண்டியாய் வருபவனை மறிக்கும் போது, யார்தான் என்ன செய்ய முடியும். கடந்து மக்யாநாள் நாலுபேர் போய்க் கேட்டால் ''அந்த புளியாங்கொட்ட பெத்தது போதையில பண்ணிட்டுது. சரி வுடுங்க'' என்று கட்டை பஞ்சாயத்து பண்ணுவது. இதற்குப் பயந்துகொண்டு, மாடுகள் தொடர்பான பிரச்சினைகளில் கடும் புடியாக நடந்துகொள்வதில்லை. இந்த கொக்குமிரட்டல்களில்தான் அவர்கள் மாடுகளை கூச்சமற்று அவிழ்த்து விடுவது.

''சரி மேலூருக்கு கீழுரு. பாத்து செத்த மாட்டக்கட்டி வையிங்க. அவவன் இந்த மானக்காய்ச்சல்ல தண்ணி எறச்சி நொந்துபோயி குந்தி யிருக்கான்'' கலியபெருமாள் பேச்சை ஆயக்கட்டினார்.

''இனிமே இந்த மாட்ட கண்டன், நடக்கறது வேற...'' செல்வராசு வேப்பமரத்து வேரில் கட்டிவைத்திருந்த மாட்டை அவிழ்த்துவிட்டான். கூட்டத்தைப் பார்த்து மிரண்டபடி போனது அது. மாட்டுக்காரன் இறுக்க மாக முகத்தை வைத்துக்கொண்டு போனான்.

''போவுது பாரு. வண்ணாஞ்சாலாட்டம் வவுத்த வைச்சிக்கிட்டு. கண்ண மூடித் தொறக்கறதுக்குள்ள அர காணி கொல்லிய தடுமாறும். நோவாத புடிச்சிக்கிட்டுப் போறான். அதப் புடிச்சிக் கட்றதுக்கு என்னா பாடு பட்டம் தெரியுமா. என்னா ரவன சவாரி பாஞ்சுது!''

வீட்டில் கம்மலாய் விளக்குகள் எரிந்துகொண்டிருந்தன. கரண்டு போதவில்லை. தண்ணீர் அடியாழத்துக்குப் போய்விட்டதால், நீர் மோட் டாரின் ஆர்ஸ் பவரையும் இருவது இருவத்தி ஐந்து எனக் கூட்டியதில் போதவில்லை மின்சாரம். கண்ணை மூடிக்கொண்டு விளக்குகள் எரிந்தன. ஊரில் டியூப் லைட்டுகள் எரிந்து வெகுகாலம் ஆகிவிட்டது. ஒட்டடை

படிந்து கொன்னை நெற்றுபோல் கூரையின் கழிகளில் கட்டப்பட்டு கிடந்தன.

''சீக்கிரம் சோத்தப் போடு. இந்நேரம் மல்லாட்டக்கொல்லிய கொள்ள வுட்டுட்டுப் போயிருக்கும்'' வெள்ளையன் அவசரப்படுத்தினான்.

''நம்ம அவசரத்துக்கு அடுப்புகூடுமா பயப்படும்? செத்த இரன்...'' செல்வராணி அடுப்பை ஊதினாள். ஊதலில் கனன்று பிடித்த தீயில், திடுக்கென குழம்பு கொதித்தது.

சாப்பிட்டுக் கொண்டிருக்கும்போதே, ஆச்சரியமாக சொன்னாள். ''விஸ்வநாதங்கிட்ட இருந்துத, அந்த செவுலு தலைச்சங்கண்ணு கெடேரி போட்ருக்குதாம். நெல்ல பால் உள்ள வம்சம். பால் தார அடிவவுத்துல முருங்கக்கா சோடு ஓடியிருந்துது.''

அவன் ஒன்றும் பேசவில்லை. அவனுக்கு யோசனை முழுவதும் கொல்லைமீதுதான் ஓடிக்கொண்டிருந்தது. அவன் பாராமுகமாக இருந்ததும் திரும்பவும் சொன்னாள், ''அந்த செவுலு போன வருசம் புடிச்சிக் கட்னது. கழுக்கு கொழுக்குன்னு இருக்கு கன்னுக்குட்டி. ஊம்... அவனவனுக்கு ஊர்ல மொதல் இல்லாம கட்டுத்தெருவுல மாடுவோ வந்து சேருது.''

அவள் சொன்னது போலவும் ஊரில் நடந்துகொண்டிருந்தது. தொடர்ந்து கொல்லையில் வந்து மேய்கிற மாடுகளைப் பிடித்துக் கட்டி வைக்கும்போது, ஒருசில மாடுகளை ஆட்கள் தேடிக்கொண்டு வருவது கிடையாது. அந்த மாடுகள் எல்லாம் சொந்த மாடுகள்தான், கட்டி வைத்திருப்பவனுக்கு.

இரண்டாவது சோற்றுக்கு தட்டை நீட்டினான். போட்டுக் கொண்டே சொன்னாள். ''ஒண்ணு ஒண்ணா பொறுக்கி சேத்துருந்தாலும் ஒரு மூட்டைக்கி பயித்தம்பயிறு ஆவும். சுத்தமா மேய்ஞ்சிட்டுது. கண்டும் காணாததுக்கு மீதி நின்ன அடிக்கட்டையையும் அரிச்சிப் போட்டுட்ட. நா என்னா சொல்றன்னா வர்ற மாடுவோவுல, ஒரு கெடேரிய புடிச்சிக் கட்டி வைய்யி. பயித்தம்பயிறு எப்பிடிக் கெட்டாலும் ஆயிரம் ரெண்டாயிரத்துக்கு விக்கும். பயித்தம் பயிறு காசிக்கி மாடு ஆவுட்டும். நம்ப ராசிக்கு எவனும் மாட்டத் தேடி வல்லன்னா, கை மேச்சலா மேய்ச்சி ஒரு கன்னு கின்னு போட்டுதுன்னா...''

வெள்ளையன் பட்டென்று சாப்பிடுவதை நிறுத்திவிட்டு, அவளை எரித்துவிடுகிற மாதிரி பார்த்தான். ''ஆமண்டி மயிரச் சுட்டுதான் கரியாவப் போவுது. திருட்டு மேய்ச்சலுக்கு வர்ற மாட்ட கட்டி வைச்சி, பாலு கறந்து ஊத்திதான் இப்ப விடியப் போவுது...''

''இப்ப ஊர்ல விஸ்வநாதன், கலியபெருமா, வேலாயுதம் இவங் கெல்லாம் விடியாமதான் கெடக்கறாங்க. ஒண்ணுக்கு பத்தா கட்டுத்

தெருவு கொள்ளாமதான் மாடுவோ நிக்கிது. பாலு கறந்து வித்தாதான ஆச்சி. வெறும் வாசலக் கூட்டி படுமண்ண கொல்லியில கொண்டு போயி கொட்றதுக்கு, ரெண்டு நெல சாணி போட்டுதுன்னா...'' அவள் விடவில்லை.

''மாட்ட வளத்தவன் வவுறு எரிஞ்சி நாலு கையி மண்ண வாரிவுட் டான்னா... வேணாம் அந்த பாவம்'' கையைக் கழுவினான்.

''ஆமா, நாம்பளுந்தான் ரெத்தத்த எறைக்கிறமாதிரி தண்ணி எறைச்சி பயிரு வைக்கறம். அடியோட மேஞ்சிட்டுப் பூடுது. நாம்பளுந் தான் வவுறு எரிஞ்சி அவங் கட்டுத்தெருவுல மாடு கெடக்காத பூடும் பான்னு மண்ண வாரிவுட்டு வாசாங்கு உடறம்.' நீ சொல்றத பாத்தா, கெழக்கித்தியானுவோ ஊட்ல ஒரு கன்னுக்குட்டிகூட இல்லாம போயிருக் கணும். எங்க போச்சி! வருசத்துக்கு பின்னம் பத்து மாடாதான் அவுத்து வுட்டு மேய்க்க உடறானுவோ. எனுமோ இப்பதான் கதபேசற...''

அவன் வெளியே கிளம்பினான். அவள் முனறிக்கொண்டே யேனங்களை எடுத்து வைத்தாள். 'ஒந் நீதி நாயத்துக்கெல்லாம் ராவுன்னு இல்லாம பகல்னு இல்லாம மாடு ஓட்டி மாரடிச்சிக்கிட்டுதான் கெடக் கலாம். இந்த மாதிரி அவவன் நாலு மாட்டப் புடிச்சிக் கட்டி மடக்கனா லாச்சும், மாட்ட அவுத்து உடறத நிறுத்துவான்.''

நிலா பாலாய் எரிந்துகொண்டிருந்தது. அதைவிடவும் எல்லோர் கொல்லையிலும் கரண்டு மரத்திலிருந்து கொக்கி போட்டு எரிந்து கொண்டிருந்த விளக்குகள் திரும்பிய பக்கமெல்லாம் பகலாய் ஆக்கிக் கொண்டிருந்தன. பொழுது போனால் கொக்கியை மாட்டிவிடுவதும் விடிந்ததும் மாட்டியது தெரியாமல் எடுத்து மறைவில் போட்டுவிடுவது தான். இல்லையென்றால் வகைதொகை கெட்டமாதிரி கரண்டுக்காரன் பார்த்துவிட்டால் பிடுங்கிக்கொண்டு போய்விடுவான்.

நாலு முழு ஒயரும், குண்டு பல்பும் போனால் போகிறதென்று விட்டுவிடலாம். கைப்பெரளி இல்லாத இந்த நேரத்தில் சுப்ரமணியன் கதை மாதிரி ஆகிவிட்டால்...

போன வேச காலந்தான், பொதை பொதையாய் கிளம்பியிருந்தது, மாடுகள் உள்ளே வந்த வேகத்தில் நுழைந்து விடாதபடிக்கு, கேழ் வரகுக்கு பீவேல முள்ளை ஊனி ஒரு தடுப்புவேலி போட்டிருந்தான் சுப்பிரமணியன். இதையும் தாண்டி மாடுகள் உள்ளே வந்தால், பளிச் சென்று தெரிகிறமாதிரி, நடுக்கொல்லையில் ஒரு கழியை நட்டு, அதில் பெரிய குச்சிபல்பை மாட்டி, கொக்கி போட்டு எரிய வைத்திருந்தான்.

கண்ணைப் பிடுங்குகிற மாதிரி குச்சி பல்பு வெளிச்சம். நெய்வேலிக்கு வேலைக்குப் போன இடத்தில், தள்ளிக்கொண்டு வந்த

பல்பு. ஈயச்சட்டி மாதிரி இருந்ததின் அடியில் பல்லுக்குச்சி அளவில் பல்பு. எரிந்து கொண்டிருக்கும் போது கிட்டப்போனால் அனல் கப்பும். அந்த சுத்துப்பட்டே வெளிச்சமாய் இருக்கும்.

அந்த வெளியில் இருக்கிற பூச்சிகள் எல்லாம் மோளேர் என்று அதைச் சுற்றிதான் வட்டமிட்டுக் கிடக்கும். ஒருநாள் எரிந்துகொண்டிருக்கும்போதே, லேசாக தூறிய தூறலில் கண்ணாடியில் விரிசல்விட்டு, ஒரு சில்லு கீழே விழுந்து திறப்பாகிவிட்டது. அந்த திறப்பு வழியாக பூச்சிகள், வெளிச்சத்திற்கு ஆசைப்பட்டு, வேகமாய் பறந்தோடி உள்ளே போகும். உள்ளே போனது போனதுதான். அனலில் உள்ளேயே சுருண்டு விடும். இப்படி விழுந்து விழுந்தே ஒரு குத்து பூச்சிகள் உள்ளே செத்துக் கிடக்கும்.

ஒரு மத்தியான நேரத்தில் கம்பிகளில் மரக்கிளைகள் ஏதாவது பட்டுக்கொண்டிருக்கிறதா என பார்வையிட வந்த கரண்டுக்காரர்கள் கண்ணில் பட்டுவிட்டன இந்த கொக்கி விவகாரங்கள் . அந்த நேரத்தில் கொல்லையில் இருந்தவர்கள் கொக்கியை எடுத்து பட்டென்று மறைவில் எடுத்துப் போட்டுவிட்டார்கள்.

ஆழ நட்டிருந்த சுப்ரமணியன் அவசரத்திற்கு பிடுங்க முடியவில்லை. வேகமாக ஆட்டி அசைத்ததால், நுனியில் குச்சி பல்பு மண்டை மோசமாக ஆடியது.

''ஒண்ணும் கஷ்டபடாத, நாங்களே புடுங்கிக்கிறம்.''

எவ்வளவோ கெஞ்சிப்பார்க்கிறான். ''ராத்திரியில எக்கச்சக்கமா மாடுவோ வருதுங்க. இருட்டுல ஒண்ணும் தெரியமாட்டதுன்னு போட்டங்க...''

மூலையில் மாடுகள் மேய்ந்து, மண்டரையாய் நின்றிருந்த கேழ்வரகுப் பயிர்களைக் காட்டிக் கெஞ்சுகிறான். ''சாப்பாட்டுக்கு இல்லன்னு இந்த கேவுர நட்டங்க. இத வைச்சிதான் நா வவுத்த கழுவணும். கேவுரு பயிர மேயறதுக்கு, எங்கேன்னு நிக்குதுங்க மாடுவோ. இப்பிடிலாம் போட்டே எனுமா மேஞ்சிருக்கு பாருங்க. கொஞ்சம் பெரிய மனசு பண்ணி உட்டுருங்க...''

அவர்கள் எதற்கும் அசங்கவில்லை ''இந்த லைட்டு, ஒரு நீர் மோட்ரு கரண்ட சாப்புடும் தெரியுமா. மாட்டுவுளுக்கு போடறதுக்கா கெவுருமெண்டுல கரண்டு தரான்? எதாயிருந்தாலும் ஆலடிக்கி, ஜேஇ கிட்ட வந்து சொல்லிட்டு வா...''

விஷயம் ஆலடிக்கு போய்விட்டால் அவ்வளவுதான். வெள்ளையன், கதர்கொடி எல்லாருமாய் போய் அணைபோட்டுப் பார்க்கிறார்கள். ''இந்த காட்டுப்பறத்து கெழக்கித்தி மாடுவோ கட்டுக் கொள்ளுலிங்க. அதனாலதான் போட்டது. சரி வுடுங்க. இனிமே இந்த

மாதிரி பண்ணமாட்டம், உட்டுடுங்க...''

அணை மீறிவிட்டது. ஆளையும், குச்சி பல்பையும் ஆலடிக்கு தள்ளிக்கொண்டு போனார்கள். திருட்டு கரண்டு, கேசு, போலிசு என மிரட்டி கடைசியில் சமாதானத்திற்கு வந்தார்கள். ஆயிரம் ரூபாய்க்கு அபராத பில் போட்டு இரண்டாயிரத்தை வாங்கிக்கொண்டார்கள்.

''இது ஒங்க கையில இருந்தா, மறுபடியும் திருட்டுக்கரண்டு எடுக்க தான் சொல்லும்'' குச்சி பல்பை ஒயரோடு சுருட்டி உள்ளே வைத்துக் கொண்டார்கள்.

காலை வெயிலிலும் அனல் கப்பியிருந்தது. மல்லாட்டைக் கொல்லையைப் பார்த்தான். பயத்தஞ்செடிகளை அரித்தபின் கொல்லை யைப் பார்ப்பதற்கு வெறிச்சோடியிருந்தது. பயத்தஞ்செடிகளை அரித்தபின்பாவது மாடுகள் தொந்தரவு குறையும் என்று பார்த்தால், இல்லை. பழைய குருடி கதவைத் திறடிதான்.

இறப்பம்பட்டறை மகசூல் வைப்பதற்கு முன் மெனக்கட்டே கோவிலாங்குப்பம், தெற்கிருப்பு, வேதக்கோயில் என நேரிலே போய் சொல்லிவிட்டு வந்தார்கள். ''மேலூருக்கு கீழுரு. செத்த மாட்டக் கட்டி வையிங்க. ஒங்குளுக்கு ஒரு புண்ணியமா இருக்கும். ஒங்களால நாங்க மின்னேறனதா இருக்கும்...''

ஆளாளுக்கு பூசி மெழுகினார்கள். ''நீ வேற. நம்ப மாடுவோ எப்பியும் முந்திரியத் தாண்டி அங்காண்ட வராது. நாளைக்கே ரெண்டு வண்டி வைக்க எடுத்தாந்துட்டுதான் முந்திரிக்காட்டுக்கு அடிய எடுத்து வைக்கறதுன்னு இருக்கன்.''

அரைபோதையில் இருந்தவர்கள் உளறியபடி சொன்னார்கள் ''வேச நாள்னா, அப்பிடிதான் வரும். ஒன்ன எவன் எறப்பு மாசூல் வைக்கச் சொன்னான்?. எங்கள மாதிரி நாலு முந்திரிக் கன்னப் போட்டுட்டு, சொரட்டுக்கழிய எடுத்துக்கிட்டு நில்லு...''

வம்படியாய் முழுபோதையில் ஒருவன் மறித்துக்கொண்டான். தன்னக்கடந்த போதையில் தாண்டுகிறான், ''வாங்கைய்யா வாங்க. நீங்க எப்ப மாட்டுவிங்கன்னுதான் பாத்துக்கிட்டு இருந்தன். ஒரு மாட்ட கால அடிச்சி முறிச்சிப் போட்டுட்டு என்னா சவடாலு குடுத்திங்க... அதுக்கு வெவகாரம் புரியாம ஒரு பயலக்கூட வுடமாட்டன்.எலேய் குப்பா, தேவராசு...'' கைலியை மடித்துக்கட்டிக்கொண்டு வளைக்கிறான்.

போன வருடம், மகசூல் அறுவடையாகிற நேரத்தில்தான் அது நடந்தது. தொடர்ந்து வந்துகொண்டிருந்த மாட்டைப் பிடித்துக் கட்டிவிட துரத்துகையில், நாலுகால் பாய்ச்சலில் பாய்ந்த மாடு வரப்புக்கட்டை தடுக்கி விழுந்து உருண்டது, எழுந்திரிக்கவில்லை. கால் பிசகிவிட்டது.

தெற்கிருப்பு மாடுதான். சேதி கிடைத்து ஊரைக் கூட்டிக்கொண்டு வந்து துள்ளுகிறார்கள்.

''இந்த நேரத்துல மாட்டுக் கேசு குடுத்தா பட்டுன்னு வேல நடக்கும்''. போலிசுக்கு கிளம்புகிறார்கள். ''வாங்க ஒக்காந்து பேசி முடிச்சிக்கலாம்...'' தண்ணிக்கு தேறும் என்று பஞ்சாயத்துக்குக் கூப்பிடுகிறார்கள்.

மாட்டைத் துரத்திக்கொண்டு ஓடிய ராமலிங்கம் கோழியும் குடுத்து கொரலாவியும் போன கதையாய் நடந்ததை நினைத்து நொந்து போனான். இருந்தும் மாடு மேய்ந்து கிடக்கும் மல்லாட்டைக் கொல்லை யைப் பார்க்கப் பார்க்க பற்றிக்கொண்டுவிட்டது. ''என்னாய்யா போலிசு, கேசுன்னு இங்க வந்து கத வுட்டக்கிட்டு இருக்கிங்க. எங்குளுக்கும் அதுலாம் தெரியாதுன்னு நெனைக்காதிங்க. அவனும் மனுசந்தான். இட்டாந்து கொல்லியக் காட்னா, அவனுக்கும் புரியாமலா பூடும்?''

கொல்லை வெளியில் இருந்தவர்களும் கூடிவிட்டார்கள். ''ஓங் கட்டுத்தெருவுல வந்து மாட்டப் புடிச்சாருல. மேய வந்த மாடு. ஓட்னன். தவுறி உழுந்து போச்சி. நீங்க எங்க போயி பாக்னும்னாலும் பாருங்க. அதுக்குமேல வந்து எங்கள புடுங்கறவன் புடுங்கட்டும்.''

இவர்களும் ஏறியதும், இறங்கி மாட்டைத் தூக்கி வண்டியில் போட்டுக்கொண்டு போனார்கள்.

இதுதான் சமயமென்று அந்த மாட்டுக்காரன் குறிவைத்து மடக்கி விட்டான். ''அண்ணக்கி வாயில்லா சீவன கால ஒடிச்சிப் போட்டுட்டு, தெனாட்டுல பேசுனிங்கள. இப்ப பேசுங்களன் பாப்பும். முந்திரி தழ கழிக்கிற மாதிரி கறிய கழிச்சுடுறன்...''

''சரி சரி உடுடா... போன கதய எதுக்கு புளி ஊத்திக் கரைச்சிக் கிட்டு... இந்தாப்பா நீங்க போங்க. இந்த வருசம் பெரும்பாலும் மாடுவோ வராதபடிக்கு பாத்துக்கறம்.'' இருளக்குறிச்சி பள்ளிக்கூடத்தில் வாத்தி வேலை பார்க்கிற கலியமூர்த்திதான் சமாதானப்படுத்தி அனுப்பி வைத்தார்.

போய் சொல்லிவிட்டு வந்தும் புண்ணியமில்லையென்கிற மாதிரி கட்டுப்படாமல் மாடுகள் வந்துகொண்டுதானிருந்தன.

ஏரி மேட்டிலிருந்து வெளிச்சம் இறங்கி வந்தது. வெளிச்சம் வேகமாக நடைக்கு ஏற்ப வீசி வீசி வந்த விதத்தை பார்த்தே ஊகித்து விட்டான். குருமூர்த்தி நேராக இவன் கட்டிலை நோக்கி வந்து கொண்டிருந்தான்.

வந்ததும் வராததுமாக ஆத்திரமாகப் பேசினான் ''பாத்தியாடா வெள்ளையா... திடீர்குப்பம் சந்தைக்குப்போன செல்ராச மறிச்சி

அடிச்சிருக்கானுவோ...''

வெள்ளையன் பதட்டமாக கேட்டான். ''எவண்டா...''

''வடக்கிருப்பாந்தான். போன வாரம் செல்ராசு புடிச்சி கட்டி வைச்சிருந்த மாட்ட ஓட்டிக்கிட்டப் போனான அவந்தான்.''

''நாம அப்பிடி ஒண்ணுந் தகராறு பண்ணுலிய. சும்மா வாய் மெரட்டாதான பேசி ஓட்டிவுட்டம். அதுக்கே கைய நீட்றானுவுளா. அப்ப என்னா மாடுவோ வந்தா, அலுங்காம மாட்ட மேயவுட்டு தண்ணிகாட்டி அனுப்பச் சொல்றானுவுளா...'' வெள்ளையன் கொதித்துப் பேசினான்.

''என்னாடா... என்னா சேதி...'' என அவர்களின் சத்தத்தைக் கேட்ட படி வந்த ராசவேல் மகனுக்கு விபரத்தைச் சொன்னதும், கோபம் பிறந்தது அவனுக்கு. ''என்னாதான் அவனுவோ பெரிய கொம்புன்னு நிக்கிறா னுவோ. மாட்டையும் கட்டமாட்டங்கறானுவோ. கட்டிவைச்சிப் பேசி அனுப்பி வுட்டாலும் வழிமறிச்சி கைய கால நீட்றானுவோ. தொரத்தும் போது கீழ வுழுந்து ஒடிச்சிகிட்டதுக்கு வந்து துள்றானுவோ. ஒண்ணும் இல்லடா. இங்க இருக்கற நாலஞ்சி ஊட்டுக்காரனுவோ சரியில்ல. இல்லன்னா அவனுவோ இம்மாந் தூரம் வால ஆட்டமாட்டானுவோ.''

ஊரில் எல்லோருக்கும் கிணறு, எறப்பு மகசூல் என்று இல்லை. நாலில் ஒரு பங்கு பேருக்குதான் இறப்பம்பட்டறை இருக்கிறது. மானா வாரிகள் மட்டுமே இருக்கிற மகராசன்கள், முந்திரிக்காடு ஏலம் எடுத்துக் கொட்டை பொறுக்குவார்கள். அந்த சிநேகத்தில், பக்கத்தில் ஏலம் ஏடுத்துப் பொறுக்கிக்கொண்டிருக்கும் கிழக்கத்தி ஆட்களிடம் செடி யடித்துவிடுவார்கள். ''இவந்தான் ஓம் மாட்ட அடிச்சான். இவந்தான் ஒன்னப் பேசனான்'' என அள்ளிப்போடுவதோடு மட்டுமின்றி, பிரச்சினை என்று ஊருக்கு அவர்கள் வருகையில் திண்ணையில் குந்தவைத்து விருந்து வைக்கையில், இங்கு கமுக்கமாய் எந்த முடிவும் எடுக்க முடிவதில்லை. அதில் எவனாவது ஒருவன் களைவெட்டி கல கலக்கச் செய்துவிடுவான்.

''இதுக்கு என்னாதான் பண்ணித்தொலையறுதுன்னு எனக்கு ஒரு கருமாந்தரமும் புரியில...'' வெள்ளையன் ஆத்திரமாகப் பேசினான்.

''இதுக்கு ஒரு வழி நா வைச்சிருக்கண்டா. எரியறத இழுத்தா கொதிக்கிறது அடங்கும். மொதல்ல எல்லா கொல்லைக்காரனுவுளையும் கூப்புட்டு சொல்லிடுவம். எப்பிடியாவது உயிரக்கட்டி, இன்னைக்கே ரெண்டு மூணுமாட்ட புடிச்சி...''

தொடர்ந்து சொல்வதற்குள் ராசவேல் மகன் மறித்தான். ''புடிச்சிக் கட்டி வைச்சா மட்டும் என்னா பண்ணிடப் போறம். வந்து அலுங்காம ஓட்டிக்கிட்டுப் போறான். மீறனா வழி மறிச்சி...''

பேசிக்கொண்டிருந்தவனை சைகையால் அமர்த்தி தாழ்ந்த குரலில்

சொன்னான். ''நீ ஏண்டா கட்டி வைக்கிற. ராவோட ராவா நம்ப வேல்முருகன் மாதிரி முத்தனகுப்பம் ஓட்டிக்கிட்டுப் போயி தள்ளிடுவம். தானா படிமானத்துக்கு வர்றானுவோ...''

''வேல்முருகன் மாதிரியா...'' புரியாமல் குழப்பமாக வெள்ளையன் கேட்டான்.

''நம்ப வேல்முருகன் முந்தாநாளு அப்பிடித்தான். கட்டிவைச்சிருந்த மாட்டுக்கு ஆளும் வல்ல. வைச்சி வளக்கறதுக்கும் புடிக்கல. புடிச்சிக்கட்டன மாட்ட வலினாவா அவுத்து வுடறதுன்னு, ராவோட ராவா முத்தனக்குப்பம் ஓட்டிக்கிட்டுப் போயி வந்த வெலைக்கி அறுப்புக்கு தள்ளிட்டான். அவன் ஒரு நாளுதான் செஞ்சிருக்கான். நம்ப நித்தம் செஞ்சிடுவம்.''

''எலேய், என்னாடா இது. பாவண்டா... மாடுவோ என்னாடா செய்யும். அதுவும் வெளியில தெரிஞ்சா, எவ்வளவு வம்புதும்பு வந்து வெளையும் தெரியுமா...'' அதிர்ச்சியில் எழுந்து பேசினான் வெள்ளையன்.

''நீ பேசமா இருடா. இப்பிடியே ராவோட ராவா, மேற்க முந்திரியால ஓட்டிக்கிட்டுப் போனா எவனுக்கு தெரிஞ்சிடப்போவுது. லொசுக்குன்னா கைய கால நீட்டுற அவனுவுளுக்கு, இப்பிடி வவுத்து அடி அடிச்சா தான் பொருத்தப்படுவானுவோ...''

''டேய் வாணாண்டா. புடிச்சி கட்டி வளக்கறதுக்கு வேணுமின்னா வைச்சிக்கலாம். வாயில்லா சீவனுவோடா... நம்ப கையால அறுப்புக்கு வேணாண்டா...''

குருமூர்த்திக்கு கோபம் கிளம்பிவிட்டது. ''ஒன்ன மாதிரி பயந்தாங்கொள்ளி பயலுவோ இருக்கறதாலதான், அவனுவோ ஊரு தாண்டி ஊரு வந்து தோள்மேல ஏறிக் குந்தி காதுல உடறானுவோ. நீ வேணுமின்னா வரவேணாம். நா மாடு ஓட்றது ஓட்றதுதான். நீ என்னாடா சொல்ற...'' ராசவேலு மகனை கேட்டபடி நடந்தான்.

தனக்கும் சம்மதம் என்கிறமாதிரி ராசவேல் மகன் அவன் பின்னால் போனான். இருவரும் கதர்கொடி கொட்டாயை நோக்கிப் போனார்கள்.

வெள்ளையனுக்கு தூக்கமே வரவில்லை. கொம்பு நடுவில் இருக்கிற புள்ளையார் சதைத்திண்டில் பாரையால் அடிப்பது போன்றும் மாடுகள் சுக்கிரித்து விழுவது போன்றும் அவன் மனக்கண்ணில் ஓடிக்கொண்டிருந்தது. கழித்துத்தள்ளப்படும் கொம்புகளும், குளம்புகளும், முட்டிஎலும்புகளும் கண்முன்னே நீட்டிக்கொண்டு குத்தின.

அவனுக்கு கோபமெல்லாம் கிழக்கத்தி ஆட்களின் மேல் திரும்பியது. கட்டுத் தெருவில் கட்டிவைத்து நாலு வைக்கோல் எடுத்துப்

போட்டுத் தண்ணி காட்டியிருந்தால், இப்படி வருமா. தீனி போட வக்கு இல்லாமல் அவிழ்த்து விடுகிற அவர்கள் மேல் கோபம் மலையாய் கிளம்பியது.

குருமூர்த்தி கோபப்படுகிறான் என்று வருத்தப்படவும் முடியாது. இவனைவிட அவனுக்கு மாடுகளால் அதிக இழப்புதான். இருந்தாலும் அதற்காக மாடுகளை அறுப்புக்குத் தள்ளுவதை நினைத்துப் பார்க்கக்கூட முடியவில்லை. அவனை சரிக்கட்டுகிற மாதிரி, மாடுகள் இனி வராத படிக்கு செய்ய எதுவும் யோசனை புரியாமல் புரண்டுகிடந்தான்.

அய்யனார் கோயில் பக்கம், நரிகள் ஊளையிடுவது கேட்டது. மல்லாட்டை ருசிக்கு இது வேறு வந்துவிடும். ஓணான் கொடிகளால் சுற்றிலும் வலை கட்ட வேண்டும் என நினைத்துக் குந்தியிருந்தவன், கண்ணை இழுத்துக்கொண்டு போனதில் தூங்கிப் போனான்.

திடுக்கென விழிப்பு வந்தபோது, சத்தத்துடன் குருமூர்த்தி மாட்டைத் துரத்தியபடி கிழக்கே ஓடிக்கொண்டிருந்தது இருட்டில் கேட்டது. எழுந்து ஓடினான். குருமூர்த்தி கூடவே ராசவேல் மகனும் பறக் கிறான். கைவிளக்கை அடித்துக்கொண்டே வெள்ளையனும் ஓடினான். இதுவரை இவ்வளவு வேகத்தில் அவர்கள் ஓடியதைப் பார்த்ததேயில்லை. தன்னை மறந்த வேகத்தில், எகிறி மாட்டு முதுகில் ஏறிவிடுகிற மாதிரி பறக்கிறார்கள். இவன் கூடவே ஓடினாலும், அவர்கள் ஒரு காணி தல மாட்டுக்கு மேல் இடைவெளியில் ஓடிக்கொண்டிருந்தார்கள். ஓடுகிற வேகத்தில் கைவிளக்கு வெளிச்சம் தாறுமாறாய் சிதறியது.

குருமூர்த்தி எட்டி மாட்டின் வாலைப் பிடித்து விட்டான். இழுத்துக் குலுக்கியவாறு ஓட்டத்தை தடைபடுத்த பார்க்கிறான். அது இவனையும் சேர்த்து இழுத்துக்கொண்டோடுகிறது. இடையில் குறுக்கிட்ட தேய் வடிப்பாதையில் கிழக்கே திரும்பியது. பாதை வலுவான வேலி உள்ள குறுகலான சந்து வழியாக போகும். நுழைவதற்கு முன் பாதையோரம் ஒரு வேம்பு. வாலைப் பிடித்துக்கொண்டே ஓடியவன், மரத்துக்கு நேராகப் போனபோது பட்டென்று யோசனை. வந்தமாதிரி, வாலை சட் டென்று கயிரை வளைத்துப் போடுவது போன்று மரத்தில் வளைத்து கெட்டியாகத் தாங்கி நின்றான். வால் இழுபட்டதும் மாடு சுருண்டு விழுந்தது.

மாட்டு மூஞ்சியை கொம்போடு திருப்பி அழுத்திக் கொண்டிருந் தான் ராசவேல் மகன். குருமூர்த்தி, காலிடுக்கில் வாலை முன்னுக்கு விட்டு இழுத்தபடி விலாவில் கால்பாய்ச்சி நின்றான். கதர்கொடி மேற்கி லிருந்து கயிற்றை எடுத்து வந்தான். வெள்ளையன் விளக்கை அடித்துக் கொண்டிருந்தான். எல்லோருக்கும் மூச்சு வாங்கியது. மாட்டுக்கு சீத்து பூத்து என இறைத்தது. வெள்ளையனிடம் யாரும் பேசவில்லை.

தலைக்கயிறு போட்டு கழுத்தில் வளைத்துக்கட்டி இழுத்துப்

பிடித்துக்கொண்டு அதட்டினார்கள். துள்ளிக்குதித்தபடி எழுந்தது மிரட்சியில் சிம்பிப்பார்த்தது. இழுத்துக்கொண்டு வந்து குருமூர்த்தி கிணற்று மேட்டோரம் நின்ற வண்டிச் சக்கரத்தில் கொண்டு போய் கட்டினான். வண்டி ஏர்க்காலில் ஏற்கனவே வயிறு பெருத்த ஒரு மாடு கட்டிக் கிடந்தது.

''என்னாடா பண்ணப் போறிங்க...'' சுரத்தில்லாமல் கேட்டான் வெள்ளையன்.

''என்னா பண்றதா? மின்நேரத்துல என்னா சொன்னன்? முத்தனக்குப்பந்தான் விடியறதுக்குள்ள மொளாத்தூளுக்கு ஏற்பாடு பண்ணிருவான்...''' கருவிக்கொண்டே இரண்டு மாடுகளையும் ஒன்றாகப் பிணைத்தார்கள்.

வெள்ளையனுக்குத் தாங்கவில்லை ''வேணாண்டா. இது செனமாடு மாதிரி தெரியுதுடா. அவனுவோ அவுத்து உடறதுக்கு, இதுவோ என்னாடா செய்யும்.''

சினைமாடு அதக்கிக்கொண்டு நடந்தது. இன்னொன்று பின்னுக்கு இழுத்தமாதிரி சண்டித்தனம் பண்ணியது. கழியால் அதை வைத்து வாங்கினான். பயத்தில் வேகமாக அடியெடுத்து வைத்தது.

நிற்கப் பிடிக்காமல் ஓடி குருமூர்த்தியின் கையைப்பிடித்துக் கெஞ்சுகிறான், ''ஓங் கால்ல உழாத கொறையா கேக்றண்டா. எந்த சென்மத்துல செஞ்ச பாவமோ தெரியில. இந்த மாதிரி கருக்கல்ல காட்லியும், மோட்லியும் அசந்து கண்ணுமூட வழியில்லாம அலையறம். இதுல இந்த வாயில்லா சீவனுவுள அறுப்புக்குத் தள்ளி, அந்த பாவத்த எங்கடா போயி தீத்தப் போறம்.''

கொஞ்சம் யோசித்தமாதிரி குருமூர்த்தி நின்றான். அவனுக்கும் குரல் இறங்கிப் போயிருந்தது. ''எலேய், எவண்டா இதையெல்லாம் நெனச்சிப் பாக்கறான். இதுமாதிரி இவனுவோ அவுத்துவுட்டா எனுமாடா சீவனம் பண்றது. வாங்கன கடங்கக்கிய எப்பிடிடா அடைச்சி மின்னேறறது...''

தயங்கியது மாதிரி நின்றதும், வெள்ளையன் விடாது பேசினான், ''ஓங்குளுக்கு மட்டுமாடா இந்த கங்காட்சி. ஓங்களங்காட்டியும், எனக்கு தாண்டா அதிக அழும்பு. அதுக்காக இப்பிடியா அதுவோ உயிர போக்கறது? வாணாண்டா - வாயில்லா சீவனுவோடா... செனமாடுடா...''

இவன் பேசப்பேச, கடந்துபோய் பொறுக்க முடியாமல், கையில் பிடித்துக்கொண்டு நின்ற மாடுகளின் கயிற்றை கோபத்தில் விட்டெறிந்தான். ''இந்தாடா... மயிரு. ஓங்குளுக்காவறது எனக்கு. எங்கியாவுது தின்னு அழிச்சிட்டுப் போவுது. எனுமோ எனக்கு மட்டுந்தான் வேர்த்து வடியிறமாதிரி, ஏங்கிட்ட இந்த தொங்கு தொங்கற...''

கயிறு விடுபட்டதும் படாரென்று திரும்பியது சினைமாடு. பின்னுக்கு நின்றிருந்த வெள்ளையன் கத்தினான். ''டேய்... டேய்... அய்யய்யோ...'' காலைப் பிடித்தபடி குந்தினான்.

''என்னாடா... என்னாடா...'' பதறியபடி குனிந்து, விளக்கு வெளிச் சத்தில் பார்த்தார்கள். சினைமாடு, அவன் பாதத்தை மிதித்து அரக்கி திருகி யிருந்ததில் சதை பிய்ந்து, ரத்தம் சாறாடிக்கொண்டிருந்தது.

''எலேய் ஓடி சாணிய எடுத்தாடா... ஓடுடா...''

ஓடி வண்டியோரம் கிடந்த சாணியில் ஒரு நிலை எடுத்துவந்து, காயத்தின்மீது அப்பையாய் வைத்து அழுத்திப்பிடித்தார்கள். கட்டுப்பட வில்லை. சாணியைத் தாண்டி ரத்தம் பிதுங்கியது.

கட்டவிழ்த்து விடப்பட்ட மகிழ்வில், மாடுகள் இரண்டும் நிலாப் புழுதியில் எக்கரணம் பாய்ச்சியபடி ஓடிக்கொண்டிருந்தன.

●

ஆண்

இடுப்பில் கட்டியிருந்த நீர்ச்சீலை தொப்பரையாய் நனைந்துவிட்டது. அண்ணாக்கயிறாகக் கட்டியிருந்த காசராக்கு நார்க்கயிறு ஈர நைப்பில் முறுக்கேறி வெட்டியது. குனிகையில் தலைப்பாகைக்குள் இருக்கும் வழுக்கை மண்டையிலிருந்து வேர்வை கண்களில் இறங்கிப் பற்றியது.

தெரணிக்கழியில் பின்னிய தட்டு என்றால் பின்னம் ரெண்டு ரூபாய் சேர்த்துச் சொன்னாலும் பேரம் பேசாமல் வாங்கிப் போவார்கள். தெரணிச்சிம்பு வலுவுக்கு, தடிப்பாக சாணியைப் போட்டு மெழுகி விட்டால் கலவை அள்ளுகிற இருப்பு பாண்டு மாதிரி, பத்து பொழுது சேர்த்து உழைக்கும்.

வெங்கடாலம் வாங்கு கத்தியால், எல்லாச் சிம்புகளையும் அடிகாண வெட்டி, காலி பண்ணிவிட்டு நிமிர்ந்தபோது, புதர் இருந்த இடம் 'ஆ' வெனக் கிடந்தது. ஓடையிலிருந்து அறுத்தோடி வழியாகப் பசியோடு ஏறியவர்,எதிரில் நிழல் கிடந்ததும் எதையும் யோசிக்காமல் குந்தி, பட்டென்று போட்டு, கழிக்க ஆரம்பித்தார். தூரத்தில் ஏற்கனவே கழித்து எடுத்து வந்திருந்த கொடியும் கழிகளுமான கத்தை வெயிலில் கிடந்தது. நல்லதுதான்,வெயில் பாடம் ஏறி வதங்கினால் வளைக்க, முறுக்கிச் செருக தோதாக இருக்கும்.

பசியெடுத்த கத்தி, சரசரவெனச் சீவியபடி பாய்ந்ததில், போர்த்தி யிருந்த தழைகள் கொட்டி, முன்னால் மோடு கட்டியது. முக்கால் வாசிக்கு மேல் வேலை முடிந்துவிட்டிருந்தது. வெயில் முதுகில் பட்டை எடுத்தது. காளவாயில் குந்தியிருப்பது போன்று நாலா பக்கமும் அனல் கப்பியது. உடம்பு சூடு பிடித்து நீர்த்தாரையில் சுருக்கென்று வலி குத்தியதுந்தான் மொட்டை வெயிலில் குந்தியிருப்பதை கவனித்தார். ''நெழல்லதான குந்தனம்...'' சந்தேகத்தோடு பார்த்தவரின் முன்னால், இவர் குந்தியிருந்த நிழல் நகர்ந்துபோய்க் கிடந்தது.

திடுக்கிட்டவராய்த் திரும்பி, நிமிர்ந்து பார்த்தார். கரகரவென்று கண்கள் சுற்றி, தலை சுக்கு நூறாய் வெடித்தது. மொளுக்கென்று கண் களில் குட்டை கட்டிக்கொண்டது. நெட்டையான ஆள், தலையில்

பில்லுக் கட்டு வைத்து நிற்பது மாதிரி, உச்சியில் பனைமட்டைகளை வைத்துக் கொண்டு ஒற்றைப்பனை. பார்க்கப் பிடிக்காமல் தலை தாழ்ந்தது.

வெலாப் பள்ளங்களில் விழுந்தோடுகிற மழைத் தண்ணீர் மாதிரி முகச் சுருக்கங்களில் கண்ணீர் சாய்வாக வழிந்தோடியது. மிச்சத்தை கழிக்கவும் இல்லை. நிழலில் நகர்ந்து குந்தவும் இல்லை. பேயறைந்தவர் போல் வெயிலிலேயே குந்தியிருந்தார். இழைக்காற்றில் மெல்ல உருளும் மயிர்ச்சுருணையென, எதிரில் நிழல் மெதுவாக நகர்ந்துகொண்டிருந்தது.

கல்யாணம் ஆன முதல் பத்து வருடம், ஆம்படையானும் பொண்டாட்டியும் ஆப்பையும் டாப்பாக் கூடுமாய் அலைந்துதான் பார்த் தார்கள். போகச் சொன்ன இடத்திற்கெல்லாம் போனார்கள். பண்ணாத வைத்தியமில்லை. திங்காத மருந்து இல்லை. காடு மேடெல்லாம் அலைந்து கொடி, கழிகள் அறுத்து தொப்புளியும் தானுமாய் சேர்ந்து பின்னி விற்ற காசு எல்லாம் வைத்தியச் செலவிற்கே போனதில் காணி பூமியென்று எந்தக் கனவும் இல்லை. வயிற்றுப்பாடும் வைத்தியமுமே வாழ்க்கையென்று ஆகியிருந்தது.

இவர்களே அலுத்து ''இதான் கடைசி நட. இதிலியும் இல்லன்னா, நம்ப தலவிதின்னு இதோட பொழப்பப் பாக்க வேண்டியதுதான்.'' குமுறிய அழுகையை அடக்கிக் கொண்டு மனதைத் தேற்றியபடி, கடலூர் போய் வைத்தியம் பார்த்துவிட்டு வெறுத்துத் திரும்பிக் கொண்டிருந் தார்கள். தெரு முனையில் இவர்களைப் பார்த்துவிட்டு, காதுபட கிண்ட லாகப் பேசிக்கொண்டார்கள் அண்ணன் மகன்கள் இருவரும். ''இப்ப எத்தினிக் காணி நஞ்ச புஞ்ச வைச்சிருக்காரு இவுரு, புள்ள இல்ல, புள்ள இல்லன்னு பொழுது முப்பது நாழியும் வைத்தியம் பாத்துக்கிட்டு நிக்கிறாரு. ஏதோ சம்பாரிக்கிற காசிய, வாய்க்கி ஒணக்கையா வாங்கித் தின்னுட்டு போவும்னு இல்லாம இப்பதான் நாடு, நகரம்னு அலைஞ்சிக் கிட்டு நிக்கிறான்.''

காதில் வாங்கிய தொப்புளியும் வெங்கடாலும் நெருப்பை வாரி மேலே கொட்டிய மாதிரியான வார்த்தைகளில் துடிதுடித்துப் போனார் கள். ஓடி வீட்டைத் திறந்து நடு வீட்டில் விழுந்து தொப்புளி குலுங்கி குலுங்கி அழுதாள். அழுகையின் ஊடே அவள் நம்பிக்கை வைத்திருந்த முதனை செம்பையாவிலிருந்து மலையாத்தாள் வரை எல்லா சாமி களுக்கும் பாட்டு விழுந்தது.

''ஊரே சொல்லிப் போச்சி. இவனுவோதாம் பாக்கி. அவனுவுள சொல்லி குத்தமில்ல. நம்ப நேரம் சொல்ல வைக்கிது''. ஆத்திரத்தில்

தொண்டை அடைத்து, கண்களில் மாலை மாலையாய் இறங்கியது வெங்கடாலுக்கு. வெங்கடாலைக் கட்டிக்கொண்டு தேம்பித் தேம்பி அழுதாள்.

உச்சந்தலைப் பள்ளத்தைத் தடவிப் பார்த்துக்கொண்டே வந்தார். இருபது தட்டுகள். எரிச்சல் இன்னும் நிற்கவில்லை. சூரியன் விழுவதற் குள் வீடு போய்ச் சேர்ந்துவிட வேண்டும் என மனம் அடித்துக் கொண் டாலும், பசியில் கால்கள் பின்னின. நாற்பது வயதைத் தொட்டிருந் தாலும் திடாரிக்கமான உடம்புதான். ஆனாலும் புலியூர், பவழங்குடி என அலைந்து விற்றுவிட்டு வந்த கால்கள் எடுத்து வைக்கும் அடியின் இடை வெளி சோர்வில் குறைந்து, பாதை நீண்டு கொண்டேயிருந்தது. நடை மாளவில்லை.

பாதை பனஞ்சாலை ஓடைக்குள் ஒருசருவாய் இறங்கியது. ஆதரவாய் பனைமரத்தைப் பற்றிக்கொண்டு இறங்கினார். பொழுதிறங்கியதாய் இருபுற பனஞ்சாலைகள் இருட்டைக் கட்டியது. ஓடையின் கொழுத்தடை மணலில் பாதங்கள் சிக்கி நடையைத் தேக்கியது. நீந்திப் போகிறமாதிரி, கடக்கையில் கருப்பாய் உருண்டையாய் காலில் இடறியது. நிதானித்துப் பார்த்தவருக்கு நாக்கில் எச்சில் ஊறியது. ''பசிக்கி பனம்பழம் தின்னா, பித்தம் போற வழியில போவும்''. நாரும் சதைப்பற்றுமாய் கொழ கொழப்பாய் தொண்டைக்குள் இறங்கியதுந்தான் தொப்புளி ஞாபகம் வந்தது. பழத்தை கட்டை விரல்களால் ஊனிப் பிளந்தார். சொல்லி வைத்த மாதிரி இரண்டே இரண்டு கொட்டைகள் உள்ள பனம்பழம். தட்டு களுக்கு மாற்றாய் வாங்கி முதுகில் தொங்கிக் கொண்டிருந்த நெல் முடிச்சை எடுத்து, நார்ச்சதையோடு ஒரு கொட்டையைப் பிய்த்து, ஓரத்துத் துணியில் முடிந்து தோளில் போட்டுக் கொண்டார்.

பழம் தேனாய் இனித்தது. கடித்து இழுத்து உறிஞ்சியபடியே நடந்தார். நடை மாண்டு, ஏரியால் நுழைந்து கோயிலால் ஏறினார். விடாமல் சீப்பிக்கொண்டே இருந்ததில் சதைச் சிவப்பு போய், கொட்டை நடுவில் மோடுகாட்டி பக்கவாட்டில் வெள்ளை வெளேர் என நார்கள் விசிறி போன்று விறைத்துக்கொண்டு நின்றன.

''என்னாடா வெங்கடாலு, இந்த நேரத்துல பனங்கொட்டய சீப்பு சீப்புன்னு சீப்புற...'' பட்டாசாலையில் குந்தியிருந்தவர் கேட்டார்.

''பசிதான் ஆள...'' நின்று சொல்லமுடியாமல் போய்க்கொண்டே சொன்னார்.

பல்லிடுக்கில் சிக்கிய நார்களை எடுத்துக்கொண்டே, சீப்பிய பனங் கொட்டையை சோறு ஆக்குகிற கொட்டகையின் கூரையில் செருகினார். துணிமுடிச்சில் இருந்த மீதிப் பழத்தை எடுத்து தொப்புளியிடம்

கொடுத்தபடி சொன்னார். ''கொட்டய சீப்பிட்டு, கூரையில இருக்கற பனங்கொட்டயக்கூட சொருவி வைய்யி. மழ பேய்ஞ்சிதுனா நம்ப கொல்ல மூலையில ஊனிப்போட்டு வைப்பும். நாளைக்கி காலந் தப்பன நேரத்துல ஒரு பனங்கா கினங்கா காச்சிதுனா, நொங்கு வெட்டித் திங்கலாம். பழங்கூட தேனு மாதிரி தித்திக்குது, தின்னு பாரன்.''

தொப்புளி சிரித்தாள். ''ஆமா, அப்பிடியே ஊனி வைச்சா, மூணாவது வருசமே வெட்டித் திங்கலாம் பாரு. ஒரு தென்னங்கன்னுன்னாலும் பரவாயில்ல. பன மரத்த வைச்சா பாத்துட்டுதான் சாவலாம். தென்னய வைச்சா தின்னுட்டாவுது சாவலாம்.'' பனம்பழத்தை வாங்கிக்கொண்டே சொன்னாள்.

''ஆமா, நம்ப கொல்ல ஆத்துப் பாசன நஞ்சையில இருக்குது, தென்னம்புள்ள வைக்கறதுக்கு. ஏதோ இறுத்தப்பொட்ட கரம்புல, நோண்டிப் போட்டா மொளச்சா மொளைக்கிது. மொளைக்கிலன்னா போவுது. இப்ப என்னா தண்ணி ஊத்தப் போறியா, ஆடுமாடு கடிச்சிடும்னு கொடலி பின்னி வைக்கப் போறியா. சரி... பசி கணதாண்டிப் போச்சி, சோறு வடிச்ச கஞ்சி இருந்தா ரவ உப்புப் போட்டு எடுத்தா...'' குந்தி துணி முடிச்சை அவிழ்த்து, நெல்லை முறத்தில் கொட்டினார்.

அடுப்பில் விறகுகளைத் தள்ளி எரிந்துகொண்டிருந்த குச்சிகளின்மீது பனம்பழத்தை வைத்தாள். முறத்தை நகர்த்தியபடி கேட்டார், ''இப்ப எதுக்கு அடுப்புல வைக்கிற...''

''பனம் பழத்த சுட்டுத் தின்னா பித்தம் இருக்காது.'' சொல்லிக் கொண்டே வெளியே வந்தவள் கூரையில் இருந்த பனங்கொட்டையைப் பார்த்து ஆச்சரியப்பட்டாள் ''என்னாதே பனங்கொட்ட இம்மா பெரிசா இருக்கு. பழத்துல பாக்கறதுக்கு பெரிசா தெரில. அப்பிடின்னா நொங்கும் பெரிசாதான் இருக்கும். நெல்ல பெரிய ராசிக் கொட்ட. சரி சரி... ஊனிப் போடுவம். நாம தின்னாதான ஆச்சி. நமக்கும் பின்னால நம்ப...'' அதற்கு மேல் சொல்ல முடியாமல் திக்கி திகைமாறி நின்றாள். கண்கள் கலங்கியது.

''நா என்னா கேட்டன். செவுனேன்னு நிக்கிற...'' பொய்யாக அதட்டுகிறமாதிரி பேசி அவளை மாற்றினார்.

அண்ணன் மகன் பெரியவன் கோவிந்தராசு என்றைக்கும் இல்லாமல் தயங்கி தயங்கி வாசலில் வந்து நின்றுகொண்டிருந்தான். வெங்கடாலுக்கு சந்தேகமாக இருந்தது. என்ன ஏது என்று கேட்காமல் வீட்டுக்குள்ளேயே குந்தியிருந்தார். வெங்கடாலைவிட நான்கைந்து வயதுதான் குறைவாக இருக்கும். கோவிந்தராசு, சோறு ஆக்குகிற கொட்டகை பக்கம் திரும்பிக் கேட்டான். ''சின்னாயி, சித்தப்பா ஊட்ல இல்ல...''

அவனைக் கண்டதுமே, பற்றிக்கொண்டு வருகிற ஆத்திரத்தில் மறைவாக உள்ளே நகர்ந்து, ஒன்றும் பேசாமல் குந்தியிருந்தாள். ''நாமதான் இவனுவோ நமநாத்தமே வேணாம்னு ஒழிச்சி தல மொழுவிட்டு குந்தியிருக்கம். அப்பறம் என்னா சின்னாயி வேண்டி கிடக்கு''மனதுக்குள் முனறிக்கொண்டிருந்தாள்.

''சின்னாயி...''

''என்னாடா இப்பதான் அதிசய மயிரா சித்தப்பன தேடற. என்னா வச்சிருக்கிற'' மூஞ்சியில் அடிக்கிறமாதிரி கேட்டார் வெங்கடாலு.

கோவிந்தராசு நைந்த மாதிரி உள்ளே வந்து குந்தினான். கொஞ்ச நேரம் கழித்து மெதுவாக ஆரம்பித்தான். ''இல்ல, பாலக்கொல்ல சொஸைட்டியில மாட்டோட வண்டி லோனு ஒண்ணு போடலாம்னு இருக்கம்...'' இழுத்தான்.

''அதுக்கு என்னா... போடுங்களேன்.'' வெடுக்கென்று சொன்னார் வெங்கடாலு.

''மாடு மட்டுமின்னா குடுக்கறங்கறான். வண்டிக்கு நெலம் பத்தாதுங்கறான். அதான் அந்த உள்ளோட கரம்பையும் சேத்து குடுக்கலாம்னு சும்மா லோனுக்காக ஓங்கிட்ட ஒரு கையெழுத்து...''

அவன் முடிப்பதற்குள் இவன் சொன்னான். ''அதான் அன்னக்கி, எத்தினி காணி நஞ்ச வைச்சிருக்கன்னுட்டிங்களே. அப்பறம் ஏது எங்களுக்கு நெலம். வெறும் பயகிட்ட எதுக்கு கையெழுத்து?''

பட்டென்று கோவிந்தராசுக்கு முகம் சுருங்கியது. ''அட, சும்மா எதுக்கு வீணா காசிபணத்த செலவு பண்ணிக்கிட்டுன்னு சொன்னம். அதப் போயி பெரிசா எடுத்துக்குட்டு...'' தாழ்ந்த மாதிரி சொன்னான்.

''நாங்க பெரிசாவும் எடுத்துக்குல சின்னதாவும் எடுத்துக்குல. நீங்க போயி வேலயப் பாருங்க. எங்கிட்ட கையெழுத்தும் வேணாம். காலெழுத்தும் வேணாம். இருக்கற அந்த காகாணி கரம்பையும் எழுதிக் குடுத்துட்டு, அப்பறம் தலையில துணிய விரிச்சிப் போட்டுட்டுப் போவ வேண்டிதுதான்.'' கொஞ்சம் வேகமாகப் பேசினார்.

''நா என்னா கெரயத்துக்கா கேக்கறன். சும்மா ஒரு கணக்குக்குதான...''

''சும்மாவும் வேணாம், செனைச்சிக்கிட்டு வேணாம். இன்னக்கி சும்மாம்பீங்க... நாளைக்கி லோனு குடுத்தவன் இதுக்கும் சேத்து ஏலம்பான். ஒங்களுக்கு என்னா கணக்குன்னா, புள்ள இல்லாத சொத்தாச்ச. நாளைக்கி வயசான காலத்துல வித்து வாங்கித் தின்னுட்டா என்னா பண்றது. அதான் இப்பியே ஒரு கொக்கி போட்டு வைக்கலாம்னு பாக்குறிங்க. அதாங் கத. வேணாம் ஒங்க சங்காத்தியமே.'' வெங்கடாலு சத்தம் போட்டுப் பேசினார்.

கோவிந்தராசுவுக்கு சுருக்கென்று எகிறிவிட்டது. ''எனுமோ நடு நஞ்சய எழுதிக் கேக்கறமாதிரி இந்த குதிகுதிக்கிற. நொண்டி மாடு கூட நின்னு மேயாத படு கரம்பு. சும்மா லோனுக்குன்னு சொல்லியும் பூராயண கதலாம் பேசற. நாளைக்கி கால் மடிஞ்சி கீழ குந்தினிங்கன்னா இந்த ஊர்ல எவன் வந்து என்னான்னு கேப்பான். நாதியத்து நடுத் தெருவுலதாங் கெடப்பிங்க...'' கோபமாக பேசியபடி எழுந்தான்.

தொப்புளி அடுப்படியிலிருந்து பேசியபடி உள்ளே வந்தாள். ''நடுத் தெருவுல நாதியத்து நாங்க கெடந்தாப் போறம். நீங்க ஒண்ணும் வந்து தூக்கிப் போடவேணாம். எல்லாம் இதுவரைக்கும் சித்தப்பனுக்கும் சித்தாத்தாவுக்கும் செய்ஞ்சததான், நாளைக்கும் செய்வீங்க. படு கரம்பா இருந்தாலும் எங்குளுக்குன்னு காகுழி கெடக்கட்டும். நீங்க போயி வேலயப் பாருங்க...''

''என்னா அவன் பெரிய மயிர்நெலம் வைச்சிருக்கான்னு தொங்கிக் கிட்டுக் கெடக்கற. இன்னம் ஒரு கல்யாணம் பண்ணி, அதுல ஒரு புள்ளப் பெத்து, வில்லங்கமில்லாத சொத்தா அதுக்கு குடுக்கலாம்னு வைச்சிருப் பான். எந்திரிச்சு வெளியில வா. இவன்லாம் பொடரியில நாலு வைச்சி போட்றா கையெழுத்தங்கறவனதான் மனுசனா மதிப்பான்'' வாசலில், வந்த சுவடு தெரியாமல் நின்றுகொண்டிருந்த அண்ணன் மகன் சின்னவன் தங்கராசு தலையை ஆட்டியபடி பேசினான்.

''ஆரவுரு, இவுரா... கல்யாணம் பண்ணிதான் கிழிச்சாரு. ஆவுட்டும்...'' கோவிந்தராசு கருவிக்கொண்டே போனான்.

வெங்கடாலு இடிந்து போய் குந்தினார். தொப்புளிக்கு வெடித்துக் கிளம்பியது அழுகை. பட்டென்று மக்கு மக்கு என வயிற்றில் குத்திக் கொண்டாள். ''இந்த பாழும் அங்கத்துல... இந்த பாழும் அங்கத்துல... ஒரு புழுப்பூச்சி இருந்தா நாக்கு மேல பல்லப்போட்டு... பேசு வானுவுளா... பேசுவானுவுளா...''

ஒவ்வொரு குத்துக்கும் குரல் அறுந்துகொண்டிருந்தது.

மழை பெய்திருந்தது. ஈர வெயிலில் காலை சில்லென்றிருந்தது. ''ரவ நீராரம் போடு. கால நேரத்துல போனா, வெயிலுக்கு மின்ன வரலாம்.'' வாங்கு கத்தியை வாசப்படி கல்லில் தீட்டிக்கொண்டே சொன்னார்.

''நெல்ல ஈரம். அந்த பனங்கொட்டய ஊனிப் போட்டுவிடலாம்.'' செம்பில் நீராகாரத்தைக் கொடுத்தபடி சொன்னாள்.

''அதான் மொத வேல...'' தலைப்பா துணியில் செருகி வைத்திருந்த பனங்கொட்டையை எடுத்துக் காட்டியபடி சொன்னார்.

சிரித்தாள். ''ஆனாலும் நீ ரொம்ப வேகத்துலதான் இருக்க. நீருக்கிற

அவசரத்துக்கு அத மொளைக்கப்புட்டு, அதுல நொங்கு வெட்டித் தின்னுட்டுதான் குந்துவ போல்ருக்கு. சரி நானும் வருட்டுமா...''

''நீ ஊட்ல இருந்து, மிச்சங்கெடக்கற இந்த கழிவுள வைச்சி அடிப்போட்டு வைய்யன். வெயிலுக்கு குந்தி சரசரன்னு பின்னலாம்.'' கிளம்பினார்.

''இல்ல நானும் வந்தா பனங்கொட்டய போட்டுட்டு...'' இழுத்தாள்.

''சரி சரி வா...''

கிளம்பினார்கள். குறுக்கால போன தேய்வடிப் பாதைகளில், தண்ணீர் புரண்டு புதுமண்ணைக் கொண்டுவந்து பரப்பியிருந்தது மழை. ஈரத் தரையில் நத்தைகளும், மரவட்டைகளும், பாப்பாத்திப் பூச்சிகளும் ஊர்ந்துகொண்டிருந்தன. குள்ளச்சி ஓடையின் சுழலிப்பில் தண்ணீர் தேங்கி, அடையாய் தவளை முட்டைகள் மிதந்தன.

உள்ளோடையின் பிருவத்தில் கொழுமுனை குத்தி வெகுகாலம் ஆகி விட்ட கால்காணி கரம்பு. ஆவாரஞ் செடிகள் ஆங்காங்கே முளைத்து பூக்கத் தொடங்கிவிட்டன. கல்யாணம் ஆன புதிதில் முந்திரிக் கன்று வைத் தார்கள். தரை, கல்லாம்பறிச்சியாக இருந்ததால், பிழைத்த ஒன்றிரண்டு கன்றுகளும் கிளம்பவில்லை. பல்லைக் கடித்துக்கொண்டு நின்றதை, ஆவாரஞ் செடிகள் அமுக்கிவிட்டன.

''கிழக்கிலும் வடக்கிலும் தம்பு ரெட்டி கொல்லை. தெற்கில் நடுச் செட்டியினுடையது. ரெட்டி கொல்லைகளில், கல்லாம்பறிச்சி கம்மியாக இருந்ததால் ஏதோ ஓட்டி வரகு விதைப்பார்கள். கல்ரை பாய்ந்து கிடந்தாலும் நெறமாய் முந்திரிச்செடிகள் வெளுத்துப்போய்க் கிடந்தன. இவன் கொல்லையைவிட மோசமான முள்ளுக்காடாய் கிடந்தது செட்டியினுடையது. செட்டிக்கு கவனமெல்லாம் கடை மேல்தான்.

''இந்த ஆவாரஞ் செடிவுள வெட்டிட்டு, ஒரு ஏரனாச்சும் ஓட்டிப் போடணும்...'' பெருமூச்சு விட்டபடி சொன்னார்.

''ஒண்ணும் ஓட்டிப் போட வேணாம். கரம்புக்காடா கெடக்கக்குள் ளியே அவனுவுளுக்கு கண்ணப் புடுங்குது. இதுல ஓட்டி, கொல்லியாக்கி வைச்சிருந்தா, அவனுவுளுக்கு தூக்கமே வராது. இப்ப ஓட்டி, இஞ்சியும் மஞ்சளும் வைக்கப் போறது இல்ல.'' வெறுப்பாகச் சொன்னாள்.

கிழக்கிலும் மேற்கிலுமாக சிம்புகள் ஏதாவது தென்படுகிறதா என பார்வையை ஓட்டினார். ''அப்பறம் பாத்துக்கலாம். மொதல்ல பனங் கொட்டைய ஊனு.'' அவரைத் திருப்பினாள்.

புள்ளையார் மூலையில் தண்ணீர் பள்ளம். தரை நசநசவென ஈரப்பதம். வாங்கு கத்தியால் நோண்டுவதற்கு குந்தினார். ''நடுக்கொல்லியல இல்லாம, நெல்லா ஓடய ஒட்டி நோண்டு. எவனும் ஏம் பட்டாவுல இருக்குன்னு, ஓடையத் தாண்டி மரத்த சொந்தங் கொண்டாட வந்துட

மாட்டான்.'' சொல்லிக்கொண்டே வந்து கூடமாட நோண்டி, பனங் கொட்டையைப் போட்டு மூடினார்கள்.

குழிக்கு நேராக வானத்தை அண்ணாந்து பார்த்தார். குலைகுலையாக பனங்காய்கள் தொங்கப் போகிற உச்சி, வெறுமையாய்த் தெரிந்தது.

''என்னாடா வெங்கடாலு, ரொம்ப அவுசரமா...'' குரல் கேட்டு, பின்னுக்குத் திரும்பினார். தலையில் இருந்த கத்தையில் நீண்டு தரையைக் கிழித்தபடி வந்த கொடி, அவர் திரும்புதலில் சடாரென்று அடிக்கிற மாதிரி வந்ததும், தம்புரெட்டி பின்னுக்கு ஒதுங்கினான்.

ரெட்டியைப் பார்த்ததும், மரியாதை பட்டென்று கூடி ''என்னாங்க'' என்றார்.

''சாயந்திரமா ஊட்டுப் பக்கம் வந்துட்டுப் போயண்டா...'' தொப்பையைத் தடவியபடி ரெட்டி சொன்னான்.

இவருக்கு பட்டென்று நினைவு வந்தவராய் சொன்னார். '' நானே ஒங்ககிட்ட வரலாம்னுதாம் பாத்தங்க... எம் மூத்தவமூட்டு பசங்கதான், மெரட்டிக் கொக்குப் புடிக்கலாம்னு வந்து தொந்தரவு குடுக்கறானுவோ.''

பட்டென்று சுற்றும்முற்றும் பார்த்தபடி ரெட்டி சொன்னான், ''அதப்பத்திதான் சொல்றதுக்கு வரச் சொல்றண்டா.'' ரெட்டியின் பேச்சு ரகசியமாக இருந்தது.

ரெட்டி வீட்டுக்கு பொழுதோட போனவர், இரவில் வெகுநேரம் கழித்துதான் வந்தார். ரெட்டி சொன்ன யோசனையை தொப்புளியிடம் கலந்தார். அவளுக்கு கண்களில் முட்டிக்கொண்டு வந்தது. ''நா, என்னா சொல்லப்போறன். ஒனக்கு எது சரின்னு படுதோ அத செய்யி. நமக்குன்னு ஒரு புள்ள இருந்தா ஏண்டா இப்பிடின்னு நின்னு கேப்பான். ஆதரவு அத்து நிக்கறதுல, அவனுவோ ஏறி மேயறானுவோ.''

ரெட்டி சொன்னதும் வெங்கடாலுக்கு சரியாகத்தான் பட்டது. அண்ணன் மகன்கள் லோனுக்கு கையெழுத்துப் போடவில்லையென்று டீக்கடை, கோயிலடி என இவரை குத்திவிடுவதாய், வெட்டிவிடுவதாய் பேசிக்கொண்டிருந்ததை ரெட்டி அதிர்ச்சியாகச் சொன்னான். இன்னைக்கி இல்லையென்றாலும், என்றாவது மிரட்டி கையெழுத்து போடச்சொல்லி விடுவார்களோ என்கிற பயம் அவரைக் கவ்வியது.

''அப்பிடி மெரட்டி வாங்கும்போது, அது லோனுக்குதானா இல்ல கெரயத்துக்கான்னு ஒனக்கு என்னா படிக்கவா தெரியும், ஈவு பிரிஞ்சிப் போடப் போற. ஒந் நெல்லதுக்குதான் சொல்றன்.''

எல்லாவற்றையும் யோசித்துப் பார்த்துவிட்டுதான், உம்மப்பட்டு விட்டார். மறுநாள் விடியற்காலையில் ரெட்டியும் தானுமாய் கிளம்பிப்

போய், மூன்றாம் பேருக்குத் தெரியாமல் நிலத்தை தம்பு ரெட்டி பெயருக்கு நம்பிக்கை கிரயமாக எழுதிக் கொடுத்துவிட்டு வந்தார்.

கர்ப்பப்பை எடுத்த பிறகு, அப்போதுதான் மெல்ல நடமாடத் தொடங்கியிருந்தாள். இரண்டு மூன்று வருடமாய் படாதபாடு தொல்லையான தொல்லை. கடைசியில் கடலூர் ஆஸ்பத்திரியில்தான் அறுத்தெடுத்தார்கள். இரண்டு மூன்று மாதமாய் படுத்தேதான் கிடந்தாள். மூத்தார் மகன்கள் எவனும் திரும்பிக்கூட பார்க்கவில்லை. மருமகள்கள் ரெண்டு பேரும், ஒப்புக்கு வந்து வாசப்படியை பிடித்துக்கொண்டு நின்றுவிட்டுப் போய்விட்டார்கள்.

குள்ளச்சி ஓடையில் அவளால் இறங்க முடியவில்லை. தாங்கிப் பிடித்து இறக்க சடாரென்று திரும்பியவர், தோளில் இருந்த நீள வாங்கு கழி குறுக்குவாட்டத்தில் சிக்கியது, கழுத்துக்கு நேராய் மறித்தது. கீழே விழாத குறையாய் அவன் மீது மோதி நின்றாள்.

''இந்த சல்லைக்கிதான் நா வரவேணாங்கறது.'' சலித்துக்கொண்டார்.

பனங்கொட்டை போட்ட காலத்திலிருந்து நாலைந்து தடவைதான் அந்தப்பக்கம் போயிருக்கிறார். வடக்குக்காட்டில் சிம்புகளை விட கொடிகள் நிறைய கிடைத்ததால் மலையாத்தா கோயில் இருக்கிற பக்கமே திரும்புவதில்லை. மீறி அந்தப்பக்கம் போனாலும் பசி அவசரத்தில், வீட்டுக்கு வந்த பிறகுதான் ஞாபகம் வரும். ஓட்டப் பறிக்க எந்த வேலை யும் இல்லாததால் அதிகமாய் பனங்கட்டை பக்கம் கால் பாவுவது இல்லை.

வீட்டுக்கு கருப்பஞ்சோலை அடித்தபோது சுற்றிலும் செருக, போய் பனைமட்டை வெட்டி வந்தார். ஆளுயரத்திற்கு வளர்ந்திருந்தது. படல் மாதிரி பெரிய பனைமட்டைகள். வெட்டி மணலில் படிய வைத்து எடுத்து வந்தார். மட்டை வெட்டியபோதே கூராய் நீட்டிக்கொண்டிருந்த கருக்கு பனம்பட்டைகளைக் கழித்துவிட வேண்டும் என்றுதான் நினைத்தார். மறுபடி மாளவில்லை. அதற்கு பிறகுதான் தொப்புளிக்கு வயிற்று வலி, வீக்கம் என்று அலைச்சலில் ஓடிவிட்டது.

''இன்னிக்கி இதுதான் வேலை'' என்கிறமாதிரி வாங்குகழி கத்தி என எடுத்துக்கொண்டு கிளம்பியதும் தொப்புளியும் ''பெறாக்கா இருக்கும் நானும் வர்றன்'' என்றாள். இவர் மறுத்தும் கேட்கவில்லை. பனை மரத்தைப் பார்க்க அவளுக்கும் ஆசை.

இனி இவரே நினைத்தாலும் அவ்வளவு சீக்கிரமாய் அழிக்க முடியாது என்கிறமாதிரி கொல்லையை அடைத்துக்கொண்டு, ஆங்காரமாய் ஆவாரஞ்செடிகள். பனை மரத்தை அண்ணாந்து பார்த்தார்கள். இரண்டாள் உயரத்திற்குப் போய், உச்சியில் நெருக்கமாய் பனை மட்டைகள். மரத்தைச் சுற்றி காய்ந்த கருக்கு மட்டைகள், காலை விரித்து பாய்ச்சியிருந்தது.

''இந்த கருக்கு மட்டைவுள கழிச்சி வுட்டாதான், இதுக்கு மேல வர்ற மட்டைவோ காஞ்சிதுன்னா பொட்டுபொட்டுன்னு உழுந்து மரம் கழுவி வுட்டமாதிரி இருக்கும். இல்லன்னா, கடைசி வரைக்கும் ஏறக் கொள்ள முடியாம அப்பிடியேதான் நிக்கும்.'' பேசிக்கொண்டே அடிக்கருக்கு மட்டைகளை வெட்டி இழுத்தார். காய்ந்த மட்டைகள், கல்லுபோன்று கத்தியே தெறித்துவிடும் அளவிற்கு இறுத்தலாய் இருந்தது.

''அடுத்த வருசம் காச்சிடுமா...'' ஆர்வமாய் கேட்டாள்.

''நெல்ல சாதி மரந்தான். வளத்தியும் இருக்கு. அடுத்த வருசம் தவுறனா அதுக்கு அடுத்த வருசம் காச்சிடும்.'' சொல்லிக்கொண்டே வெட்டி இழுத்த மட்டை ஒன்றின் அடியில் ஆலங்கன்று ஒன்று சிக்கிக்கொண்டு வந்தது.

''ஆமா, இது ரெண்டு கொட்ட உள்ள பழந்தான. அப்ப காய்க்கிற காயிலியும் ரெண்டு நொங்குதான் இருக்குமா...'' சந்தேகமாய் கேட்டாள்.

''மூணு நொங்கு உள்ளதும் காய்க்கும் .''

''என்னாடா ஒத்தப் பனையா உட்டுட்ட... சோடிப் பனையா இருந்தா தான் நெல்லது...'' இவர்களைப் பார்த்துவிட்டு, விறகு தூக்கிப்போன சின்னத்தம்பி கேட்டார்.

''ரெண்டு கொட்டயா போடலாம்னுதான் எடுத்தாந்தன். அதுல ஒண்ணு அப்பியே அடுப்புல மொளைச்சிட்டுது...'' தொப்புளியை பார்த்து சிரித்துக்கொண்டே சொன்னார்.

சுட்டுத் திங்க அடுப்பில் வைத்தவள் மறந்து போனாள். இவனுக்கு கஞ்சித் தண்ணியில் உப்புப் போட்டு ஆற்றிக்கொடுத்துவிட்டு வெங் காயம் அரிய குந்தியவள், வெகு நேரம் கழித்து ஞாபகம் வந்து போய்ப் பார்த்தாள். கொட்டை கரிக்கட்டையாய் கனிந்து கொண்டிருந்தது. ''நீ அடுப்புல வைக்கறப்பயே நெனைச்சன்'' நாலு பாட்டுவிட்டு அடித்தார்.

உச்சி வெயிலுக்குமேல் ஆகிவிட்டது. ஏணி வைத்து, குருத்து மட்டைக்கும் கீழ் நாலைந்து மட்டைகளை விட்டுவிட்டு, முழுவதுமாய் கழித்திருந்தார். மரம் கழுவிவுட்ட மாதிரி இருந்தது. ''இனிமே அறியா புள்ளிவோ கூடும் மரத்துல ஏறும்.''

''இதுல நாலு நொங்க வெட்டி, கட்ட வெரலால நோண்டிக் குடிச் சிட்டா ஆச அத்துடும்.'' தொப்புளி சிரித்துக்கொண்டு சொல்லும் போது ஊருக்குள் சாவு மேளச்சத்தம் கேட்டது.

''என்னா எழவு மோளம் அடிக்கிது...'' இவளிடம் சந்தேகமாய் கேட்டுக்கொண்டிருக்கும்போதே, ஓடைக்கும் தெற்கில் சீவு அறுத்துக் கொண்டிருந்த செல்லமா கிழவி சொன்னாள். ''இந்த தம்பு ரெட்டி கெழவம் பூட்டான்...''

வெங்கடாலுக்கு திக்கென்றது.

அண்ணன் மகன்கள் வீடேறி வந்து மானத்தக்கமில்லாமல் பேசு கிறார்கள். ''ரெட்டி நொட்டுவான்னு, அரவந் தெரியாம அவம் பேருக்கு நம்பிக்கக் கெரயம் எழுதிக் குடுத்துட்டு வந்திய... இப்பப் போயி புடுங்கன்.''

''எலேய் ஏழெட்டு வருசமா இத இம்மாம் கமுக்கமா வைச்சிருந்திருக் கான்டா. அப்பிடியாடா ஒஞ் சொத்த அடிச்சிப்புடுங்கிடுவம்னு எழுதிக் குடுத்த, மூணாம் பேருக்குத் தெரியாம.''

''ஒண்ணுமில்ல, சும்மா லோனுக்கு ஒரு கையெழுத்துக் கேட்டம். முடியாதுன்னான். கோவத்துல வேகமா பேசிட்டு வந்துட்டம். இதுக்குப் போயி நெலத்த புடுங்கிப்பானுவோன்னு எழுதிக் குடுத்திருக்கான். குடுத்தது குடுத்தான, ஏழெட்டு வருசமா மயிரையா புடுங்கனான். எலேய் அவன் நெஞ்சழுத்தத்துக்கு, ரெட்டி மொவன் செருப்பால நாலு வாங்கனா தான் அவனுக்கு புத்தி வரும்.''

வெங்கடாலு கீச்சா ராமா என்று வாயைத் திறக்கவில்லை. தொப்புளி இடி விழுந்த கட்டைப் புளியாட்டம் குந்தியிருந்தாள். கண்ணில் தாரை தாரையாய் ஓடிக்கொண்டிருந்தது. படுகரம்பாக இருந்தாலும் தங்களுக் கென்று கிடந்த இடம், சும்மா கிடந்த சங்கை ஊதிக்கெடுத்தது மாதிரி, வலியப் போய் எழுதிக் கொடுத்து கடைசியில்... நொறுங்கிப் போனார்கள்.

வீட்டுக்கும் முன்னால் சத்தம் போட்டுக் கொண்டிருந்த அண்ணன் மகன்கள் ரெண்டு பேரும் நேரே ரெட்டி வீட்டுப் பக்கம் வைக்கறன் தீக்கறன் என்கிற மாதிரி ஓடினார்கள். வழியில் கோபால் மடக்கினார். ''எலேய் இருங்கடா. அடிக்கிறம் புடிக்கிறன்னு எதுக்கு வீண் வம்பு. அந்தக் கம்னேட்டி ஆட்சா வைரமா எழுதிக் குடுத்துருக்கான். அவங்க கிட்ட ரிக்காடு இருக்கு. பேசறான்.''

''என்னய்யா அவந்தான் அறிவில்லாதவஞ் செய்ஞ்சிட்டான். இந்த ரெட்டி மொவனுக்குக் கூடுமா இல்ல. அவங்ககிட்ட இல்லாத சொத்தா. இந்த நொள்ள காகாணி கரம்புலதான் சிம்புதுன்னு எழுதனது எழுதனது தான்னு கொரட்டவுட்டு கீழ எறங்குங்கிறானாம். அப்ப அவனுக்கு என்னா திமிரு இருக்கும்.'' ஆத்திரம் பொங்கப் பொங்கப் பேசினார்கள்.

''புடி அவுங்க கையில இருக்கு. தெம்பா பேசறாரு. இருக்கட்டும். ஒண்ணும் ஆத்தரப்படாதீங்க. ராத்திரிக்கி நாலு பேரு போயி ஒக்காந்து கேப்பும். அத வுட்டுட்டு அங்க போயி காலகோலம் தெரியாம ஆத்தா பொண்டாட்டின்னா அப்புறம் போலிசு கேசுன்னு, கோழியும் குடுத்து, கொரலாவியும் போற கதையாப் போயிடும்.'' கோபால் ஒரு தடை போட்டு சாந்தப்படுத்தினார்.

ஆரேழு பேராய் போனார்கள். கொரட்டில் கோபால் குந்தினார். அப்பன் குந்தியிருந்த நாற்காலியில் மகன் கிருஷ்ணா ரெட்டி ஆச்சலாய் குந்தியிருந்தான். கோபால்தான் ஆரம்பித்தார். ''கருமகாரியம்லாம் நெல்லபடியா முடிஞ்சிதுங்களா. வந்தா சோறு தின்னுடுவன்னு எங்குளுக்குலாம் சேதி சொல்லுல...''

''காரியத்துக்கு என்னா கொறச்சலு...'' போனால் போகிறது என்கிற மாதிரி பேசினான். மேற்கொண்டு ரெட்டிமகன் எதுவும் பேசாமல் இருந்ததும் கோபாலே பேசினார், ''அப்பறம், இந்த வெங்கடாலு எனுமோ சொல்லிக்கிட்டுக் கெடக்கறான்.''

''நா காலையிலயே அவங்கிட்ட எல்லாத்தையும் சொல்லிட்டன...'' வெங்கடாலுக்கு 'அவன்' போட்டு பேசினான்.

''நம்பிக்க கெரயமாதான் எழுதிக் குடுத்தான்னு...'' பேச்சை கோபால் முடிக்கவில்லை.

''இங்க பாரு கோபாலு. நம்பிக்க கெரயமா இருந்தா நைனா ஏங்கிட்ட சொல்லியிருப்பாரு. இது சுத்த கெரயமாதான் இருக்கணும். அப்படியே நம்பிக்க கெரயமா இருந்தாலும் எட்டு வருசமாவுது, திருப்பி எழுதி வாங்காம எவந்தான் இம்மாம் நாளு சும்மா இருப்பான்...'' ரெட்டிமகன் அறியாப் பிள்ளைக்கு சொல்கிறமாதிரி சொன்னான்.

''அவரு எப்ப வேணுமின்னாலும் எழுதிக்கதான் சொன்னாரு. நா தட்டுக்கழி, பொம்னேட்டிக்கி ஒடம்பு சரியில்லன்னு ஓடிக்கிட்டு இருந்த துல எனக்கு இதுபோர்ல ஆதியே இல்ல. சத்தியமா நைனா செத்தப் பறந் தான் இந்த யோசனையே வந்தது...'' நைந்து வெங்கடாலு சொல்லிக் கொண்டிருந்தார்.

''அதுலாம் இல்ல கோபாலு. ஒண்ணு கெரயமா பணத்த வாங்கிக் கிட்டு எழுதிக் குடுத்துருக்கணும். அப்பிடி இல்ல நம்பிக்க கெரயமாவே எழுதிக் குடுத்துருந்தாலும் ஏதோ தற்கொறச்சலுக்கு குறுக்க நெடுக்க பணத் துக்கு கைய நீட்னதுல கணக்கு நேராயிருக்கும்னு நைனா உட்ருக்கணும். இவன் இன்னக்கி அவுரு இல்லங்கிற தைரியத்துல வந்து கிண்டறான்.''

''என்னய்யா, மயிரக் கிண்டறான். ஒரு புள்ள இல்லாதவங்கிட்ட பேசற பேச்சாயா இது. இப்பதான் நைனா கொய்ணான்னுக்கிட்டு...'' வெங்கடாலின் அண்ணன் மகன் பெரியவன் எகிறினான்.

''இங்க பாரு கோபாலு, இந்த எகுற்ற வேலலாம் இங்க வைச்சிக்கக் கூடாது. நெலம் எங்குளுதான். ஒங்களால என்னா முடியுமோ அதப் போயி பாருங்க...'' உள்ளே போக ரெட்டி வேகமாக எழுந்தான்.

''எங்களால என்னா முடியுமா'' பதிலுக்கு எகிறிய வெங்கடாலின் அண்ணன் மகன்களை அடக்கியபடி கோபால், ரெட்டி மகனையும் சாந்தப்

படுத்தினார். ''ஒக்காரு தம்பு. ஒண்ணும் வேகப்படாத.''

கோபால் வெங்கடாலைப் பார்த்து மெதுவாக சொன்னார். ''இங்க பார்ரா, நீ காசிக்கி எழுதிக் குடுத்தியோ சும்மா எழுதிக் குடுத்தியோ அது அய்யும் பொய்யும் ஆண்டவனுக்குதான் தெரியும். ஆனா எழுதன பத்தரம் பொய்யில்லை. நடந்தது நடந்ததுதான் ஏதோ வேணுமின்னா நூத்தப்பத்த இப்ப காசிய வாங்கித் தர்றம். பேசாம வாங்கிக்கிட்டு போறதுதாம் மொற. இததான் குறுக்கால இருக்கற நாங்க செய்யமுடியும்... என்னா சொல்ற...''

''இதான் சாதியானுக்கு சாதியான் நீ பேசற பஞ்சாயத்தா...'' வெங்கடாலின் அண்ணன் மகன் சின்னவன் கோபமாக கோபாலிடம் கேட்டான்.

அதற்கு மேல் ரெட்டி சொன்னான் ''ஏமாந்தவனா இருந்தா சாதி யானுக்கு மறுகெரயத் தொக வாங்கி குடுப்பாரு.''

''என்னாங்க சாதியான் சாதியான்னு. நீங்க யாரு. அவன் யாரு. ரெட்டியாரா இருந்தாலும், படாச்சியா இருந்தாலும் நாயம் ஒண்ணு தான்.'' பேசிவிட்டு வெங்கடாலிடம் திரும்பினார். ''அப்பறம் என் னாடா சொல்ற...''

வெங்கடாலுக்கு தொண்டை கரகரத்தது. ''அப்பறம் நா என்னா சொல்றன். அவுரு சொல்றமாதிரிதான் நா கெரயம் எழுதிக் குடுத்துட்டு காசி வாங்கியிருப்பன்னு நீனும் நெனைக்கிற...''

கண்களில் கலகலவென இறங்கிக்கொண்டிருந்தது. ''ஒரு கம்பத்துக் காரரு. மேல்கொண்ட சாதியாரு ஊட்டுப்புள்ள. நெலமே இல்ல போடான்னாக்கூட பரவாயில்ல. பணத்த வாங்கிக்கிட்டு, ஆளு இல்லன்னதும் வந்து கிண்டறான்னு சொன்னாரு பாரு...'' பட்டென்று குரல் எகிறியது. ''எனக்கு என்னா நாலஞ்சி புள்ளகுட்டிவுளா இருக்குது. அதுவுளுக்கு சொத்து சேக்கறதுக்கு பொய் சொல்லி காசி சம்பாரிக்கப் போறன். இப்பியும் ஒண்ணும் கெட்டுப்போவுல. எனக்கு நெலம் எங்க டான்னு, எந்த புள்ள நாளைக்கி வந்து மல்லுக்கட்டப் போவுது. அந்த ஏக்கராவுலயும் சீவஞ்சம்பா வெளஞ்சி கோடுமாறிப் போயிக் கெடக்குல. ஒத்தப் பனங்கட்ட தான் நிக்கிது. அந்த மயிரு காச்சிதான தின்னுட்டு, வவுறு வீங்கிடப் போறம். எப்பியும் இருக்கற வாங்கு கத்தி எனக்கு இருக்கு. மகராசனா தம்பு ரெட்டி புள்ளய நெலத்த எடுத்துக்க சொல்லு. இன்னய தினத்திலேர்ந்து அந்தக் கொல்லியல நா காலடிய எடுத்து வைக்கில.''

ரெட்டியின் கொரட்டை விட்டு இறங்கி வந்து பத்து பன்னிரண்டு வருடங்களுக்கு மேல் ஆகிவிட்டது. வடக்கத்தி காடுகளில் பெரிய சட்டிக்

கலப்பைகள் வைத்து ஏர் ஓட்டி, வெட்டு வேலை நடந்துவிட்டதால் கழிகள் கிடைக்காமல் இந்தப் பக்கம் திரும்பியது. திரும்புகாலில் பசி மயக்கத்தில் தெரணி புதரைப் பார்த்து வெட்டி, அவசரத்தில் கிடைத்த ஒத்தப்பனை நிழலில் குந்த நேர்ந்துவிட்டது.

நிழல் அவரை விட்டு வெகுதூரம் கிழக்கே போய்விட்டது. கழித்த சிம்புகளோடு கழிக்காத சிம்புகளையும் அள்ளிக்கொண்டுபோய் கத்தையாய் கட்டித் தூக்கி கிழக்கால வரப்பில் நடந்துகொண்டிருந்தார்.

நடந்துகொண்டிருந்த வரப்பில், நெளிந்து கிடந்த பனையின் தலை நிழல் காலடியில் மிதிபட்டதும், திக்கென்று இவ்வளவு காலம் மறந்து போனது ஞாபகம் வந்து, சடாரென திரும்பி பனையின் உச்சியை நோக்கி ஆவலாய் பார்வையை ஓட்டினார்.

●

வனாந்திரம்

வெயிலில் கிடந்த ரப்பர் செருப்பில் காலை நுழைத்ததுமே சுரீர் என சுட்டது. காலில் மாட்டிக்கொண்டு போய், தோட்டத்தில் கலவடை உடைந்துபோன மூளிக்குடத்திலிருந்த தண்ணீரை அள்ளி பாதத்தில் செருப்பு நனைய ஊற்றிக்கொண்டாள். முருங்கை மரத்தில் மாட்டி வைத்திருந்த சொரட்டுக் கழியை எடுத்துக்கொண்டாள். கழியே சுட்டது. சுவரோரம் முந்திரித் தொலும்புகள் இரண்டு மூன்று தட்டுக்கு ஆகிற மாதிரி கிடந்தன. ஓரகையில் இறைந்து கிடந்ததை செருப்புக்காலால் தள்ளி ஒன்று சேர்த்தாள். முன்பெல்லாம் எண்ணெய் காய்ச்சுவதற்கு, நிறையப் பேர் 'முந்திரி தொலும்பு இருக்கா முந்திரித் தொலும்பு...' என்று தெருவில் கத்தியபடி வந்து வாங்கிப் போவார்கள். சில்லறைச் செலவுகளுக்கு ஆகும். இப்போதெல்லாம் யாரும் வாங்குவதில்லை. மொத்தமாய் உடைக்கிற இடத்திலேயே வாங்கிக்கொண்டு போவது போதுமானதாக இருப்பதாய் பேசிக்கொண்டார்கள். அடுப்பில்தான் போடலாம். புஸ் புஸ் என்று எண்ணெயோடு சீறி எரியும். ஆனால் அடுப்பில் வைக்கிற சாமானின் வாய்ப்புறம் வரை வண்டிப்பசை மாதிரி அட்டைக்கரி பிடித்துக் கொள்ளும். கழுவி மாளாது.

தெருவே வெறிச்சோடிப் போயிருந்தது. வடக்கேப் பார்த்துக் கூப்பிட்டாள். 'இந்ராணி... இந்ராணி...' எந்த ராணியும் இருக்கிறமாதிரி பதில் குரல் வரவில்லை. ''இந்த மாடு போவும்போது என்ன வுட்டுப் பூடாதுன்னு சொல்லிச்சி. இப்ப அரவந் தெரியாமக் கௌம்பிட்டுது போல்ருக்கு. ம்... தனியா போனா வாரிக்கலாம்னு பூட்டா போல்ருக்கு.''

வேலியில் மாட்டியிருந்த பையை எடுத்துக்கொண்டு கிளம்பினாள். வெள்ளை வேளேர் என்று இருந்த பூச்சி மருந்துப் பை முந்திரிச் சாறு ஒழுகி, பால் படிந்து கருப்பும் இல்லாமல் சிவப்பும் இல்லாமல் ரெண்டாலங்கெட்ட நிறத்தில் கறைபடிந்திருந்தது. தெருவிலிருந்து ரோட்டுக்கு வந்தாள். மேற்கிலிருந்து பள்ளிக்கூட பசங்கள் வந்து கொண்டிருந்தார்கள். ''என்னா அதுக்குள்ள பள்ளிக்கொடம் வுட்டுட்டாங்க...''

முன்ன வந்த பசங்களிடம் கேட்டாள். ''எங்க ராசுவுகாந்தி வல்லியாடா?''

''பின்னால வரான்... '' இரண்டு மூன்று பேர் பின்னுக்குத் திரும்பி கையைக் காட்டினார்கள். தூரத்தில் சாரதா கடைக்குநேரே வருவது தெரிந்தது. அவளுக்கு பட்டென்று ஒரு யோசனை ஓடியது. 'வரட்டும்' என, ஓரத்தில் வேப்பமர நிழலுக்கு ஒதுங்கினாள். கூட்டத்தோடு வந்தவன், இவளைக் கண்டதும் நிழலுக்கு வந்தான்.

தலையெல்லாம் கலைந்து கிடந்தது. முகமெல்லாம் வேர்வை. பையை வாங்கினாள். பிய்ந்த காதின் ஒரு முனையை எடுத்து, பிய்யாத அந்தாண்ட காதில் முக்கிளையாய்க் கட்டியிருந்தான். ''காது எப்படா பிஞ்சிது...'' முந்தானையால் அவன் முகத்தைத் துடைத்துவிட்டாள். இழுத்து அணைத்து தலையைக் கோதிவிட்டாள். ''சாயந்திரமா தல கசக்கி வுடறண்டா. தல புளி மாதிரி யிருக்கு...''

''சரி வா ஊட்டுக்கு...'' புத்தகப்பையை எடுத்துக்கொண்டு கிளம்பினாள்.

''காட்டுக்குப் போவுலியாம்மா...''சந்தேகமாய்க் கேட்டான்.

''போவுணுந்தான். ஆமா அதுக்குள்ள என்னா வந்துட்டிங்க...''

''எங்குளுக்கு சட்ட, புத்தகமெல்லாம் வாங்கியாற பெரிய வாத்தியார் விருத்தாலம் பூட்டாரு. சின்ன டீச்சரும் வல்ல. பெரிய டீச்சரும், மொடப்புளி வாத்தியாரும் அரப்பள்ளிக்கொடமா வுட்டுட்டாங்க...'' சொல்லிக்கொண்டே வந்தான்.

''சாப்புட்டுத்தான வந்திங்க...''

''ம். சாப்புட்டுட்டு அப்பிடியே பைய்ய எடுத்துக்கிட்டு வந்துட்டம்...''

எறவானத்தில் செருகியிருந்த சாவியை எடுத்து கதவைத் திறந்தான். இவனுக்கு முன் வெயில் வீட்டுக்குள் நுழைந்தது.

''**நா**, வல்ல... நீ மட்டும் போம்மா...'' கூழ்செம்பை கீழே வைத்தபடி சொன்னான்.

''சாமியில்ல... இன்னக்கி மட்டும் செத்த வாப்பா...'' நைந்து கூப்பிட்டாள்.

''இல்லம்மா... கேள்விபதிலு எழுதணும். நீ போம்மா.''

''ராத்திரிக்கு வந்து எழுதிக்கலாம். செத்த வாப்பா... ஆளுக்கு நூறு பயிறுன்னாலும் முப்பது ரூவா. அந்த சாரதா வேற ரோட்ல போவும்போதும், வரும்போதும் நடுரோட்ல நிக்க வைச்சிக் கேக்கறா. அந்தக் கடன குடுத்துடலாம்பா...'' கெஞ்சினாள்.

''இதுக்குதான் நா, வல்லங்கறது. பறிச்சாந்து பறிச்சாந்து கீணி கடையிலதாங் குடுத்துக்கிட்டு இருக்கிற. நானும் கேட்டுக்கேட்டுப் பாக்கறன், ஒரு நாள் கூடும் எனக்கு வறுத்துக்குடுக்க மாட்டங்கற. இன்னிக் கும் அததான் செய்யப்போற... அதுக்கு எதுக்கு நா வரன்...'' பரிதாபமாக சொன்னான்.

கண்ணாமணிக்கு 'சுருக்'கென்று மனதில் குத்தி காயப்படுத்தினா லும் அவள் காட்டிக்கொள்ளவில்லை. இருந்தும் அவள் கண்களில் குட்டைகட்டியது. ''நம்ப அப்பாவாப்பா இருக்கிறாரு நமக்கு சம்பாரிச் சாந்து போடறதுக்கு. நம்ம வவுத்த எப்படி கழுவறது. களகாம்பு வெட்ற நேரமா இது, கையில மடியில காசி இருக்கறதுக்கு. இந்த பச்சமுந்திரிக் காயிலதான் ஏதோ ஓடுது...''

''ஆமம் போ... நாம கஷ்டப்பட்டு முள்ளூலியும் மொரட்லியும் பறிச்சாந்து கீணி, அவுங்குளுக்கு குடுத்து, அவுங்க ஒடம்பு நோவாத தின்னுட்டு... நா வல்ல நீ போ...''

''சரிடா. நாம வாங்கன கடன எப்பிடிதான் அடைக்கறது, பறிச் சாறரத பூரா நாம்பளே கீணி தின்னுக்கிட்டு இருந்தா...''

''அதுக்குன்னு என்னா ஒரு நாளு உடாதையா... விக்கறது.. நாலு பயிறு தின்னு பாக்கணும்னு ஆச இருக்காது...''

நிலைமை புரியாமல் பேசுகிற அவன்மீது அவளுக்கு ஆத்திரம் பற்றிக்கொண்டு வந்தது. இருந்தாலும் காட்டிக்கொள்ளவில்லை. அவன் அப்பன் செத்ததிலிருந்து எப்போதும் இப்படித்தான். எவ்வளவு கோபம் வந்தாலும் அடக்கிக்கொள்வாளே தவிர அதிர்ந்து அவனிடம் பேசமாட் டாள். அடிக்க மாட்டாள். அவன் அப்பன் அவனை அவ்வளவு செல்லமாக கைப்பிள்ளையில், கீழே இறக்கிவிடாமல் வைத்திருந்தான். எதுவாக இருந்தாலும் அவனாக புரிந்து 'சரி' என்கிறவரை நைந்து நைந்துதான் சம்மதிக்க வைப்பாளே ஒழிய, கசந்து மோர மாட்டாள்.

''டேய் பொய் சொல்லாதடா. நித்தம் பயிறு கீணும்போது, ஒனக்கு குடுக்காமலாயா வுட்டுடறன். நாலு பயிற எடுத்து கையில குடுத்துட்டு தான், எப்பியும் நா விக்கப் போவன்...'' சிரித்தபடி சொன்னாள்.

''ஆமா... எனுமோ நாலு பயிறு குடுக்கிறிய அதிசயமா. பச்சப் பயிற ரெண்டு உரிச்சித் தின்னா அப்பிடியே வவுறு வெடிச்சிதாம் போவும். நாலு வாணல்ல போட்டு, மொளாத்தூளு தடவி நாக்குக்கு ருசியா திங்கறது எப்பிடி... நாலு பயிறு குடுக்கறாங்களாம்... பயிறு'' இளித்தபடி சொன்னான்.

பொழுது சாய்ந்துகொண்டிருப்பதின் அடையாளமாக நடுவீடு வரை வெயில் நகர்ந்து வந்துகொண்டிருந்தது. இதற்கு மேல் இவனை வருத்திப் புண்ணியமில்லை என்பதாய் எழுந்தவள், கடந்து அவனைக் கேட்டாள். ''இப்ப என்னாடா சொல்ற? வர்றியா... வல்லியா...''

இவனும் எழுந்தான் ''வர்றன். ஆனா இன்னைக்கி ரெண்டுபேரும் பறிச்சார காய, கீணி பூராத்தையும் வறுக்கிற மாதிரியிருந்தா வரன். ஒரு பயிறு கூடும் விக்கக்கூடாது...''

''எலேய், ஒனக்கு வறுத்துக்குடுக்குணும், அதான. சரி வாடா இன்னக்கி பறிச்சாரத பூரா கீணி வறுத்து மொளாத்தூளு போட்டுக் குடுக் கறண்டா. எம்மாந்தான் திங்கிறியோ தின்றா. ஒன்னியங்காட்டியும் எனக்கு என்னாடா கெடக்குது.''

பெரும்பாலும் இப்போதெல்லாம் பள்ளிக்கூடம் போய் வந்ததும், முந்திரிக்காய் கீணுகிற வேலைதான். பொழுது இருட்டிக்கூட போய்விடும். அவன் காம்பைத் திருகிவிட்டு காய்களைக் குச்சியால் மூக்குக்குத்தி போட்டுக்கொண்டு இருப்பான். அம்மாக்காரி குச்சியால் கிழித்து பயறுகளை வெளியே எடுத்துப் போடுவாள். உள்ளங்கை வரை பால் அப்பிக்கொண்டு, காய்ந்து கருஞ்சிவப்பில் எப்போதே நிறம் மாறி விட்டிருக்கும்.

அம்மா காய்களைக் கிழித்து பயறுகளை எடுத்துப் போடுவதை பார்த்துக்கொண்டே, காய்களுக்கு மூக்கு குத்திப்போடுவான். ''என்னாடா பாக்கற... வேண்ணா நாலு பயிறு எடுத்துக்கன்.'' இவன் பெரும்பாலும் தலையாட்டி மறுத்துவிடுவான். ஆனாலும் இவ்வளவு காய்கள் கீணும் அம்மா, ஒருநாளும் ஒரு பயறு உரித்து வாயில் போட்டுக்கொண்டதைப் பார்த்ததில்லை. கீணுவாள்; வாரி பையில் போட்டுக்கொண்டு கடைத் தெருவுப் பக்கம் கிளம்பிவிடுவாள்.

வலிந்து ஒவ்வொரு நாளில், இவனுக்கு நாலைந்து பயறுகள் உரித்துக் கொடுப்பாள். இவனுக்குக் கொடுத்ததில் ஒன்றிரண்டை அவளுக்கு திருப்பிக் கொடுப்பான். ''இந்தாம்மா... நீ ரெண்ட வாயில போட்டுக்க...''

சிரித்தபடி மறுப்பாள் ''ஆமா, நாந்தான் இப்ப முக்கு. முந்திரிப் பயிறு திங்கப் போறன்... யாருகிட்டயாச்சும் குடுத்தாலும் நால் ரூவாய்க்கி குடுக்கலாம். ஒரு பயிறு இருவது பைசான்னு ஆவுது. நாலு பயிறு எடுத்தா என்னா ஆச்சி. ஒரு வாரத்துக்கு தாளிக்கிற கடுவுசீரவுத் துக்கு போதும் போதும்னு போவும்...'' எல்லாவற்றையும் சொல்லி விட்டு பயிறு தின்றுகொண்டிருப்பவனிடம் திரும்பவும் கேட்பாள். ''நீ வேண்ணா... பின்னம் ரெண்டு எடுத்துக்கன்...''

'காசு, காசு...' கண்ணாமணி எதை எப்படி பொறுக்கி சேர்க்கலாம் என்றுதான் ஓட்டோட்டமாய் ஓடிக்கொண்டிருப்பாள்.

''என்னா செட்டியாரூட்டு அம்மா... முந்திரி பயிறு வேணுமா...''

''எவ்வளன்னு குடுக்கற...''

''நேத்திக்கு குடுத்த வெலதான்...''

''என்னா பாஞ்சி ரூவான்னா...''

''யாரு... நானா குடுத்தன் பாஞ்சின்னு? இருவது ரூவாதான். அங்காண்ட கேட்டுப்பாரு.''

''சரி. காசி கெடயாது. கட சாமான் வாங்கிக்கிறியா...'' செட்டிச்சி வியாபாரத்தில், வியாபாரம் பார்ப்பவள்.

யாரும் வாங்கவில்லையென்றால், இவள் கடன் வாங்கியிருக்கிற கடைக்கு நேராய் போவாள். ''இந்தா செட்டியார பயிறு...''

''நாங் கேக்குலிய...'' மடக்குவான்.

''கேட்ட மாதிரி ஆதியிருந்து எடுத்தாந்தன். சரி இப்ப என்னா, ஒரு நாளைக்கி வாங்கி உப்பு மொளாத்தூளு போட்டு புள்ளிவோ கிட்ட குடன்...'' நைந்து காரியம் சாய்க்கப் பார்ப்பாள்.

இவள் நினைத்த மாதிரியே செட்டிச்சி உள்ளிருந்து கத்துவாள். ''அந்த புள்ள இருவது ரூவா பணம் தருணும். அந்த காசிக்கி முந்திரிப் பயிற வாங்கிக்க...''

''அந்த காசிய நாளைக்கி தர்றன். இதுக்கு அரப்படி அரிசி குடு...'' கஞ்சிக்கு வழி பண்ணிவிடுவாள்.

கணக்குக்கார செட்டி, எண்ணிப்பார்த்துவிட்டுச் சொல்வான், ''என்னா பத்து பயிறு கொறையிது...''

''சொல்ல மறந்துட்டன். கோச்சிக்காத சாமீ.... அஞ்சி சோடி கொறையிது. நாளப்பின்ன பயிறு குடுக்கறப்ப, சேத்து குடுத்துடுறன்...'' செட்டியையே மிஞ்சுகிறமாதிரி இன்னொரு நாள் பிழைப்பிற்கும் வழி பண்ணிவிடுவாள்.

காட்டிலிருந்து வரும்போதும் சும்மா வரமாட்டாள். நாலு சுள்ளிக் குச்சிகளை அடுப்புப் பாட்டுக்கு ஒடித்து, தலையில் ஒரு சுருணைக்கு எடுத்துக்கொண்டு வந்துவிடுவாள். போகும்போது நேரே கிழக்கே போனாலும், வரும்போது மட்டும் தெற்கு வெளியால்தான் வருவாள். தெற்கு வெளியில் மாமரங்கள் அதிகம். பறித்து முடிந்து போனாலும் இவளுக்காக எந்த மரத்தின் சிம்பிலாவது நாலு பிக்கேறிக் காய் நிற்கும். வளைத்து பறித்துக் கொள்வாள். இறப்பம் பட்டறை இருக்கிற பக்கம் போனால், அறுவடையாகி மாடு மேய்ந்து நிற்கும் மிளகாய்ச் செடியில் எதாவது நாலு கடகால் பிஞ்சுகள் நிற்கும். சள்ளைகள் விழுந்து கிடக்கும். பொறுக்கி வந்துவிட்டால் குழம்பு பாடு 'ஓகோ' வென ஓடும்.

மூஞ்சியில் குத்துகிறமாதிரி நித்தம் மாங்காய் குழம்பு. சோற்றை நிரண்டிக்கொண்டு குந்தியிருப்பான். மொண்டு வந்து வைத்திருந்த

தண்ணீர் செம்புதான் காலியாகிக்கொண்டிருக்கும்.

''என்னாப்பா சாப்பாடு புடிக்கிலியா...''

''ஒனக்கு எங்கதான் இந்த மாங்கா கெடக்கிதோ தெரியில...''

''எங்கையாவுது எல மறஞ்சி தழ மறஞ்சி, ஏழபாழைக்கின்னு நிக்க வேண்டிதான். இதுக்குன்னா போறம்...''

வேண்டா வெறுப்பாக சாப்பிட்டுக்கொண்டிருப்பவன் கேட்பான். ''நித்தம் முந்திரி பயிறுதான் கீணுற. வறுக்கலன்னாலும் பரவாயில்ல. கொழம்புலனாச்சும் குறுக்க நெடுக்க போடக்கூடாது?''

''நாளைக்கி போட்டு வைக்கிறன்...''

''இதையேதான் நித்தம் சொல்ற...'' சிரிப்பான்.

கீணுகிற வரைக்கும் இவளும் அப்படித்தான் நினைப்பாள். கீணி முடிந்ததும், கடைத்தெருப் பக்கந்தான் நிற்பாள். அவள் செய்கையை நினைத்து அவளே சிரிப்பாள்.

''என்னம்மா சிரிக்கிற...''

''இல்ல. ஒன்னாட்டம் நான்லாம் இருக்கும்போது, ராச் சாப்பாட்டுக்கு கொட்டிக்கிண்டன கூழுதான். அதுவே எல்லாருக்கும் பத்தாது. அர வவுறும் கா வவுறுமா தூக்கம் வராத பெரண்டு பெரண்டு பசியில உருளுவம்... இன்னக்கி என்னாடான்னா...''

அவனுக்கு முகம் சுருங்கும் ''இன்னக்கி என்னாடான்னா முந்திரி பயிறு கேக்கறங்கற... அதான...''

பதறியபடி சொல்வாள் ''அட நீவேற. நாசும்மா சொன்னண்டா...''

''நாம என்னா, காசிக்கா வாங்கப்போறம். நம்ப கீணி விக்கிறம். நம்ப தின்னு பாக்க பொசுப்பு இல்ல...''

''சரி சரி. நாளையோடயா முந்திரி அறுவடையாயிட்டுது. ஆடி, ஆவணி இன்னம் ரெண்டு மாசம் ஆண்ட வா புண்ணியத்துல முந்திரிக் காயி கெடைக்கும். எல்லாம் செய்ஞ்சி தர்றன்...''

முந்திரிச் செடிகளின் கீழ் பன்றிகள் நுழைந்துகொண்டு கிடந்தன. ஒரே நாற்றம். ஊரை ஒட்டி இருக்கிற தோப்பாகையால் எல்லோரும் வெளிவாசல் போவதற்கு தோதான மறைப்பு. கொட்டை பொறுக்குகிற காலங்களில், ஊரை ஒட்டிய வேலியைச்சீர்படுத்தி, பின்னம் நாலு தொப்பு முள்ளை அள்ளிவந்து சந்துக்கு சந்து வைத்து கோழிகள் கூட நுழையாத வாறு வைத்துவிடுவார்கள். மெனக்கிட்டு நடந்து, ரோட்டுப் பக்கம் காட்டாமணி மறைப்பிற்கு போவார்கள். காடுவிட்டு, தப்புக் கொட்டை ஆரம்பித்துவிட்டால், வேலிகள் எல்லாம் பறந்து விடும். மூலைக்கு மூலை வழி. பொதுக்கென்று வந்து குந்திக் கொள்வார்கள். நாற்றத்தைப்

பொறுத்துக்கொண்டு, தவறினால் காலில் இளுப்பிக் கொண்டு கொட்டை பொறுக்க மனம் ஒப்பாமல், ஆங்காங்கே பறிக்க விரும்புவாரின்றி ஒன்றி ரண்டு காய்களும் பழங்களும் துணிச்சலாய் உயரே ஆடும்.

''இன்னக்கி செத்த காட்டுக்கு வாடான்னு இட்டாறதுக்கு, ஒன்ன இம்மாம் சிப்புக்கட்ட வேண்டிதா இருக்கு. எனக்கும் இந்த முள்ளுக் காட்ல ஒன்னப்போட்டு இழுத்தடிக்கிறதுக்கு சம்மதமில்லதான். என்னா பண்றது, ஒப்பன் இருந்திருந்தா யாருக்கும் எந்த செறுமையும் இல்ல தான்'' சொல்லிக்கொண்டே போனாள்.

கெங்காசலம் இவளை மொணுக்கென்று சொன்னது கிடையாது. குடிக்கமாட்டான். மீறி காரியங்கவைக்கு யாராவது சரக்கு போட்டுவிட்டு விட்டால், இவளிடம் குழைந்து குழைந்து சிரிப்பான். அதுவும் தெருவில் நின்றுகொண்டு இவளிடம் போடும் கெஞ்சல் குழைவுகளைப் பார்த்து தெருவு சனமே சிரிக்கும். வாய்தவறிக்கூட ஆத்தா பொண்டாட்டி என்கிற லாடப்பேச்சி வெளியில் வராது. அன்றைக்கு மட்டும் மற்ற எந்த நாளையும் விட அவர்கள் சந்தோஷமாக இருப்பார்கள். விடிந்ததும், நேற்று நடந்த எந்தக் கூத்தும் எனக்கு சம்பந்தமில்லை என்கிறமாதிரி காட்டுக்கொட்டு, காடுவெட்டியை எடுத்துக்கொண்டு காட்டுக்கு கிளம்பிவிடுவான்.

காடு வெட்டுகிற இடத்திலும் இவன் வேலை சுத்தமாக இருக்கும். ஒவ்வொரு தாக்கும், ஒரு வெரகடை அளவு கூட குறையாமல் ஆழமும் அகலமும் சரியாக இருக்கும். பெரிய ஆபிசர்கள் வேலையை ஆய்வு செய்ய வரும்போது, கார்டு வாச்சர்கள் வேலை சுத்தமாக இருக்கும் என இவன் தாக்குப்பள்ளங்களைக் காட்டித்தான் நல்ல பேர் வாங்குவார்கள்.

அவனை மாதிரி யாரும் தப்புக்கொட்டை பொறுக்க முடியாது. இவள் மரத்தில் அண்ணாந்து பார்த்துக்கொண்டு கிடப்பதற்குள், இவன் ஒரு முந்திரியுள் நுழைந்து பரபரவென்று சருகுகளை அடித்து, ஒரு மடிக்கு கொட்டை பொறுக்கிவிடுவான். காய் கீண ஆரம்பித்தால், விரல்களும் குச்சியும் பறக்கும். தெருவில் அவளைத் திட்டுவார்கள். ''என்னாடி, ஆளான ஆள காய கீண வுட்டுட்டு வேடிக்க பாக்கற...' அவன் உரித்துக் கொடுக்க இவள் தின்பாள்.

ராஜிவ்காந்தி வயிற்றில் இருக்கும்போது, வெளி வேலைக்கு அறவே அவளைப் போகக்கூடாது என்று சொல்லிவிட்டான். தலைச்சன் ஆணாகப் பிறந்ததும் அவனுக்குத் தலைகால் புரியவில்லை. தாயையும் பிள்ளையையும் உள்ளங்கையில் வைத்துக்கொண்டு தாங்கு தாங்கு என்று தாங்கினான்.

எல்லாவற்றையும் பொத்தென்று போட்டுவிட்டுப் போய்விட் டான். தூக்கிப்பிடித்துக்கொண்டு மானம் காய்ந்ததும், காடுவெட்டுகிற வேலை நடக்கவில்லை. ஊர் ஆட்களுடன் கேரளாவிற்கு போனான்.

போன உடன் கடிதம் எழுதினான். 'நல்ல வேலை கிடைக்கிறது. பணம் அடுத்தவாரம் அனுப்புகிறேன். தம்பியை பத்திரமாக பார்த்துக்கொண்டு வீட்டிலேயே இருக்கவும்.'

பணம் வரவில்லை. பிணமாய்தான் வந்தான். வேலை செய்து விட்டுவரும்போது லாரி மோதிவிட்டதாய்ச் சொன்னார்கள். அழுதாள் புரண்டாள்.

காணியில்லை பூமியில்லை. நெருங்கிய பங்கு பங்காளிகள் இல்லை. ஏதோ விழுந்து புரண்டு காலத்தை ஓட்டினாள்.

மாசி, பங்குனி, சித்திரை வரை முந்திரிக்கொட்டை பொறுக்க கூலிக்குப் போவாள். வைகாசி, ஆனி, ஆடி வரை தப்புக்கொட்டை, முந்திரிக்காய் என சீவனம் போக்குவாள். மீதி ஆறுமாதம் களைவெட்டு, அறுப்பு என பொழுதைத் தள்ளுவாள். நாலு பேர் பார்த்து 'ச்சீய்' என்று சொல்லாமல் ஓட்டி, ராஜிவ்காந்தி இப்போது கொட்டாரக்குப்பம் பள்ளிக்கூடத்தில் நாலாவது படித்துக்கொண்டிருக்கிறான்.

பட்டாத்தோப்பை விட்டு காட்டுக்குள் நுழைந்தார்கள். கையில் சொரட்டுக் கழியை வைத்துக்கொண்டு ஆங்காங்கே ஒன்றிரண்டு பேர் தென்பட்டார்கள். வழிநடையோரம் இருந்த மரத்தில் ஒரு முற்றிய காய் தெரிந்ததும், சொரட்டுக்கழியால் பறித்தாள். பக்கத்திலும் ஒரு காய் இருந்தது. ''இந்த மரத்த சுத்திப்பாரு... முத்தன காயிவோ நெறயா இருக்கும்...''

இவன் எடுத்து வந்திருந்த சின்ன சொரட்டுக் கழியை தோளில் சாத்தியபடி சுற்றிப்பார்த்தான். அவள் சொன்னது மாதிரியே நிறைய காய்கள் தென்பட்டன. ஒரு மரத்தில் தென்படுகிற ஒன்றிரண்டு காய்களை வைத்தே, அந்த முந்திரியில் இருக்கிற மற்ற காய்களும் முற்றியதா பிஞ்சா என்று சொல்லிவிடுவாள். எல்லாம் ஒரு பருவத்தில் விட்ட பிஞ்சுகளாகத் தான் இருக்கும். தென்படுகிற ஒன்றிரண்டு காய்களோ, பிஞ்சுகளோ அதுபோலவே மரம் முழுவதும் இருக்கும்.

அடுத்த முந்திரியில் கொத்துக்கொத்தாய் இருந்தன. ஆவலாய் ஓடி பறிக்கப் போனான். ''பிஞ்சா இருக்கப் போவுதடா. அழுத்திப் பாரு...''

அழுத்திப் பார்த்தான். ''சவுக்கு சவுக்குன்னு இருக்கும்மா. முத்தன காயி இல்ல...'' வேறுமரத்திற்கு போனான்.

தொங்கலில், கைக்கு எட்டியதை முற்றியதா என அழுத்தி அழுத்திப் பார்ப்பதிலேயே சில காய்கள் பயிறு பிடிக்காமல் சவுக்சவுக்கென்று அமுங்கி, கடைசியில் காய்ந்தே போய்விடும். இவளைவிட அவன் சுறு சுறுப்பாக பறித்துக்கொண்டே போனான். ''என்னாடா மடி பெரிசாயிக் கிட்டியே இருக்கு. பிஞ்சு பிதிருலாம் பறிச்சிப் போடாதடா...''

''முத்தனதா பாத்துதான் பறிக்கிறன்...''

நடுக்காடுவரை போயிருந்தார்கள். அவள் கையில் இருந்த பையில் பாதிவரை நிரம்பியிருந்தது. அதே அளவுக்கு கொஞ்சம் கூடுதலாய் அவன் பறித்திருந்தான். நினைத்துக்கொண்டாள் ''எப்பிடியும் ஆளுக்கு நூறு சோடி பயிறு தேறும். கீணி வித்தா அம்பது அறுவதுக்கு குடுக்கலாம். இவன் வேற கறாரா சொல்லியிருக்கான். நாளாப்பின்ன பாப்பும்னு அவங்கிட்ட கெஞ்சி கூத்தாடி சொல்லிப்பாப்பும்.''

பவுண்டை தாண்டும்போது, இந்திராணி ஒரு முந்திரியில் சருவை நிண்டிக்கொண்டிருந்தாள். ''என்னாடி, போவும்போது என்னக் கூப்டு னுட்டு, அரவந் தெரியாம கெளம்பி வந்துட்ட. எதாவது நாலு கிலோ கொட்டையும், நானூறு காயும் பறிச்சிருப்பியா...''

''அட நீ வேற ஏங்க்கா. நா வந்து பாத்தப்ப நீ அசந்து தூங்கிக்கிட்டு கெடந்த... சரி எதுக்கு தூங்கறவங்கள எழுப்பறதுன்னு வந்துட்டன்'' மடியை அதக்கிக்கொண்டு கிட்ட வந்தவள், ராஜிவ்காந்தியை பார்த்து விட்டு கேட்டாள் ''இவன எதுக்கு இட்டாந்த...'' மடியில் முளைத்து, தோல் அகன்ற முந்திரிப் பயிறை முளைக்கூரை நீக்கிவிட்டு, பயிறை அவனிடம் கொடுத்தாள். வாங்கித் தின்றான். முளைப் பயிறு ருசியாக இருந்தது.

''அவுரு சும்மாவா வர்றன்னாரு. இன்னக்கி பறிக்கிற காய் பூராத்தையும் கீணி வறுத்து பொறியல் பண்ணிக்குடுக்கற மாதிரி இருந்தா தான் வருவன்னு சொல்லி வந்துருக்காரு.''

''ஆசப்பட்டுதான் கேக்கறான். ஒரு நாளைக்கி செஞ்சிதான் குடன். நீந்தான் நித்தம் கீணிக் கீணி கடயப்பக்கம் எடுத்துக்கிட்டு ஓடற...'' சொல்லிவிட்டு முந்திரியப் பக்கம் போனாள்.

''ம். ஒன்னமாதிரி ஆளு இருக்கற பொம்னேட்டியா இருந்தா, கடயப்பக்கம் ஓட வேணாம். நா கம்னேட்டி பொம்பள, அந்த மாதிரி ஓடனாதான் ஏங் கத மேவும்.''

ஆசைக்குக்கூட காரக்காய், பழம் என எந்த மரத்திலும் தென்பட வில்லை. எல்லா மரத்திலும் காய்களும், பிஞ்சுகளும், படு உமுறுகளுந் தான். அவனுக்கும் அலுத்துவிட்டது. ''முந்திரி பழம் இருக்கறப்ப, திங்க புடிக்க மாட்டங்குது. இப்ப திங்கலான்னு ஆசையா இருக்கு. ஆனா ஒன்னு கூட கெடைக்க மாட்டங்குது.''

''எவடா காய முத்தறதுக்கு உடறா. பிஞ்சு பிதிறுன்னு அவ அவ உருவிக்கிட்டுப் போறாளுவோ இதுல காரக்காயி, பழம்னு எங்க இருக்கும்...''

''பெரிய மரமா இருக்குத. இதுல கொட்டகிட்ட கெடக்குதான்னு...

சருவு அடிச்சிப் பாக்குட்டுமா...'' பெரிய மரத்தைக் காட்டி சொன்னான்.

''நீ வேற ஏண்டா. இந்த வருசம் மானம் படுத்தன பாட்டுக்கு சருவுல கொட்ட இருக்காது. கிட்டதான் இருக்கும்...''

இந்த வருடம் ஆரம்பத்திலிருந்து சரியான மழை இல்லை. பூக்கள் கட்டிகட்டியாக இருந்தும், மழை இல்லாததால் கருகிவிட்டது. எறிபிஞ்சியாக பிடித்ததில் ஒண்ணுக்கு அரையாய் கொட்டை விழுந்து கொண்டிருந்தது. சடைசடையாய் காய்த்து இருந்தால் மட்டுமே ஒன்றி ரண்டு சருகில் விழுந்து தப்புக்கொட்டையில் கிடைக்கும். இதுவே எறி காயாக இருந்தது, நின்று நிதானித்து, ஒன்றுகூட பழுத்து விழுந்துவிடாமல் பறித்ததில், சருவு அடிக்கு வேலையே இல்லை. அதிலும் அறுவடை யாகிற சமயத்தில் பெய்த பெருமழையால், ஒன்றிரண்டு கிடந்த கொட்டைகளும் முளைத்துப்போய் விட்டதில், சருவு அடிக்கு வழியே இல்லாமல் போய்விட்டது.

காலம் கடந்து பெய்த மழையால், ஒன்றிரண்டு பச்சைப் பூக்களாய் இருந்ததற்குதான் நல்லதாக இருந்து, பிஞ்சு வைத்தது. பிஞ்சு முற்றுகிற நேரத்தில், காடு விட்டுவிட்டார்கள். சனங்கள் நுழைந்து சருவை சீய்த்து பார்த்து ஏமாந்து, மரங்களில் அண்ணாந்தார்கள். பச்சைக் காய்களைப் பறித்தார்கள். கொட்டையாய் விற்பதற்குப் பதிலாக கீணி பயறாக விற்றார்கள். தப்பித்தவறிக்கூட காய்ந்த கொட்டை என்பதே கண்ணில் படுவதில்லை. வெறும் பச்சைக்காய்கள்தான்.

''தண்ணித் தாவம் எடுக்குது எம்மா...'' சோர்ந்துபோய்க் கேட்டான்.

''க்கும். நீ காட்ன கெறாக்கியில தண்ணிகூட எடுத்தார மறந்துட் டன். சரி வுடு. ஒரு நாலு மரம் பாரு. பொழுது வேற எறங்குது, போவும்'' சொல்லிவிட்டு ஒரு மரத்தில் காய்ந்திருந்த கிளையைப் பிடித்து முறித் தாள்.

''ம். இதுல வெறுவு வேற ஒடிக்க ஆரம்பிச்சிட்டியா. எனக்கு நாக்க வறட்டுது'' சோர்ந்து போய் நிழலில் குந்திவிட்டான்.

''தே, ஒரு சுருண சும்மாதான ஊட்டுக்குப் போறம். நாலு தலையில வைச்சிக்கிட்டுப் போவும'' ஒடித்து வைத்துக் கட்டினாள். கட்டிக் கொண்டிருக்கும்போதே, எதிரில் இருந்த முந்திரியில் ஒரு பழம் தென் பட்டது. இறுக்கமாக இருக்கிறதா என கட்டை உருட்டிப்பார்த்துவிட்டு, பழத்தைப் பறிக்கப் போனாள். ''பழம்பழம்னு சொன்னிய. தே இருக்குது பார்டா...''

அவன் ஆவலாய் எழுந்து ஓடினான். அதற்குள் பழத்தைப் பறித்து, கொட்டையை திருகி, பழத்தை இவன் கையில் கொடுத்தாள். ''இந்தா இத தின்னு. தண்ணித் தாவம் அடங்கும்.''

கடித்து உறிந்து இழுத்தான். கடைவாயில் சாறு ஒழுகியது. தொண்டைதான் கரகரத்ததே தவிர தாகம் அடங்கியதுமாதிரி தெரிய வில்லை. ''தாவம் ஒண்ணும் கட்ல. வாம்மா சீக்கிரம்.''

அவன் விறகுக் கட்டுப் பக்கம் போனான். ''நா, வேண்ணா தூக்கிக்கிறன் எம்மா..''

''வேணாம். நாந் தூக்கிக்கிறன்...'' அவள் நிழலில் பின்தொடர்ந்து போனான்.

நான்கைந்து காய்ந்த கொட்டைகளும், நூத்தி எண்பத்தாறு சோடி காய்களும் இருந்தன. குச்சியை எடுத்து வந்து குந்தினாள். ''நீ போய் அடுப்பு வேலயப் பாரும்மா.'' சொல்லிவிட்டு குச்சியோடு அவன் குந்தினான். அவள் மனமில்லாமல் எழுந்து அடுப்புகிட்டப் போனாள்.

அவன் கீண ஆரம்பித்தான். காய்களைக் கிழிக்கையில், பால் தெறித்தது. தரை நனைந்தது. நல்ல மழைபெய்து காய்கள் நீரோட்டமாய் இருந்ததில், எல்லாக் காய்களிலும் பால் பீச்சியடித்தது. ''நா, வேண்ணா மூக்குக் குத்தி போடறனப்பா...'' அடுப்பைத் தள்ளிவிட்டு கிட்டவந்தாள்.

''நானே மூக்குக்குத்தி கீணிக்கிறன். கொஞ்சம் சாம்பல அள்ளியா. பாலு நெறயா இருக்கு.''

சாம்பலை அள்ளி விரல்களிலும் தரையிலும் கால் கட்டை விரலிலும் பூசிக்கொண்டான். நின்றுகொண்டிருந்தவளிடம் சொன்னான், ''கொழம்புலாம் வைக்க வேணாம் எம்மா... ரசம் வைச்சிடு. தொட்டுக் கறதுக்குதான் இந்த பயிறு இருக்குத...''

ஒன்றும் பேசாமல், உலையில் அரிசியை அலசிப்போட்டாள். தொடர்ந்து கீணிக்கொண்டிருந்த அவனுக்கு இடுப்பு வலித்தது. முதுகைச் சொறிந்து கொள்ளவேண்டும்போல் இருந்தது. கையில் பால் கொழ கொழப்பு. நெற்றியில் ஏற்கனவே பால் பட்டு எரிந்தது. ''எம்மா இந்த முதுவ கொ ஞ்சம் சொறிஞ்சி உடன்.''

எழுந்து வந்து சொறிந்தாள். முதுகை உணக்கையாக திருப்பிக் காட்டினான். நெற்றியை நிமிர்த்திக் காட்டினான். துடைத்து சொறிந்தாள். ''ஒரேடியா எதுக்கு? வுடம்பா, நாளைக்கி கீணிக்கிறது...''

சிரித்தபடி சொன்னான் ''நாளைக்கி கீணி கடையில குடுக்கலாம்னு பாக்கற அதான. அதுலாம் முடியாது. நாந்தான கீணறன். ஒனக்கா வெரல் வலிக்கிது? பூராத்தையும் வறுக்கணும்...''

பல்லைக் கடித்துக்கொண்டு எல்லாக் காய்களையும் கீணிவிட் டான். விரல் நகத்தில் பால்மண் ஏறி நகக்கண் வலித்தது. அவனுக்கே மலைப்பாக இருந்தது. சின்னக்குண்டானில் பாதியளவிற்கு பயறு இருந்

தது. ''தண்ணி சுடவைச்சி கொண்டாந்து ஊத்து. சீக்கிரம் உரிக்கணும்...''

தயங்கினாற்போல் கேட்டாள் ''தம்பி... ஒனக்கு ஒரு அம்பது பயிறுன்னா போதாது. மீதிய... கடையில...'' இழுத்தாள்.

அவனுக்கு பட்டென்று கோபம் வந்தது. அவளை எரித்துவிடுகிற மாதிரி முறைத்துப் பார்த்தான். அந்தப் பார்வையை அவளால் தாங்கிக் கொள்ள முடியவில்லை. சுதாரித்துக்கொண்டு பட்டென்று சொன்னாள். ''சரி, வேணாம் வேணாம். பட்டுன்னு எல்லாத்தையும் உரி. வித்து வித்து என்னா, உத்திமாக்கொளத்துல அர காணி முந்திரியா வாங்கப் போறம்!''

கொதி உலையில் இருந்து தண்ணீர் மொண்டுவந்து, குண்டானில் ஊற்றினாள். பிஞ்சுப் பயறுகள் மிதந்தன. கையைக் கழுவிவிட்டு வந்து உரித்தான். அவளும் எதிரில் குந்தி உரித்தவள் சிரித்தாள்.

''என்னா சிரிக்கிற..'' முகத்தை இறுக்கமாக வைத்துக்கொண்டு கேட்டான்.

''இல்ல... என்னாடா அப்பிடி கெடா மொறைக்கிற மாதிரி மொறைக்கிறிய. ஒப்பங்கூட ஒருநாளும் இப்பிடி மொறைச்சதில்லடா, பயந்தே பூட்டன்.''

சிரித்து விட்டான்.

கொஞ்சமாய் சோறு போட்டு, ரசத்தை ஊற்றி தட்டை கொண்டு வந்து வைத்தாள். பக்கத்தில் கிண்ணத்தில் முந்திரிப் பயறு வறுத்து நிறைய அள்ளி வைத்திருந்தாள். ''சோத்த அப்பறம் தின்னுக்கலாம். மொதல்ல பயிறத் தின்னு. அலஅலன்னு அலஞ்சிய...'' சிரித்தபடி சொன்னாள்.

எடுத்து ஒன்றை வாயில் போட்டான். தின்பதற்கு ருசியாக இருந்தது. கொஞ்சம் அள்ளி சோற்றில் போட்டு பெரட்டி தின்றான். ''இன்னம் நெறயா வாணல்ல இருக்கு. சோத்துல போட்டு, கிண்ணத்துல இருக்கறது பூராவும் போட்டுப் பெரட்டித் தின்னு...'' ஆசையாக சொன்னாள்.

''நீ சாப்புடுலியா எம்மா...'' சாப்பிட்டுக்கொண்டே கேட்டான்.

''நா அப்பறஞ் சாப்புட்டுக்கறன். நீ சாப்புடு...'' சுவரில் சாய்ந்து குந்தினாள்.

கிண்ணத்தில் கொஞ்சம் இருக்கவே அவனுக்கு ஏப்பம் வந்தது. மீதியையும் தின்று, ரசத்தைக் குடித்துவிட்டு, தட்டைக் கழுவ செம்பு தண்ணீரை எடுத்தான்.

''போதுமாடா... முந்திரி பயிறாவுது இன்னங்கொஞ்சம் தின்னன். பயிறு பயிறுன்னு அடிச்சிக்கிட்டுக் கெடந்திய...''

''வேணாம்மா. கிண்ணத்திலேயே இன்னங் கொஞ்சம் மிச்சம்

இருக்கு. கொஞ்சம் தின்னதுமே தெகுட்டிப் போச்சி...'' கையைக் கழுவினான்.

''இதுக்காடா... இந்த பறப்பு பறந்த...'' தட்டில் சோற்றைப் போட்டு ரசத்தை ஊற்றி வந்து வாயில் அள்ளிப் போட்டாள்.

பாயை விரித்துப் போட்டு, புத்தகப்பையை எடுத்து எழுதுவதற்கு ஆயத்தமானான். வயிறு நிறையச் சாப்பிட்டபின் எழுதுவதற்கு சிரமமாக இருந்தது. பெருமூச்சு விட்டு சாப்பிட்டுக்கொண்டிருந்த அவள் பக்கம் திரும்பினான். முதல் சோறு தின்றுவிட்டு அடுத்தது கொஞ்சம் போட்டு, ரசத்தில் கிடந்த மிளகாயை எடுத்துக் கடித்தபடி சாப்பிட்டதைப் பார்த் ததும் அதிர்ந்துவிட்டான்.

கிண்ணத்தில் அவன் மிச்சம் வைத்திருந்ததையோ, வாணலில் இருந்ததையோ அவள் தொடவேயில்லை. ரசத்து மிளகாயைக் கடித்துக் கொண்டு சாப்பிடுகிறாள். அதிர்ந்து கேட்டான். ''நீ முந்திரி பயிறு திங்கிலியாம்மா. மொளா கடிச்சிக்கிற...''

''எனக்கு வாணாம்பா. மிச்சத்த அடுப்புல போட்டு வைச்சிருக் கறன். காலையில தின்னு.'' சுரத்தின்றி சொன்னாள்.

''என்னாம்மா. ஒனக்காகத்தான் இம்மானையும் செய்ய சொன்னன். என்ன சாக்குட்டாவது, நீ நாலு வாயில போடுவன்னுதான இம்மாம் அடி அடிச்சிகிட்டன்...'' அவனுக்கு குரல் கம்மியது.

''இல்லப்பா. எனக்கு வேணாம்...'' பிடிவாதமாய் தட்டை கழுவினாள்.

''என்னாம்மா சொல்ற. எங்கியாவுது நால் ரூவாய்க்கி வித்திருந் தாலும் வித்துருக்கலாம். நெல்லா, ருசியா இன்னங்கொஞ்சம் தின்னா தேவலாம்னு இருக்கு. தின்னும்மா...'' அவன் அழுதுவிடுகிற மாதிரி சொன்னான்.

''இல்லப்பா. நான்லாம் ருசிபசி பாத்து தின்னதுலாம் ஒப்பன் செத்ததோட போச்சி. இன்னக்கி இன்னங்கொஞ்சம் தின்னா தேவலாம்னு இருக்கும். நாளைக்கி, நால வறுத்து வாயில போட்டா என்னான்னு நெனைக்கிம். நாம்ப இருக்கற நெலையில, நாக்குக்கு ருசியா தேடனா அது ஒத்து வராதுப்பா. ஏதோ பச்சத் தண்ணியா இருந்தாலும், வவுறு நொம்புதான்னுதாம் பாக்கணும்.'' அவளுக்கு குரல் உடைந்து போயிருந்தது.

•

சீவனம்

சுடுகாட்டு ஒழுங்கையின் இருட்டில் கொல்லஆசாரி நடந்து கொண்டிருந்தான். கக்கத்தில் சணல் சாக்கு. மார்பு வரை சாம்பல் புழுதி நிரந்தரமாய் படிந்து நிறமாறிப்போன தாடியில் இருட்டில் சுள்ளான்கள் வந்து சிக்கி, நெஞ்சில் அருவியது. பரட்டை தலைமயிருக்கும் படர்ந்த தாடிக்கும் சுருக்கத்தில் விரிந்த மீசைக்கும் இந்தக் கோலத்தோடு ஊர் தெருவில் இந்த நேரத்தில் நுழைந்தால் பார்ப்பவர்கள் எப்பேர்பட்ட வர்களாக இருந்தாலும் கலக்கழிச்சை கண்டு விடுவார்கள்.

தெம்பாக நடந்துகொண்டிருந்தான். நேற்றுக் காலையில் இறந்த வனைப் பற்றி ஊருக்குள் இருக்கும் பயரேகைகள் இவனுக்குத் தோதாக இருந்தது. இருட்டத் தொடங்கியதுமே எல்லோர் முகத்திலும் பயம் தொற்றிக்கொள்ள ஆரம்பித்திருந்தது. நட்ட நடு ராத்திரியில் சுடுகாட்டு சாம்பலை ஒண்டியாய் போய் பூசிக்கொண்டு வருவதாய் வீறாப்பில் வாய் ஆவி ஓட்டிக்கொண்டு கோயில் பட்டாசாலையில் குந்தியிருந்தவர்கள் எல்லாம் சூத்தை மூடிக்கொண்டு வீட்டின் மூலையில் முடங்கிப் போயி ருந்தார்கள்.

செத்தவனுக்கு பெரிய கொடுவாள் மீசை. முட்டை முழி. தெருவில் அவன் வரும்போதே வாண்டுகள் அலறியடித்துக்கொண்டு ஓடும். அவனுடன் வாழப்பிடிக்காமல் அண்மையில் ஓடிவிட்ட அவன் மனைவியே ஆள் வைத்து கதையை முடித்திருக்கலாம். அவன் தொடர்பு வைத்திருந்தவளின் கணவன் ஆத்திரத்தில் மெனக்கிட்டிருக்கலாம். வரப்புத் தகராறில் விளைந்த வஞ்சத்தைத் தீர்க்க அவனின் பங்காளிகளே கணக்குப் பண்ணியிருக்கலாம். ஊரில் ஆடு, மாடு, கரண்டு கம்பி, மல்லாட்டை மூட்டை என அவனிடம் பறிகொடுத்தவர்களே கூடி அடித்து மாட்டியிருக்கலாம். கொடுமைக்காரனாகத் திரிந்தவனின் மரணத் தைப் பற்றிய காரணங்களை அறிய யாரும் முன்வரவில்லை. மாறாக முடிந்ததுவரை நல்லது என நிம்மதியில் இருந்தாலும் அவனை பற்றிய மரணபீதி தூக்கத்தைத் தொலைத்தது. தூக்கில் தொங்கிய அவனின் துருத்திய நாக்கையும், சாய்வலாய் திறந்த கண்களையும் பார்த்தவர்கள் கண்களுக்கு அதிக அகலத்தையும், நாக்கிற்கு அதிக சிவப்பையும் கூட்டி

சொல்லிய கதைகள் ஊரெங்கும் திகில்வலை பின்னி எல்லோரையும் நேராநேரத்திலேயே வீட்டுக்குள் தள்ளி கதவை அறைந்து சாத்தியிருந்தது.

அறுபதைக் கடந்த சொல்ல ஆசாரிக்கு பயமிருந்த காலமெல்லாம் போய்விட்டது. இறந்து போனவனின் முகம் மனதிற்குள் வந்து போனாலும், அவனுக்கிருந்த பசி தன் கோரமுகத்தால் அதனை மறக்கச் செய்தது. இப்போதெல்லாம் பசி ஒன்றே அவனை பயமுறுத்திக் கொண்டிருந்தது. பாடை தூக்கிப்போனபோது, தூவியபூக்கள் வெயிலில் வதங்கிக் கிடந்து, காலடியில் மிதிபட்டு சவசவக்கும் இந்த வேளையில் தன்னை யாரும் பார்த்துவிடக்கூடாது என்றுதான் பயந்தான்.

வாழ்ந்த காலங்களில் எல்லாம் ஓயாது அடித்துக்கொண்டிருந்த உலைக்களத்தின் சத்தங்களால் காதுகள் மந்தமாகிப்போனாலும், வேறெந்த ஒலியும் இல்லாத இந்த இருட்டு வேளையில் முடக்கிலிருந்த இலவமரத்தில் அலறிக்கொண்டிருந்த ஆந்தைகளின் சத்தம் தெளிவாய் கேட்டது. சுடுகாட்டு ஒழுங்கைக்கு வடக்கே தள்ளியிருந்த ஊர் பயத்தில் மௌனமாய் கிடந்தது.

செருப்பில்லாத கால்களில் முள்முரடு தட்டுப்படாதவாறு இருட்டில் ஊனாடி பார்த்து நடந்துகொண்டிருந்தவன், எதிரில் கேட்ட 'சரக்' சத்தத்தில் நிமிர்ந்தான். இருட்டு இறந்துபோனவனாய் கூடி நின்றது. சுதாரித்து உற்றுப்பார்த்ததும் இருட்டின் இறுக்கம் தளர்ந்து கலைந்து வெறும் இருட்டாகியது. அடுத்தடுத்து பார்வையை சலாபத்தாய் பார்த்துக் கொண்டு போனதில் இறந்தவனின் இருட்டு பிம்பம் ஏதும் தென்படவில்லை.

லேசாக அவனுக்குத் தெரிந்த தெருக்கூத்துப் பாட்டை முணு முணுக்கத் தொடங்கினான். ஆனால் அடுத்த நிமிடமே அந்த முடிவை மாற்றிக்கொண்டுவிட்டான். அவனிடமிருந்து எழும் ஒவ்வொரு சிறு சப்தமும் தான் யார் என அடையாளப்படுத்திவிடும் என பயந்தான். கண்டு கொள்பவர்கள் யாரும் இல்லாத அநாதி இருட்டுதான் என்றாலும் கூனிக்குறுகிக்கொண்டு நடந்தான்.

வெளியில் தெரியப்போவது இல்லைதான் என்றாலும், அவனைப் பொறுத்தவரை கேவலமான செயல். கேவலமாய்தான் பேசுவார்கள். ஆனால் பேசுகிறவர்கள் எத்தனை பேர் தனக்கு உதவக்கூடும். சீவனத்துக்கு வழியின்றிக் குந்தியிருந்தபோது, எவன் கால் படி அரிசி அளந்து கொடுத்தான். வெறுப்பில் காறித் துப்பினான். இருட்டில் ஓடி சளி விழுந்தது.

இடுப்பில் சுற்றியிருந்த கந்தல் சுருட்டலில் புகையிலைத் தூள் கிடந்த பையை வெளியே உருட்டி எடுத்தான். விரல்களால் பீராய்ந்து தூள்களை அள்ளி வாயில் போட்டு நாவால் ஒன்றாக்கி, தாடை ஓரத்தில் அடக்கிக்கொண்டான். தூளில் சாரமில்லை. சாரமில்லாத எச்சிலை வழி நடையில் துப்பினான்.

வால்பையில் கவுளிகவுளியாய் வெற்றிலை. கரண்டத்தில் வெண்மையாய் கல்சுண்ணாம்பு. உடைத்தால் கண்ணாடிச் சில்லுகளாய் தெறிக்கிற ஆரங்கம் பாக்குகள். முறுக்கேறிய எள்ளுக்காய் போன்று சடைப்புகையிலை. வந்தவர்களுக்கெல்லாம் குடலைப் பிடுங்கி எறிகிற மாதிரி அடிமடியிலிருந்து பையை உருவி எறிந்தால், போட்டுக்கொண்டு அவன் முன்னாலயே 'விசுக்'கென்று ரெத்தமாய் துப்பி நன்றியோடு போவார்கள். எல்லாம் போய்விட்டது. நினைத்துப் பார்த்தால் பெருமூச்சு தான் வருகிறது. வேலை குறைந்தது. புழக்கம் இல்லாமல் கை கட்டை யானது. வெற்றிலை கிளிஞ்சல்களானது. கடைசியில் வெறும் புகை யிலை. அதுவும் இரவல் கேட்டு வாங்கி, அதில் மிச்சம் பிடித்து இரண்டு தடவையாக போடுவது அவமானந்தான்.

செத்து விடலாம் என்றுகூட சில நேரங்களில் நினைத்ததுண்டு. ஆனால் உடம்பில் தெம்பு இல்லாதிருந்தால் பரவாயில்லை. வயது ஆகி விட்டாலும் வேலை செய்யமுடியும். அரிபிரியாய் வேலை கிடைக்கா விட்டாலும், ஏதோ சீவனத்தை ஓட்டுகிற அளவிற்கு வேலை வரும். நம்பிக்கைதான் கடைசி தெம்பு.

அடிவயிற்றில் குளுப்பை கட்டியிருந்தது. தண்ணீரால் மட்டுமே அடிக்கடி நிரம்பிக்கொண்டிருந்தது வயிறு. ஒண்ணுக்கு போவதென்பது தான் அவனுக்கு அதிகமாயிருந்தது. 'வெளியே' போவதென்பது அதிக மில்லை.

கடையைப் பக்கம் போனால், ''வா.. ஆசாரி. இப்பிடி குந்து'' என முந்தானையால் திண்ணையை விசிறி வாழை இலையைப் போடுவார் கள் கடைக்காரிகள். சுடச்சுட இட்லி இவன் கேக்காமலேயே வந்து விழுந்து ஆவி பறக்கும். தூள் என்றால் அவனுக்கு கொள்ளைப் பிரியம். கொட்டிய தூளில் குழி பறிப்பதற்குள், எண்ணெய் ஊற்றுவார்கள். குழியின் அணையை உடைத்துக்கொண்டு எண்ணெய் இலையில் பரவும். இப்போதெல்லாம் மாவு இல்லையென்கிறார்கள். விற்றுவிட்டது என்று சொல்கிறார்கள். வெறுங்கை விரிப்பில் வயிறு தள்ளாடுகிறது.

குந்தி ஒண்ணுக்கு இருந்தான். எதன் மீதோ பட்டு காலில் தெறித்து இதமாய் சுட்டது. கொஞ்சம் தூக்கி இருந்தான். சலசலவென்று தண்ணீருக் குள் விழுகிற சத்தம். பட்டென்று குறி சுருங்கி ஒண்ணுக்கு நின்றது. கையால் தடவிப்பார்த்தான். நினைத்தமாதிரியே கலயம். கலயத்தில் தண்ணீர். தவனத்தண்ணீர் வைத்திருந்த கலயம் அது.

உயிர்விட்டவுடன் பிரிந்த ஆவிக்கு இனி வீட்டில் இடமில்லை காட்டுக்குப் போ என வத்தி, கற்பூரம் எடுத்துக்கொண்டு வந்து ஊரின் விளிம்பில் சுடுகாட்டுப்பாதையில் வைத்து ஏற்றி, கலயத்தில் தண்ணீரும் வைத்து வழிகூட்டிவிடுவார்கள். கெட்ட நேரத்தில் ஆவி பிரிந்திருந்தால் அன்று இரவு வீடு தேடி வரும். பிரிந்த ஆவியின் கூடவே வரும் கெட்ட

ஆவிகள் வழியில் இருக்கும் இந்தக் கலயத்தின் தண்ணீரைக் குடித்துவிட்டு சமயத்தில் கலயத்தையும் சாய்த்துவிட்டு சுடுகாட்டுக்கு திரும்பிவிடுமாம்.

சுடுகாடு ரொம்ப தூரமாக இருந்தது. தூரமாக இருப்பது நல்லது தான். ஆனாலும் அவனுக்கு அதிக தூரம் நடப்பது சிரமமாயிருந்தது. வேதக்காரர்களைப் போல் ஊரை ஒட்டியே இருந்தால் இவனுக்கு நடைமிச்சம். ஆனால் அவர்கள் புதைத்துவிடுவார்கள்.

பாதத்தில் ஏதும் தட்டுப்படாதவாறு எச்சரிக்கையாய் நடந்தான். கலயத்தில் ஒண்ணுக்கு பட்டதே பெரிய பாவத்தை செய்தமாதிரி குறு குறுத்தது. இருந்தும் அவன் தெரிந்து செய்யவில்லை. ஏரிக்கரையை தொடுகிறவரை, எதுவும் காலில் தட்டுப்படாதவாறு கவனமாக அடி யெடுத்து வைத்தான். இருந்தும் அவன் காலில் இடறியது தம்ளர்.

ஏற்கனவே இறந்துபோனவனின் ஆவி சுடுகாட்டை காவல் காத்து கொண்டிருக்குமாம். அடுத்து ஆள் வருகிறவரை அவன் காவல்தான். அடுத்து இறப்பவனிடம் காவலை ஒப்படைத்துச் செல்ல வேண்டும். புதிய ஆளின் பிணம் போனபின்பு, ஏற்கனவே இறந்தவனின் உறவினர் கள் சோறாக்கி அதில் சற்றும் மிச்சம் வைக்காமல், இலையில் சோறும், தம்ளரில் தண்ணீரும் சுடுகாட்டு வழிநடையில் வைத்துப் படைத்துவிட்டு வருவார்கள். சோற்றைத் தின்றுவிட்டு , புதிய ஆளிடம் காவலை ஒப் படைத்துவிட்டு சென்றுவிடும்.

நாய்கள் சோற்றைத் தின்றிருக்கலாம். வழிநடையில் உருண்டு கிடக்கிறது தம்ளர். இவன் பொண்டாட்டி செத்து ஆறுமாதம் கழித்துதான் மறுபிணம் போனது. ஊருக்குள் அவளைப் பெருமையாய் பேசிக் கொண்டார்கள். ''இருந்தாலும் ஆசாரி வீட்டு பொம்பள நல்லவதான். அதது மாதிரி பொணத்த மக்யாநாளே கொண்டாங்கிறமாதிரி இல்லாம, ஆறு மாசத்த ஓட்டிட்டுது.'' மறுபிணம் போனபோது இவன்தான் சோறாக்கி கொண்டுபோய் படைத்தான். மருமகள்கள் அசங்கவில்லை. புண்ணியவதி போய் சேர்ந்து பத்து வருடத்திற்கு மேல் ஆகிவிட்டது. போய் சேர்ந்ததே பெரிய புண்ணியம். இல்லையென்றால் வேலை இல் லாமல் கைமடங்கி குந்தியிருக்கும் இந்த நேரத்தில் அவள் வயிற்றுக்கும் பதில் சொல்ல வேண்டும்.

குளுங்காற்று வீசியது. முன்னைவிட இருட்டு அதிகமாய் இருந் தது. நிமிர்ந்து பார்த்தான். சனி மூலையில் இருட்டிலும் மிகக்கடுமையாய் மப்பு ஏறிக்கொண்டிருந்தது. மழை வருகிறமாதிரி தெரிந்ததும் நடையை எட்டிப் போட்டான். ஆனால் இருட்டில் நினைத்தமாதிரி எட்டிப்போக முடியவில்லை.

ஊருக்குள் பலமாய் நாய்கள் குரைக்கிற சத்தம் கேட்டது. ஒருசில சமயத்தில் நாய்கள் ஓடிக்கொண்டே குரைப்பது மாதிரியும், சூழ்ந்து கொண்டு கொத்திப் பிடுங்கிவிடுகிறமாதிரியும் குரைப்புச் சத்தத்தில்

குரூரமும் வேகமும் தெரிந்தது.

ஏரியை ஒட்டிய இறக்கப்பாதையில் நடந்துகொண்டிருந்தான். செத்து வாரம் பத்து நாளாய் ஆகியிருந்தால்கூட பரவாயில்லை. நேற்றுக் காலையில் உயிர்விட்டது. அந்தியிலேயே எரியவிட்டு, காலையில் பால் தெளி. ராத்திரிக்கு இவன் போய்க்கொண்டிருந்தான். சுடுகாட்டை நெருங்க நெருங்க ஏதோ செய்யக்கூடாத தவறை செய்கிறோமோ என உள்ளுக்குள் குடைந்தது. செய்யக்கூடாததுதான். வேறு வழியில்லை. போய்த்தான் ஆக வேண்டும். இல்லையென்றால் சீவனம் சிங்கியடித்து விடும். இல்லையென்றால் ஆலடிப்பக்கம் கிளம்பிவிடுவார்கள். தொழிலாளிக்கு ஒரே வழி, குடியானவனுக்கு பல வழி.

ஓரத்தில் மூங்கில் புதைகள் வைத்து கிளம்பி பாதையை நெருக்கியிருந்தது. போன தையில் கிளம்பிய புதுக்கோமாளிகள் முள்ளுச்சிம்புகளை பாதையில் நீட்டியிருந்தன. இருட்டில் கண்களில் பட்டுவிடாத மாதிரி முகத்துக்கு நேராக கையை வைத்து மறைத்தபடி போனான்.

திடுமென லேசான காற்று அடித்தது. மலையே அசைகிறமாதிரி மூங்கில் புதர்கள் லேசாய் அசைந்தாடி, கிருக்முருக்கென்று கழிகளின் சத்தம் கேட்டது. மழைவாசம் லேசாய் அடித்தது. மேற்கில் மறிச்சிக்கு அப்பால் களை வெட்டுகிற மாதிரியான கம்மம் பயிர்கள். இரண்டு மூன்று நாட்களுக்கு முன் பெய்த சுமாரான மழை, சனங்களை களைக் கொட்டை எடுக்க வைத்திருந்தது. இவனிடமும் களைக்கொட்டிற்கு இலை வடிக்கவும், காம்பு போடவும் ஒன்றிரண்டு பேர் வந்துவிட்டார்கள். போகிறது போகிறோம் என மழுங்கிப் போன கத்திக்கு துவையல் போடவும், பாரைக்கு கூர் வடிக்கவுமாக எடுத்து வந்துவிட்டார்கள்.

வேலை இல்லாமல் சுருண்டுபோய்க் கிடந்தவனுக்கு திக்கென்றது. திடுமென தூறிய தூறலில், திடுமென வந்த வேலை. திக்குமுக்காடிப்போனான்.

ஒலக்கடம் ஊமையாக கிடந்தது. ஒலக்கட அடுப்பில் வடித்தட்டை மூடிவைத்தமாதிரி சிலந்திவலை பின்னியிருந்தது. ஒலக்கட கோபுரம் மண்டரை புற்றாய் சிதிலமாகியிருந்தது. குந்தி சுற்றுகிற சக்கரத்தில், நாடா பதிந்தோடும் பள்ளப்பாதையில் குளவி கூடு கட்டியிருந்தது. நிழலுக்கு வளர்ந்திருந்த பூவரசு மரங்களிலிருந்து பழுப்புகளும் சருகுகளும் கொட்டி, கூட்டாமல் குப்பையாகக் கிடந்தது.

''என்னா ஆசாரி... ஒலக்கடம் பத்த வைக்கிலியா...'' சந்தேகத்தோடு கேட்கிறார்கள், வந்தவர்கள்.

''பத்தவைக்க வேண்டிதாம்... என்னா வேல...'' பரபரப்பாய் வந்து விசாரிக்கிறான்.

''வண்டிக்கி கட்டு போடணும்...'' கையில் களைக்கொட்டும் கத்தியுமாக வந்தவர்கள் கிண்டலாய் சொல்லிச் சிரிக்கிறார்கள்.

''அதுக்கு என்னா போட்டுடும...''

''அட நீ வேற ஏம்ப்பா... சும்மா இந்த களகட்ட அனல்ல காட்டி தட்டிக்கிட்டு போவலாம்னு வந்தன்'' சிரிக்கிறார்கள்.

''எனுமோ நான்லாம் கட்டு போட்டதே இல்லங்கறமாதிரிப் பேசற. பாலக்கொல்லியில நிக்கித சாமி சகட. அதுக்கு நாந்தான் அச்சிக் கடதெரட்டிக் குடுத்தன். இருவது வருசம் ஆச்சி. போய் பாரு, எனுமா நிக்கிதுன்னு...''

''சகடையில நித்தம் எருவு ஏத்திக்கிட்டுதாம் போறாங்க, அச்சி தேஞ்சிடறதுக்கு... அது கெடக்கட்டும், வந்த வேலயப் பாரு'' பேச்சை ஆயக்கட்டினான் வந்தவர்களில் ஒருவன்.

களைக்கொட்டுகளை கையில் வாங்கினான். ''சரி சரி... போய் சாப்புட்டுட்டு, ஒரு தட்டுக்கு கரி இருந்தா அள்ளிக்கிட்டு வாங்க...''

''கரியா... நாங்க எங்க போறது. ஒரு கொல்ல ஆசாரிகிட்ட கரி இல்லன்னு ஏங்கிட்ட கேக்கற...'' வந்தவனுக்கு முகம் மாறியது.

''நா என்னா கரி பொதையா போட்டு வைச்சிருக்கன். இல்ல அச்சி கட தெரட்டவும், கட்டுப் போடவுமா வேல நடக்குது? இதுல ஒரு தட்டு அதுல ஒரு தட்டுன்னு அள்ளிப்போட்டு வைச்சிருக்கறதுக்கு...'' கொல்ல ஆசாரி இறங்கியது மாதிரி பேசினான்.

''சரி, இது ஒண்ணும் கதைக்கி ஆவாது. நீ களக்கொட்ட கொண்டா. நா கல்லுல வைச்சி தட்டிக்கிறன்'' வந்தவர்கள் கிளம்புகிறார்கள்.

ஆசாரிக்கு கண்ணை இருட்டிக்கொண்டு போகிறமாதிரியிருந்தது. ''சுத்தமா கரி இல்ல. மின்னமாதிரி இங்க கரியும் வெலைக்கி கெடைக் கறது இல்ல. அடுப்புக் கரின்னாலும் பரவாயில்ல. சும்மா ஒர மொறத்துக் குன்னா போதும்.'' அழுதுவிடுகிறமாதிரி குரல் கம்மியது.

அதற்குள் இரண்டு பெரிய கொடுவாள்களை எடுத்துக்கொண்டு வந்தபடி ஒருவன் கேட்டான் ''என்னாடா. பால்தெளிக்கி சொல்லக்கரய வரைக்கும் போய்ட்டு வரன்னன், அதுக்குள்ள வந்துட்டிங்க.''

ஏற்கனவே வந்தவன் அவனை மறித்தான். ''வந்து மட்டும் என்னாடா பண்றது. இங்க ஒலக்கடம் பத்த வைக்கிறமாதிரி அறிகுறி இல்ல. கரி இல்லியாம்...''

''அதான பாத்தன். எனுமோ அதிசயமா ஒலக்கடம் பத்த வைக்கிறமாதிரி கெளம்புறிங்களன்னு பாத்தன். சரி வுடு. ஆலடி பக்கம் போயி மிசின்ல சாண புடிச்சிக்கிறன்.''

இவன் ஓடி பட்டென்று கத்திகளைப் பிடுங்கினான். ''அட இங்க

குடுப்பா. எனுமோ பொடவக்காரன் மாதிரி விகுவு காட்டிக்கிட்டு. கரிக்கி எங்கியாவுது நா ஏற்பாடு பண்ணி வைக்கிறன். போட்டுட்டுப் போயி சாயந்திரமா வாங்க. வேலய முடிச்சி எடுத்துக்கிட்டுப் போவலாம்.''

சாமான்களை அள்ளிக்கொண்டு போய் வீட்டுக்குள் போட்டான். கிளம்புகிறவர்களைப் பார்த்து திரும்பவும் சொன்னான் ''அடுப்புலனாச் சும் எதாவது ஒரு புடிக்கு ஆவறமாதிரி கெடைச்சாலும் எடுத்துக்கிட்டு வாங்க...''

''அதது பீத்தொடைக்கிற குச்சியப் போட்டு அடுப்பு எரு வுடு துவோ. வெறும் சாம்பதாங் கெடக்கும்.''

தேரும் திருநாளுமாக உலைக்களத்தைச் சுற்றி கூட்டம் இருக்கும். மரத்திலும் சுவரிலும் வண்டிச் சக்கரங்களும், மேம்படைகளும் சாய்ந் திருக்கும். வேலை முடித்து வண்டிகளை ஓட்டிப்போக வந்து காத்திருக் கும் மாடுகள் போடும் சாணியை அள்ளுவதற்கே ஒரு ஆள் வேலை வாங்கிவிடும்.

காலையில் பற்றவைத்தால், பொழுது சாய்கிறவரை வேலை ஓய்வு ஒழிசல் இருக்காது. கொல்ல ஆசாரி பம்பரமாய் சுழன்றுகொண்டு இருப் பான். கருவேல மரம் மாதிரி சம்மட்டி அடிக்கும் ஆட்கள். ''இப்பிடி போடு.'' ''அங்காண்ட போடு.'' ''வலுக்க'' செறுதட்டா.'' வேலை நிமிடை எடுக்கும். விழும் சம்மட்டி அடியில். தங்கமாய்த் தகதகக்கும் இரும்பு. செதில் செதிலாய் பொறிகள் பறந்தோடும். அக்கம்பக்கத்து வீட்டுக்காரர்களின் காதுகள் புளித்துப் போகும்.

பெரிய இரும்புகள் காய்கிற அவகாசத்தில், சம்மட்டி போட்டவன் மூச்சாறுகிற இடைவெளியில், அந்த அனலிலேயே கொரடு வளைப்பது, கத்திக்கு துவைச்சல் போடுவது என சில்லறை வேலைகளை அசமடக்கி விடுவான். சில்லறைகள் இடுப்புக்கு ஏறும்.

வேலைக்கு வருகிற வண்டிகளில் கரிகளும் ராட்டிகளும் மூட்டை மூட்டையாய் வந்து இறங்கும். கட்டுகளின் மீது வட்டமாய் ராட்டிகள் கனிந்து பழுக்கக்கிடக்கும். எரிந்த ராட்டிகளின் சாம்பல், குப்பையில் மேடாய் உயரும். சாம்பலும் சாணி சவுதிகளும் சேர்ந்த குப்பையை விற்றே ஒரு வருடத்திற்காகிற நெல்லை வாங்கிவிடுவான்.

துருப்பிடித்து வேலைக்கு வருவது, அனலில் புதுமேனி பூசி பணத்தை கொண்டா கொண்டா என நிழலில் சூடு ஆறிக்கிடக்கும். ஆசாரிக்கும் வந்தவர்களுக்கும் வியர்வை சாறாடும். ஓலக்கடத்தை ஊத சக்கரம் சுற்றியவனுக்கு கை அசந்துபோகும்.

''இன்னைக்கி முடியாது. நாளைக்கி வா...'' பழுத்த இரும்பைப்

பார்த்துக்கொண்டே சொல்வான்.

''நாளைக்காவது முடியுமா...'' பரிதாபமாய் கேட்பார்கள்.

''பின்னம் ஒரு நாலு ஆனாலும் ஆவும்.''

எப்பேர்பட்ட ஆளாக இருந்தாலும் இவன் பேச்சுக்கு மறுபேச்சி கிடையாது. இவனால் மட்டுமே எல்லோர் வண்டிகளும் ஓடிக்கொண் டிருந்தன. இவனிடம் சிக்கல் முக்கல் வைத்துக் கொண்டால், வண்டி நொண்டிதான். வேலைக்கு வருகிற வண்டிகளில் பெலாக்காய், மாங்காய் கள் இவன் கேட்காமலேயே வந்திறங்கும். கரிநாளுக்குப் போனால் வெற்றிலையின் மேல் சில்லறைகள் மடிகனக்கும்.

எல்லாம் டயர் வண்டிகள் வரும்வரைதான். கடக்கு முடக்கு சப்த மில்லை. உள்ளாழிக்கு பசை போடத் தேவையில்லை. பேரிங்கில் மழ மழவென்று போகிறபோது மாடுகளுக்கும் சிரமமில்லை. எல்லாமும் போல்ட்டு நட்டுகளால் முடுக்கப்பட்டது. கரண்டால் பற்றவைத்தது. மோட்டார் துரப்பனங்களால் துளை போடப்பட்டது.

இதற்கும் மேலாக ''சின்னத்தம்பி படையாட்சி, விவசாயம், மணக் கொல்லை.' 'கலியமூர்த்தி யாதவ், ஆலடி' என சுயவிளம்பரம் பூசிக் கொண்டு வாசலில் நிற்கையில் பெருமிதம் கவ்வுகிறது. காதில் கடுக்கன் போட்ட மாடுகள் புதுப்பெண்ணாய் தலையாட்டிக்கொண்டு போகின் றன.

டயர் வண்டிகள் வந்த பிறகு, இவனை யாரும் ஏறெடுத்துப் பார்க்க வில்லை. வேலை முடங்கியது. வரும்படி குறைந்தது. வயிற்றில் சுருக்கம் விழுந்தது. உலைக்களம் பார்ப்பாரற்றுப் போய்விட்டது. எப்போதாவது சில்லறை வேலைக்கு, கூலிக்கு மல்லுக்கட்டி வாதாட வேண்டியிருக் கிறது. அதைவிட வேலைக்கு தட்டுதட்டாய், மூட்டை மூட்டையாய் கரியோடு வந்தவர்கள், வெறுங்கைளை வீசிக்கொண்டு வருகிறார்கள். கரிக்கு ஏற்பாடு பண்ணி வைத்திருந்தால்தான் உண்டு. மீறி அதிர்ந்து கேட்டால், கீலாங்கிணம் பேசுகிறார்கள். ''மேயப்போற மாடு கொம்புல பில்லக் கட்டிக்கிட்டுப் போவாது.''

வேலைக்கு வழியில்லையே என குந்திக்கிடந்த நேரத்தில், வேலை வந்து காத்துக்கொண்டு குடிசைக்குள் கிடக்கிறது. கரிக்குதான் வழியில்லை. நித்தம் அடுப்பு மூட்டி சோறாக்கும் படுநெருப்பைக்கூட தள்ளித் தண்ணீர் தெளித்து அணைத்துப் போட்டிருப்பான். இரண்டு மூன்று நாள் நேர்த்து வைத்திருந்தால் சில்லறை வேலைக்கு தன்னக்கட்டி விடும். வாரம் பத்து நாளாய் அடுப்பு பற்றவைப்பதேயில்லை. இட்லி விற்கிற கிழவியிடம், ஒரு பத்துமணிக்காய் போய் கடன் சொல்லி, விற்காத நான்கைந்து இட்லிகளை வாங்கி வாயில் போட்டுக்

கொள்வதோடு சரி. அவளும் வேலை வரும்போது வாங்கிக்கொள்ளலாம் எனக் கொடுத்துக் கொண்டிருக்கிறாள். வேலை கிடைப்பது கடந்து போய்க்கொண்டிருந்தும் அவளும் மூஞ்சைக் காட்ட ஆரம்பித்துவிட்டாள்.

ஊரில் கரி சுட்டு விற்றுக்கொண்டிருந்தவன் சுப்புராய செட்டி மட்டுந்தான். ஊர் ஏரிக்கு பக்கத்தில் பெரிய பெரிய முட்டுகளாக விறகுகளைக் கோபுரமாக அடுக்கி, காட்டாமணித் தழையால் மூடி, ஈர மண்ணால் அப்பி, தீ வைப்பான். மெல்லக் கனிந்து புகையும் கரிபுதையில் இடிவிழுந்து எரிந்து சாம்பலாகிவிடுமோ என பக்கத்தில் கட்டில்போட்டு படுத்திருப்பான். அந்த இடத்தில் கருப்பாய் மண் பரவியிருக்கும். வெயிலில் அந்தப் பக்கம் போனால் அனல் கப்பும். கரிபுதை போடவும் பிரிக்கவும் மூட்டையில் அள்ளவும் எப்போதும் கன்னங்கரேல் என கருவக்கட்டையாய் நிற்பான். உளுந்தூர்பேட்டை, விருத்தாசலம் என வண்டியோட்டிக்கொண்டு விற்றவன் கதையும் படுத்துவிட்டது. டயர் வண்டி வைத்து விறகை நேரடியாக விருத்தாசலம் பீங்கான் பேட்டரிக்கு ஏற்றிப்போய் வண்டியில் இருக்கவே எடைபோட்டு விற்று வருகிறார்கள். சுப்புராயன் கேட்கிற விலைக்கு மடங்கவில்லை. இறைத்துப் பொறுக்க வேண்டும். விறகை வாங்கி சுட்டு, மூட்டை பிடித்து வேலை செய்கிற அளவிற்கு, விலையும் போகவில்லை. கரியைச் சுட்டு, கையைச் சுட்டுக்கொண்டதில் ஒழித்து தலைமுழுகிவிட்டான்.

ஒன்றும் யோசனை பிடிபடவில்லை. வேலைக்கு வந்த பொருட்களை வெறிக்கப்பார்த்தபடி குந்தியிருந்தான். சாயந்திரம் வருவார்கள். இப்போதே இந்தப் பக்கம் யாரும் வருவது கிடையாது. இதில் கொடுத்த வேலை செய்ய, ஆகுமானம் இல்லாமல் வங்குக்குள் கையை விட்டுக் கொண்டு குந்தியிருந்தால், அவர்கள் ஊரில் போய் விதைத்து விடுவார்கள். ''அவங்கிட்ட கரியும் இல்ல, ஒண்ணுமில்ல. அவன் ஒலக் கடம் பத்தவைக்கறதயே உட்டுட்டான்.''

எழுந்து வெளியில் வந்தான். எங்கேயோ முக்கியமான சேதிக்கு வெள்ளையும் சொள்ளையுமாய் வெளியில் வந்த மூலைவீட்டுக்காரன் இவனைக்கண்டதும் சடக்கென்று திரும்பி வீட்டிற்குள் போனான். ''வேலையில்லாத விடியாமூஞ்சி! இவம் மூஞ்சிலியா முழிச்சிக்கிட்டு போறது'' என அவன் போனது, இவனுக்கும் தெரியாமல் இல்லை. நடந்து கொண்டிருந்தான்.

இட்லிக் கடையில் செத்தவன் பற்றிய பேச்சே அதிகமாய் ஓடிக் கொண்டிருந்தது. புகைமூட்டத்தின் ஊடே, கிழவி சட்னி கரைத்துக் கொண்டிருந்தாள். இவனைப் பார்த்ததும் மூஞ்சி எட்டுக்கோணலாய்ப் போனது. ''இட்லி ஆயிட்டுது ஆசாரி. இந்த பால்தெளிக்கி வந்தவங்கள் லாம் சாப்புட்டாங்க.''

‘‘நா ஒண்ணும் அதுக்கு வல்ல. அடுப்புக்கரி எதாவது அமிச்சிப் போட்டு வைச்சிருப்பியா.’’

‘‘இருந்தாலும் ஒனக்கு இம்மாம் கிறுக்கு ஆவாது ஆசாரி. நானே வாரம் பத்து நாளா மருளி குச்சப் போட்டு ஊதிக்கிட்டுக் கெடக்கறன். நீ கறி அமிச்சி வைக்கிலியாங்கற...’’ அவள் எரிந்து விழுந்தாள். அடுப்பு புகைந்துகொண்டு கிடந்தது.

சுட்டகரியைவிட அடுப்புக்கரி மோசந்தான். நாலு ஊதலிலியே சாம்பலாகிவிடும்; அனல் உறைக்காது. இங்கு அடுப்புக்கரியே கிடைக்க வில்லை. சுட்டகரிக்கு எங்கு போக... குருவங்குப்பம் போனால் அநேக மாக கிடைக்கும். போய்வர சைக்கிள் வேண்டும். அங்கும் உறுதியாக இருக்குமா எனத் தெரியவில்லை. இருந்தாலும் ஆனைவிலை குதிரை விலை சொல்வார்கள். கைமேல் காசு கொடுக்க வேண்டும். சின்ன பைசா வுக்கு வழியில்லை. கடன் வாங்கிப் போய் கரி வாங்கி வந்து செய்கிற அளவுக்கு வேலையும் இல்லை. கரி வாங்குகிற அளவிற்கு கூலி தருவார் களா என்பது சந்தேகந்தான்.

செட்டிகடைகள் பக்கம் போனான். வழியில் ரோட்டோரமாக அடுப்புக்குழி வெட்டிக் கிடந்தது. கமுக்கமாய் இவனுக்குள் யோசனை ஓடியது. ஓரத்தில் கிடந்த குச்சியை எடுத்து சாம்பலை நிண்டினான். சாம்பல் காற்றில் பறந்தது.

‘‘என்னா மணியா, சாம்பல நிண்டற...’’ வீட்டுக்காரன் கேட்டான்.

‘‘அடுப்புகரி கொஞ்சம் வேணும். அதான் நெருப்புக்கிருப்பு இருந்தா அமிச்சி...’’

இவன் பேச்சை முடிக்கும் முன் சிரித்துக்கொண்டே சொன்னான். ‘‘எள்ளூ செங்காயம் போட்டு எரியவுடறதுல எனுமா கரி வுழும் ஆசாரி...’’ இவனுக்கு அவமானமாகப் போய்விட்டது. மறுபேச்சில் லாமல் நடந்துகொண்டிருந்தான்.

ரோட்டோரத்தில கிடந்த குப்பைகளைப் பார்த்துக்கொண்டே வந்தான். சாணி சவுதிக்களுக்கிடையில் சாம்பலில், பல்லுக்குச்சி அளவிற் கான கரித்துண்டுகள் மட்டுமே கிடந்தன. தோதானதாக எதுவுமில்லை.

டீக்கடையில் கும்பல் அதிகமாக இருந்தது. நேராக அடுப்பைப் பார்த்தான். பெரிய பெரிய விறகுக்கட்டைகள் எரிந்துகொண்டிருந்தன. தீ நாக்குகள் இட்லிக் குண்டானை வளைத்து மேல் மூடியை தாண்டி கொழுந் தோடிக்கொண்டிருந்தன. இவனுக்கு நிம்மதியாக இருந்தது. செட்டிச்சி யிடம் கேட்டான் ‘‘அடுப்புக்கரி எதாவது அமிச்சிப் போட்ருக்கியா...’’

‘‘இருக்கு ஆசாரி... ஆனா’’ இழுத்தாள்.

அதற்குள் டீக்குடித்துக்கொண்டிருந்தவன் கேட்டான். ''என்னா ஆசாரி குசுகுசுன்னு கேக்கறாரு.''

''கரி வேணுமாம்'' செட்டிச்சி சிரித்துக்கொண்டே சொன்னாள்.

''செத்தவனுக்கு ஊரு பூரா பங்காளிவோ. அதக்குள்ள எங்க, இங்க கறி போடுவானாவோ ஆசாரி. பன்னிக்கறி வேணுமின்னா அப்பிடி இருளக்குறிச்சிப் பக்கம் போ. பெரியஆட்டுக் கறிவேணுமின்னா காட்டுக் கூடலூர்தாம் போவணும்.''

அவன் சொல்லவும் மற்றவர்கள் கொல்லென்று சிரித்தார்கள். இவனுக்கு ஆத்திரம் பற்றிக்கொண்டு வந்தது. செட்டிச்சி சொன்னாள், ''பாலு அடுப்புக்கு, நாங்க இந்த நெருப்ப அமிச்சிதான் வைச்சிக்கிறம் ஆசாரி.''

''சும்மா ஒரு மொறத்துக்கு ஆவறமாதிரி இருந்த போதும்'' நைந்து கேட்டான்.

''இல்ல ஆசாரி. பாலு அடுப்புக்கு காணாது.'' செட்டிச்சி கறாராய் சொன்னாள்.

இவனுக்கு ஏமாற்றத்தில் முகம் சிறுத்துப்போனது. மழுங்கியது மாதிரி நின்றான். கொல்லன் நெளுவக் கண்டு கொரங்கு கொண்டாந்து வைச்சிதாம் செத்த நீட்டிக்குடுன்னு என்கிற கதை, குறிப்பாய் தன்னை வைத்துதான் சொல்லியிருப்பார்கள் என நினைத்துக்கொண்டான். வேறு எவரிடமும் கேட்க மனமில்லை. எப்படி செத்திருப்பான், எப்படிப் போயிருப்பான் என்ற பேச்சிலேயே சபையில் மூழ்கிப் போயிருந்தார்கள்.

கைலியை மடித்துக்கட்டியபடி ஒருவன் உள்ளே வந்தான். ரோட்டில் ஒற்றை மேளத்தை முழங்கையில் மாட்டியபடிப் போனவனை பார்த்து சொன்னான். ''பால் தெளிக்கப் போன நான்லாம் குளிச்சி முடிச்சிட்டு, சாப்புட்டு வந்துட்டன். மோளக்காரன் இப்பதாம் போறான்.''

கேட்டுவிட்டு குந்தியவன் ஆசாரியைப் பார்த்துக் கேட்டான் ''என்னா, ஆசாரி தெவைச்சாப்பல நிக்கிறாரு...''

ஆசாரி பதில் சொல்ல மனமில்லாமல் நின்றதும், குந்தியிருந்தவன் சொன்னான் ''ஒலக்கடம் பத்தவைக்க கரி வேணுமாம். இருக்கா?''

''ஒரு எடத்துல நெகாயா இருக்கு. மெனக்கிட்டு போவணும். காசீ கீசி எதுவும் குடுக்க வேணாம்...''சிரிக்காமல் இக்கு வைத்தமாதிரி சொன்னான்.

ஆசாரி பட்டென்று சுதாரித்துக்கொண்டான் ''எங்க இருக்கு, எம் மாந்தூரமா இருந்தாலும் நாம் போறன். அகித்தியமா வேணும்'' ஆர்வமாகக் கேட்டான்.

"சொல்லக்கரையிலதான். காலையில நாந்தாம் போயி காடு அமிச்சிட்டு வந்தன். நேத்து ஒரு டயர்வண்டிக்கு ஆவும் புளியங்கட்ட ஏத்திக்கிட்டுப் போனது. கரி பாளம் பாளமாகக் கெடக்குது. போனா வேணும் வேணான்னு அள்ளிக்கிட்டு வரலாம். ஒன்ன எவனும் கேக்க மாட்டான்."

அவன் சிரிக்காமல் சொன்னான். எல்லோரும் சிரிக்கிறார்கள். ஆசாரி குறுகிப் போய் செத்து சுண்ணாம்பாகி எட்ட வந்தான்.

"இவன் போனாலும் போவாண்டா. அம்மாம் கிறுக்கு புடிச் சவன்."

"கிண்டல் பண்றதுக்கு அளவே இல்லியா படாச்சி. பாவம் ஆசாரி வேற..." செட்டிச்சி சிரித்தபடி சொல்லிக்கொண்டாள்.

வெளியில் வெயில் உக்ரமாக எரித்துக்கொண்டிருந்தது. மல்லாந் தடித்துப் படுத்திருந்தவன் கடைக்கண்ணில் நீர் வழிந்தோடிக் கொண்டிருக் கிறது. சுற்றிலும் கைகொட்டிச் சிரிக்கிறார்கள். "சொல்லக்கரைக்குப் போ... வேணும் வேணாம்னு அள்ளிக்கிலாம்" இவ்வளவு தூரம் இறங்கி வந்து பைத்தாரம் பண்ணுவார்கள் என அவன் எதிர்பார்க்கவில்லை.

மகன்கள் சிதம்பரத்தில் நகைவேலை செய்து கொண்டிருக்கிறார் கள். போனால் வயிற்றைக் கழுவிக்கொள்ளலாம். உடம்பில் வேலை செய்ய தெம்பு இருக்கிறபோது, மருமகள்களிடம் சின்னச்சொல் வாங்கிக் கொண்டு சீவனம் போக்க விருப்பமில்லாமல் கிடந்தது, இப்படி இங்கு இருக்கிறவர்களிடம் நையாண்டிக்கு ஆளாக்கிவிட்டு விட்டது.

வயிறு ஒட்டிக்கிடந்தது. காலையிலிருந்து எதுவும் சாப்பிட வில்லை. டீக்கடையிலிருந்து நேரே வந்து முடக்கம் போட்டு விட்டான். பசி மரத்துப்போய் தூங்கிப்போனான். கதவு தட்டப்படும் ஓசையில் கண்களைத் திறந்தான். மயக்கம், மோட்டுவளை சாத்துக்கழிகளோடு சுற்றியது. மெதுவாய் எழுந்து வெளியே வந்தான்.

"என்னா மணியா, ஒலக்கடம் பத்தவைக்கிலியா. காலையில ஆளுவோ வந்தாங்க, அதான் பத்த வைச்சிருப்ப. படல் கட்றதுக்கு ஒரு கொக்கி வளைச்சிக்கிட்டு போவலாம்னு வந்தன்" கையில் கம்பியைக் காட்டியபடி சொன்னான்.

"பத்த வைக்கலாம்னுதாம் பாத்தன். கரி ஒண்ணும் கெடைக்கல. அதான்..." தெம்பாக எறவானத்தைப் பிடித்தபடி சொன்னான்.

"அய்யய்ய ஏங்கிட்டியும் ஒண்ணும் இல்ல..." இது வேலைக்கு ஆகாது என திரும்பினான்.

இவனுக்கு பட்டென்று கண் இருண்டு போகிற மாதிரியிருந்தது.

பசி ஒரு பக்கம் என்றாலும் வந்த வேலை திரும்புவதை கொஞ்சமும் பொறுக்க முடியவில்லை. எறவான வடும்பைப் பிடித்துக்கொண்டிருந்தவனுக்கு பட்டென்று அந்த யோசனை ஓடியது.'அவனுவோ சொன்ன மாதிரிதான் செஞ்சா என்னா குடி முழுவிடப் போவுது. போவ வேண்டிதுலாம் பூட்டுது. இனி புதுசா என்னா போவப் போவுது. என்னா வெளியில தெரிஞ்சா, பார்ரா வறும வந்துப்போச்சின்னு, என்னா வேல செஞ்சிருக்காம் பாரும்பானுவோ, அதான. இரும்புகூடுமா பழுக்காமப்பூடும்...'

வேறு வழியில்லாமல் வந்த யோசனை சரியாகத்தான் பட்டது. ''கம்பிய போட்டுட்டுப் போ. அவுங்களையும் பாத்தா சொல்லு. காலையில வாங்க. எல்லார் வேலையையும் முடிச்சி எடுத்துக்கிட்டுப் போவலாம். நெகாயா கரி ஒரு எடத்துல இருக்கு.'' சொன்னான்.

சுடுகாட்டு ஒழுங்கை அரிச்சந்திரன் மொடக்கில் போய் முடிந்தது. வத்தி கொளுத்திவைத்திருந்த மண்முட்டு காலில் இடறாதவாறு ஒதுங்கி நின்று பார்த்தான். சுடுகாடு அமைதியாய் இருட்டில் கிடந்தது. புதை மேடையில் முளைத்த ஆவாரஞ்செடிகள் கன்னங்கரேல் என்று காற்றில் ஆடின. மையத்தில் நின்ற ஆலமரத்தில் அதுவரை அலறிக்கொண்டிருந்த ஆந்தை, இவனது காலடி ஓசையில் தற்காலிகமாய் நிறுத்தியிருந்தது. மரத்திலிருந்து இறங்கிய விழுதுகள் கருப்புத்தூண்கள் மாதிரி நின்றிருந்தன.

காற்று கொஞ்சம் வேகமாக அடித்தது. ஊரில் அவனைப் பார்க்கிறேன், இவனைப் பார்க்கிறேன் என மார்தட்டிக்கொண்டவர்கள், வெட்டியவர்கள், குத்தியவர்கள், மண்ணைக் கவ்வியவர்கள், மண்ணை வாரிவிட்டுக் கொண்டவர்கள், வேடப்பர் கோயிலில் சீட்டு எழுதிக் கட்டியவர்கள்,அடுத்தவன் மனைவிக்கு ஆப்பு வைத்தவர்கள், கிண்டல் கீறூட்டு பேசியவர்கள், நல்லவர்கள், வல்லவர்கள் என ஓயாமல் ஓடிஓடித் திரிந்தவர்கள் எரிந்தும், புதைந்தும் ஏதுவுமற்றுப் போன இடம் இருட்டில் ஊமையாய்க் கிடந்தது.

திடுமென சுடுகாட்டுக்கு கிழக்கே முந்திரியில் பெரிய இரைச்சல் கேட்டது. காற்று பலமாக வீசியது. நிமிர்ந்து பார்த்தான். நாலா பக்கமும் மப்பு சூழ்ந்து கொண்டிருந்தது.

மழைவாசம் அடித்ததும், இவன் பட்டென்று எரிமேடையை நோக்கிப்போனான். இரைச்சலோடு வந்த காற்று, முந்திரிச்சருகுகளுடன் எரிமேடைச் சாம்பலை வாரி இவன் முகத்தில் அடித்தது. சமாளித்தபடி கிட்டப்போனான், மடாரென்று கால் எதன்மீதோ மோதியது. 'பளிச்' சென்று மின்னல். மின்னல் வெளிச்சத்தில் ஒரு நொடி சுடுகாடு பகலாய் ஆனது. காலில் இடித்தது,எரியாது ஒதுக்கிப் போட்டிருந்த குறைக் கொள்ளிக்கட்டை. எரிமேடையிலிருந்த கரித்துண்டுகளைக் கூட்டி ஆள்

உருவம் செய்து, அதன்மீது மஞ்சளும், சிகப்பும் தூவி மாலை போட்டிருந் தார்கள். தலைமாட்டில் இளநீர் துளையில், தென்னம்பாளை நட்டு பூவாய் விரிந்திருந்தது. யாவும் மின்னல் வெளிச்சத்தில் பளிச்சென தெரிந்து, இருட்டுக்குள் புதைந்து போனது.

ஆலமரத்தின் கிளைகள் பேய்பிடித்தது மாதிரி ஆடின. தொடர்ந்து சாம்பல் காற்றில் சூறைபோய்க் கொண்டு இருந்தது. சருகுகளும், சாம்பல் மண்ணும் வந்து உடம்பில் சுளிர்சுளிர் என அடித்துக்கொண்டிருந்தது. மலையே உடைந்தது மாதிரி பெரிய இடி. இவனுக்கு திக்கென்று தூக்கிப் போட்டது. ஓரிரு தூறல்களும் விழுந்தன.

இவன் அவசர கதியில் இயங்கினான். கக்கத்திலிருந்த சாக்கை விரித்துப்போட்டு, வாய்ப்புறத்தை அகலமாய் விரித்து கரித்துண்டுகளை சாக்கினுள் தள்ளினான். பெரிய பெரிய கரித்துண்டுகளை கைகளால் மெலண்டி திணித்தான். தொடர்ந்து இடியும் மின்னலும் தாக்கிக் கொண்டேயிருந்தன. அரைச்சாக்கு நிரம்பியவுடன் நிமிர்த்தி குலுக்கி, திரும்பவும் சாய்த்து, எட்டிக்கூட்டி தள்ளுகையில் கையில் முள்மாதிரி குத்தியதை எடுத்து தடவிப் பார்த்தான். தூக்கி தூர எறிந்தான். ''மொத வேலயா ஊட்லபோய் கொட்டி, கெடக்கற எலும்பு துண்டுவுள பொறுக்கி எட்டப்போடணும்.''

மாலையை ஒதுக்கி தேவையான அளவு கூட்டி வாரிக்கொண்டு, அதே வாட்டத்தில் மாலையைப் போட்டுவிட்டு, சாக்கின் வாய்ப் புறத்தை ஒருகையில் கூட்டிப்பிடித்துக்கொண்டு தலையில் தூக்கி வைத்தான். பாறாங்கல்லைத் தூக்கி வைத்தமாதிரி தலை கனத்தது. காற்று வேறு நெட்டித்தள்ளியது.

'பெருமழ வர்றதுக்குள்ள ஊட்டுக்கு பூடணும்...' வேகமாய் திரும்பி நடந்தான். முதுகில் பளார் பளார் என்று ஆலஞ்சருகுகளும் முந்திரிச்சருகுகளும் அறைந்தன. மழைக்கருக்கல், வழி வாய்க்கால் எதுவும் புரியாமல் இருட்டு அப்பிக்கிடந்தது. தோராயமாக வேகமாக நடந்தான். உள் பக்கம் மழைக்கோட்டுப்பை ஒட்டிய உரச்சாக்கு, கரி நனைந்துவிடாதுதான் என்றாலும் வீடு போய்விடவேண்டும் என மனம் அடித்துக்கொண்டது.

பின்னால் மழை 'வந்தன் வந்தன்' என்று துரத்துகிறது. விழுகிற ஒவ்வொரு தூறலும் முதுகில் கல்லால்அடிப்பது மாதிரி வலித்தது. காற்றும் மழையுமான முந்திரி இரைச்சல் கிட்டத்தில் நெருங்கி வந்து கொண்டிருந்தது. ஓடாத குறையாய் சுடுகாட்டைவிட்டு வெளியே வந்தான்.

மின்னல் வெளிச்சத்தில் பக்கத்திலிருந்த தொப்புமுள் எல்லாம் பாதையில் பாயாய் நொறுங்கிக்கிடந்தது தெரிந்ததும் மிரண்டு போனான். எடுத்து வைக்கிற ஒவ்வொரு அடியிலும், முள் குத்தியது.

கண்ணில் வலித் தது. அவனால் தலையில் சுமையை வைத்துக்கொண்டு முள் நிரம்பிய பாதையில் போகமுடியவில்லை. பாதத்தை கீழே வைக்கக் கூசியது. சோர்ந்துவிட்டான். மழையும் காற்றும் வளைத்துக்கொண்டது.

கால்கள் வழுக்கிக்கொண்டு போகின்றன. காற்று தலையிலிருந் ததை சுழற்றித் தூக்குகிறது. கைப்பிடிக்குள் இருந்த சாக்குவாய் நழுவுகிற மாதியிருக்கிறது. முதுகில் வேறு சளார் சளார் என்று அடித்தது. சாக்கின் மேல் படிந்த சாம்பலும் கரியும் கரைந்து கண்களில் வழிந்தது. 'எது நடந் தாலும் மூட்டைய மட்டும் கீழ போடக்கூடாது.'

கைப்பிடியால் சக்கரத்தைச் சுற்றிக்கொண்டிருந்தான். சக்கரப் பாதையின் வழியாக கயிறு ஓடி, துருத்தியின் விசிறி சுற்றி, ஓலக்கட வாயில் நெருப்பு பறந்தது. பெரிய பெரிய கரித்துணுக்குகள். நாலே சுற்றலில் நெருப்புக்குள் கத்தி பழுத்தது.

கத்திக்காரன் எதிரில் குந்தியிருந்தான். ''கத்திய துளுரா வடிச்சிக் குடு.''

ஆசாரி அவனை கிளப்புகிறமாதிரி சொன்னான். ''எனக்குத் தெரியும். அப்பிடி எட்டப்போயி குந்து. சமுட்டியா போடப்போற...''

கரி சாம்பலாய் பறந்து, பழுத்த இரும்பு வெளியில் தெரிந்தது. ஓரமாக கிடந்த சாக்குப்பையில் உள்ளே கையை நுழைத்து அள்ளினான். எதிரில் சூத்தை மட்டும் அரக்கி,பின்னுக்கு குந்தியவன் கேட்டான். ''கரி மறுபடி எங்கதான் கெடைச்சிது?''

இவன் ஒன்றும் பேசாமல் ஒரு குத்து கரியை அள்ளி நெருப்பின் மீது போட்டான். அள்ளிப் போட்டத்தில், இவன் பொறுக்கியதையும் மீறி ஒரு எலும்புச் சில்லு - எதிரில் இருந்தவன் கவனித்துவிட்டான்.

''என்னா கரியில வெள்ளையா எலும்பு மாதிரி...''

இவனுக்கு பட்டென்று முகம்மாறியது. கூர்கம்பியால் பட்டென்று அதைக் கிட்டே தள்ளி கண்ணுக்கு பக்கத்தில் வைத்து புரட்டி புரட்டிப் பார்த்துவிட்டு ''பைத்தியமா ஒனக்கு. பீங்கான் ஓடு'' வேகமாய் தூக்கி வேலிக்கு அந்தாண்ட எறிந்தான்.

''ஆனாலும், நம்ம ஊர் படாச்சிவுளுக்கு இருக்கற கிறுக்கு கொஞ்ச நஞ்சமில்ல. நாலு கரித்தூளு கொண்டார யோக்யத இல்லன்னாலும், இது சொத்த இது சொத்தங்கறதுல ஒண்ணும் கொறச்ச இல்ல...''

பழுத்த கத்தியை எடுத்து பணையின் மீது வைத்து கோபமாய் சின்ன சமுட்டியால் சாத்தினான். நெருப்புப் பொறிகள் எதிரில் இருப்பவனை நோக்கிப் பாய்ந்தன.

●

வெள்ளெருக்கு

''ஓடு... ஓடு...'' என்று பிடரியில் அடித்து விரட்டிக்கொண்டேயிருந்தது காலை வெயில். கழுத்தில் கசகசத்தது. பை மாட்டியிருந்த கைமுட்டியின் நுனியில் வியர்வை சொட்டியது. ஓட்டமும் பெருநடையுமாக ஓடிக்கொண்டிருந்தான். தாமதிக்கும் ஒவ்வொரு கணமும் வாகநாரங்குச்சிக்கு மேலும் வலுக்கூடும். விசுக்கென்று அது நினைக்கிற இடங்களில் சாரை வாலால் அடிப்பது போன்று வீச்சென்று விளாசி விட்டுப் போகும். கருத்த உடம்பிலும் சிவக்கும். தடவிப் பார்த்தால் நீட்டுக்கு லேசாய் மேடு தெரியும்.

அவனுக்கு பெரும்பாலும் குறுக்கு வழிகளில் போகத்தான் வாய்ப்புக் கிடைக்கிறது. குறுக்கு வழிகள் அவ்வளவு எளிதாக இருக்கவில்லையென்றாலும் அவன் அதில்தான் போயாக வேண்டும். நேரா நேரத்தில் கிளம்பினால் சாலைவழியாக பசங்களோடு பசங்களாக போக வருகிற பேருந்துகள், லாரிகளை பெராக்கு பார்த்துக்கொண்டே போகலாம். எதிர்வருகிற எல்லா சைக்கிள்காரர்களிடமும் 'மணி என்னா' என்று கேட்டுத் தெரிந்துகொள்ளலாம். நித்தம் தாமதமாய் போகிறவனுக்கு, இந்தக் குறுக்கு வழியின் குண்டோட்டம் குதிரையோட்டந்தான்.

குறுக்கிட்ட வரப்புக்கட்டைகள் அவனுக்கு பெரிய ஏரிமேடுகள் மாதிரி ஆயாசப்படுத்தின. வண்டி நிறைய எருவைச் சுமந்து, மேட்டைப் பார்த்ததும் நாலுகால் பாய்ச்சலில் நுரை கப்ப ஓடி ஏறும் நல்ல மாடுகளைப் போன்று வரப்புக்கட்டைகளில் ஓடி ஏறித்தாண்டிக் கொண்டிருந்தான். கல்லாடிப் போயிருந்த தாய்வாய்க்கால்களில் சடுதியில் இறங்குகிறபோது வயிற்றுக்குடத்துக்குள் கூழ் தளும்பி, எதிர்த்து கொஞ்சம் கூழும் வெங்காய வாசமுமாக வந்து தொண்டை கரகரத்துக்கொண்டிருந்தது.

நித்தம் போய்க்கொண்டிருந்தாலும் இவன் ஒருவன் நடந்து போவதாலேயே காலடிகள் தேய்வடி பாதையாக ஆகிவிடப்போவதில்லை. ஒவ்வொரு தடவையும் நடையை மிச்சப்படுத்த குறுக்கு வழியைத் தேர்ந்தெடுத்து போய்க்கொண்டிருந்ததில், ஒவ்வொரு நாளும் புதுவழியாகவே தெரிந்தது. போன வழிமேல் போனால் முள் முரடு

இருக்காது. புதுவழியில் அறுத்த கம்மங்கட்டைகள் காலில் இடறின. கோணல்மாணலாய் கிடந்த கம்மந்தட்டுகள் விரலிடுக்கில் கயிறாய் சிக்கி நடையைத் தேக்கியது.

வெளியெங்கும் ஈ காக்கைகள் எதுவும் இல்லை. வெயில் ஏற ஏறத்தான் ஆடுமாடுகள் வந்து சேரும். ஒன்றிரண்டு மினுங்கிய கம்மஞ் சீட்டைகளை பொறுக்க மடிகட்டிக் கொண்டு சீட்டைப் பொறுக்கிகள் வந்து சேருவார்கள். கம்பு விளைந்திருக்கும் காலங்களில் எதிர்மாறாக இருக்கும். பவுஞ்சி பவுஞ்சியாய் குருவிகள், கதிர்களின் தலையில் வந்து குந்துகையில் சோலையோடு கம்மம் பயிர் சாயும். திடீரென கிளம்பும் தகர ட்ரம்களின் சத்தத்தில் பறாச்சென்று பறந்தோடி அடுத்தகொல்லை யில் வட்டமிட்டுக் குந்தும். அங்கும் ''தோ...'' என்கிற குரலோடு தகர அதிர்வில், ஆளில்லாத எவன் கொல்லையிலாவது போய் குந்தி மொட்டையடிக்கும். எல்லாம் முடிந்து போன வெற்றுவெளியில் ஒற்றையனாய் ஓடிக்கொண்டிருந்தான்.

ஆலடி பெரிய ஏரியின் மேட்டில் ஏறியபோது, கிழக்கில் கொல்லை வெளிக்கு அப்பால் தூரத்தில் பள்ளிக்கூட கட்டிடங்கள் தெரிந்தன. எட்டிப் பிடித்துவிடுகிற மாதிரியான வேகத்தில் இறங்கினான். இறக்கத்தில் பீக்கருவை முட்கள் இறைந்து கிடந்தன. தோராயமாக முள் இல்லாத இடத்தில் பாதம்படுகிற மாதிரி தாண்டிக் குதித்தான். குதித்த வேகத்தில் பள்ளிக்கூட மணியடித்தது காதில் விழுந்ததும், அப்படியே நளூர் கண்ட மாதிரி உடம்பு நடுங்கியது.

இன்னம் பத்துப் பதினைந்து தலைமாட்டுக்கு மேல் நடந்து போக வேண்டும். போய்ச்சேருவதற்குள் பிரேயர் முடிந்துவிடும். பட்டிக்குள் நுழைகிறமாதிரி வகுப்பறைக்குள் போய்விடுவார்கள். வேர்த்து விறு விறுக்க பையைத் தூக்கிக்கொண்டு போய் நின்றால், அது பூதம் மாதிரி முறைத்துப்பார்க்கும். கண்களில் தீப்பொறி பறக்க விட்டபடி, கிழக்கு நோக்கி கையைக் காட்டும். காட்டிய திசையில் சாட்டைசாட்டையாய் சிம்புகளை அப்பாவியாய் நீட்டிக்கொண்டு, வாகநாரமரம் நிற்கும். ஒருவனுக்கு ஒரு சிம்பு என்பது எழுதப்படாத விதி. ஒடிந்து நைந்து போகும் வரை அடி விழுந்துகொண்டேயிருக்கும். சின்ன சிம்பாக, ஒரே அடியில் ஒடிந்துவிடுகிறமாதிரி இருந்துவிட்டால் அவ்வளவுதான். ''சின்ன சிம்புன்னா அடி மிச்சம்னு நெனைச்சியா...'' கோபம் கொலை வெறியாய் உருமாறி, எதிரியை வீழ்த்த முனையும் மல்யுத்தக்காரனின் சாதுரியத்தோடு கும்மாங்குத்து விழும். அதற்காகவே அடி தாங்குகிற குச்சியை ஒடித்து வரவேண்டும்.

அவனுக்கு அப்பன் மேல் எரிச்சலாக வந்தது. விடியற்காலை கனவில் அவன் அடித்து எழுப்பப்பட்டபோது வாரிச்சுருட்டிக்கொண்டு

எழுந்து அலங்கமலங்கப் பார்த்தான். அருகால்படியின் கீழ்படியில் எரிந்துகொண்டிருந்தது சிமினி விளக்கு. வீட்டிற்குள்ளும் வாசலிலும் கம்மலாய் வெளிச்சம், திருடன் வீட்டில் எரிகிறமாதிரி தெரிந்தது.

ஒருநாளும் அவனைப் படிக்கச் சொல்வதற்காக, எவரும் அதி காலையில் எழுப்பியதே இல்லை. அவனாக எழுந்து படித்தால்தான் உண்டு. கல்வி மேல் அவர்களுக்கு அவ்வளவு கரிசனம். ''ஏதோ நாலு எழுத்து தெரிஞ்சாப்போதும்'' என்கிற சமாதானங்களுக்கு விடியற்காலை படிப்பு தேவையில்லை என்பது அவர்களின் கணிப்பு.

ரொப்பு உரலில் தலைவைத்து, ஏந்திரத்தின் மீது கால்நீட்டிக்கிடந்த கம்மங்கதிர் சாக்குகளை புரட்டிக்கொண்டிருந்தார்கள் அம்மாவும் அப்பாவும். நெம்பி புரட்டிக்கொண்டிருந்ததைப் பார்த்ததும் மூட்டை கிட்டே போனான். ''போய் மாட்டப் புடிச்சா...'' அப்பன் மிரட்டுகிற மாதிரி சொன்னதும் கட்டுத்தெருவுப்பக்கம் போனான். கவுட்டிக்குள் கடித்த சுள்ளானுக்காக, கழுத்தை வளைத்து நாக்கால் வழித்து சொறிந்து கொண்டு நின்றிருந்தன.

முற்றிலும் நிலம் தெளியாத ரெண்டாலங்கெட்ட நேரத்தில், கொட்டாவி விட்டபடி பிணை ஓட்டிக்கொண்டிருந்தான். கதிர்கள் தின்னாதபடிக்கு, மூஞ்சிப்புட்டி மாட்டப்பட்ட மாடுகள். கைக்கு எட்டியது வாய்க்கு எட்டவில்லையென்கிறமாதிரி காலடியில் எழும் கம்பு வாசத்தில் ஊறும் எச்சிலை ஒழுக விட்டபடி பாவமாய் இவனைப் போல் போய்க்கொண்டிருந்தன. ஐந்தாவது தடவையாக சாணியைச் சுடச்சுட மாட்டின் ஆசன வாயிலிருந்து பிடித்து வேலியோரம் போட்டபோது ''போதும் மாட்ட எட்ட ஓட்டு.'' அப்பனின் குரலில், கைக்கயிற்றைப் பிடித்து கிழக்கே இழுத்தான். வெறும் வாசலில் சாணி தெளித்த ஈரத்தில் குளம்படிகள், குழியாக மண்ணைக் கிளப்பின.

கம்பு வேறு சக்கை வேறாக ஈவு அத்தபிறகு சொன்னான். ''நா, பள்ளிக்கொடம் போறன்...''

சக்கையை வட்டமாக மறு அடிப்புக்கு பரப்பி விட்டுக்கொண்டே அம்மா சொன்னாள், ''இல்ல சாமி, செத்த இந்த சக்கையில நாலு சுத்து பொணய ஓட்டு. அப்பா ஒரு கண்ணாலத்துக்கு விருத்தாலம் போவணும். நீ நாலு சுத்து ஓட்டிட்டுப் போனின்னா நா அப்பறம் ஈவு பிரிச்சி கொங்க அடிச்சிப்பன்.''

இவனுக்கு சுணை எரிச்சல் வேறு. ஒரேடியாய் பள்ளிக்கூடம் போக வேண்டாம் என்று சொல்லிவிட்டால்கூட பரவாயில்லை. இருந்து தொலைந்துவிடலாம். 'செத்த, செத்த' என்று இழுத்து, கடைசி ஆளாக போய் அங்கு நின்று அடிவாங்க வேண்டும். ''தெனைக்கும் ஒங்களால லேட்டாப் போயி, அந்த வாத்திகிட்ட நா அடிவாங்கணும்'' சொல்லு கையில் கண்கள் நிரம்பி தொண்டை கனத்தது.

''செத்த நேரம் இருந்து, பொண ஓட்டிட்டுப் போ. பள்ளிக்கொடம் போயி, நாளைக்கே ஒண்ணும் கலக்டராவப் போறதில்ல'' சொல்லிக் கொண்டே தோட்டத்தில் குளிக்கப் போன அப்பனின் அதட்டலில், தலை குனிந்தவாறு போய் மாட்டைப் பிடித்தான். அது கொம்பால் ஈயடிக்கிற மாதிரி எடாவியது. மாட்டுக்கயிற்றை வளைத்து, சாட்டையால் ஒன்று வைத்தான். அவ்வளவு பெரிய சீவன் பயந்து உடம்பை நெளித்து அவன் இழுப்பிற்கு வந்தது. தெருவில் பையன்கள் பையைத் தூக்கிக்கொண்டு கிளம்பிவிட்டார்கள். இவன் பிணை ஓட்டிக்கொண்டிருந்தான்.

கள்ளி சந்தில் நுழையும்போது, அவசரத்தில் அதைப் பார்த்தான். பையன்கள் தண்டால் எடுப்பது மாதிரி கள்ளி மரத்தில் உடம்பை அழுத்தி அழுத்தித் தூக்கியது. நேரம் சரியில்லை. இல்லையென்றால் அது பழித்துக் காட்டுவதற்கு, கூரான சொறியாங்கல்லை எடுத்து குறிபார்த்து விடுவான். விண்ணென்று விழுகிற அடியில் அப்படியே நிலைகுலைந்து கீழே விழுந்து, சுக்கிரித்தபடி தலையை மையமாக வைத்து உடம்பை வளைத்து வட்டமாக, உசுக்காபாரிக்கு கிண்ணி போடுவது போன்று வட்டம் போடும். இரண்டாவது அடி நிலைக்குப் போட்டால், அசைவற்றுப் போகும். வாலைப் பிடித்துச் சுழற்றி எறிந்தால் பார்வைக்கு படாத இடத்தில் விழுந்து, பொத்தென்று சப்தம் கேட்கும்.

புளியமரத்தடியில் அங்குமிங்கும் எவரும் தென்படவில்லை. நேராநேரத்தில் வந்தால் முன்னால் தலைவாசலால் நெஞ்சை நிமிர்த்திக் கொண்டு போகலாம். இவனுக்கு, திருட்டுப் பயல் மாதிரி தோட்டத்து வாசப்படி கதைதான். 'திக்திக்' என்று அடித்துக்கொண்ட மனசு வகுப்பை நெருங்க நெருங்க வேகத்தைக் கூட்டிக்கொண்டிருந்தது.

கண்ணைக் கட்டி காட்டில் விட்ட மாதிரியான ஒரு அதிர்வில் வகுப்பறை முன்னால் போய் நின்றான். வழக்கத்திற்கு மாறாக வகுப்பறை சிரிப்பும் களிப்புமாய் இருந்ததைக் கண்டதும் அவனுக்கு ஆச்சரியமாய் இருந்தது. தில்லைவனத்தின் முகத்தில் சில்லறையைக் கொட்டியது மாதிரி சிரிப்பு. தில்லைவனந்தான் வகுப்பாசிரியர். இவன் வகுப்புக்கு ஆங்கிலம் எடுத்தார்.

மிரண்டபடியே பசங்களைப் பார்த்தான். 'இன்னைக்கும் வழக் கமா லேட்டுதான்...' என்கிற மாதிரி பசங்களும் இவனைப் பார்த்தார்கள். தில்லைவனம் சிரித்தபடியே இவனை ஒரு தரம் பார்த்துவிட்டு பசங்களிடம் திரும்பினார்.

''நீங்க போய்ட்டு வந்துடுங்க...'' நின்று கொண்டிருந்த சிவகுமார், டில்லி, கணேசன் மூன்று பேரிடமும் தில்லைவனந்தான் சொன்னார்.

வாசலில் நின்றிருந்த இவனைக் காட்டி, டில்லி தில்லைவனத் திடம் சொன்னான் ''சார், தாமோதரனையும் இட்டுக்கிட்டுப் போறஞ்

சார்.''

எதுவும் புரியாமல், பின்னால் பெருநடையில் போனபடி தாமோதரன் கேட்டான். ''எங்கடா போறிங்க... எதுக்குடா என்னையும் கூப்புட்டிங்க...''

''எலேய், பேசாம வாடா. ஒனக்கு ஒத வுழாம தப்பிக்க வைச்சமே அதே பெரிசி'' ஏதோ இவனுக்கு சகாயம் செய்த பெரிய மனித தோரணையில் டில்லி சொல்லிக்கொண்டே போனான்.

எந்த விவரமும் கேட்காமல், டில்லி சொல்லியது மாதிரி இவர்கள் கூப்பிட்டதும் வாத்தியிடமிருந்து தப்பித்தோம் பிழைத்தோம் என்கிற மாதிரி கிளம்பிவிட்டான். பெரும்பாலும் பசங்களை டீ வாங்கி வரத்தான் அனுப்புவார். சிவகுமார்தான் அதற்குத் தகுந்த ஆள். கலியன் கடையில் போய் ''தில்லை சார் டீ வாங்கியாரச் சொன்னார்'' என்றால் அவன் சில்வர் தம்பளரில் போட்டு, மேலே பேப்பர் போட்டு மூடிக்கொடுப்பான். சிவகுமார் அதை ஒரு பெரிய கௌரவமாகக் கருதி பெருமையாகக் கொண்டு வந்து கொடுத்து, குடிக்கிறவரை பொறுமையாக நின்று வாங்கிக்கொண்டுபோய் திரும்ப கொடுத்துவிட்டு வருவான்.

''எலேய், நீனாச்சும் சொல்லண்டா. எங்கடா போறிங்க...'' சிவகுமாரிடம் கேட்டான் தாமோதிரன்.

பிரிக்காமல் குண்டுறுப்பாகக் கேட்டான், ''ஒனக்கு வெள்ள எருக்குஞ்செடி தெரியுமா?''

பட்டென்று தாமோதரன் நின்றான். டில்லியும் கணேசனும் மெரளி மாடுகள் மாதிரி அங்காண்டையும், இங்காண்டையும் பள்ளக்கால்களில் பார்த்துக்கொண்டே இவர்களைப் பொருட்படுத்தாத மாதிரி போய் கொண்டேயிருந்தார்கள்.

''வெள்ள எருக்கா? எருக்கஞ் செடின்னுதான் பாத்துருக்கன். எங்க ஊரு ஒழுங்கையில வர்ணாசர்ணமில்லாம சங்கமா கெடக்கு. அது எதுக்குடா இப்ப?'' சந்தேகமாய் தாமோதரன் கேட்டான்.

''அதுலாம் செவுப்பு எருக்குடா. பூவு லேசா செவுப்பா இருக்கும். இது வெள்ள எருக்கு. பூவு வெள்ளயா இருக்குமாம். சரி வா கிடுகிடுன்னு. ஒண்ணுக்கு பெல்லு அடிக்கறதுக்குள்ள வந்துடுணுமாம்.'' நடையில் வேகத்தை காட்டினான் டில்லி.

பீக்கருவைப் புதரோரம் நின்றிருந்த ஒரு எருக்கஞ்செடியை ஆவலாய்ப் பார்த்துக்கொண்டே டில்லி போனான். காணாததைக் கண்டு விட்டமாதிரி எல்லோரும் செடி கிட்டே போனார்கள். டில்லி கிட்ட நெருங்குவதற்குள் சொல்லிவிட்டான். ''இது செவுப்பு எருக்குடா. பூவு செவுப்பா இருக்குது பாருங்க.''

ஒரு பூவைப் பறித்து கணேசனிடம் இது இப்படி இருக்குமென்று

சொல்லிக்கொண்டு இருக்கும்போதே, கணேசன் அந்தப் பூவை வாங்கி விரல்களால் அழுத்தினான். அது 'டப்'பென்று சின்ன சத்தத்துடன் வெடித்தது. பட்டென்று டில்லி கையை ஓங்கிவிட்டான். ''வெடி வெடிச்சிக்கிட்டு இருக்கிற நேரமாடா இது?''

கணேசன் பயந்தமாதிரி பின்னுக்கு ஒதுங்கினானே தவிர, மறுத்து பதிலேதும் பேசவில்லை. டில்லியைப் பற்றி எல்லோருக்குந்தெரியும். வகுப்புக்கு அவர்தான் தலைவர்! வாத்திக்கு தோதான ஆளுக்குத்தான் அந்த உத்தியோகம் கிடைக்கும். டில்லி எவனைப் பற்றியாவது வாத்தி யாரிடம் வத்தி வைத்துவிட்டால் அவ்வளவுதான். அதற்கும் ஒரு வாக நாரங்குச்சி ஒடியும். இருந்தாலும் தாமோதரனிடம் மட்டும் அவன் செக்கு செல்லாது. வகுப்பில் சுமாராக படிக்கும் பையன்களில் தாமோதரன் முதலிடத்தில் இருந்தான். வாச்சாம் போச்சானாய் எதாவது சந்தேகம் கேட்க அவனிடம் போனால், கையை விரித்துவிட்டால் என்ன செய்வது என்கிற பயம் டில்லிக்கு. மற்றவர்களால் டில்லிக்கு ஒரு பூக்கும் ஆக வேண்டியது இல்லையென்பதால் ஓட்டிப்பேசுவான். மீறி யாராவது எடங்கினால், ''இந்த டில்லிகிட்ட வைச்சிக்காத...'' கையையும் வாயை யும் நீட்டுவான்.

திருவாசகம் என்ற பெயர் வருகை பதிவேட்டில் மட்டுந்தான். கொட்டாரக்குப்பம் தான் சொந்த ஊர். சின்ன வயதில் அவனுக்கு வெகுநாள் வரை வாய் புரியவில்லை. ''டில்டா... உல்டா... டில்டி... டில்டி...'' என்றுதான் பேசுவான். அவனுடைய பால்ய மொழி இப்படி ஆரம்பித்ததால் டில்டி... டில்டி... எனக் கூப்பிட்டு, வாய்புரிந்த பின்னருங்கூட தொடர்ந்து காலப்போக்கில் அது 'டில்லி' என்கிற பட்டப் பேராகிவிட்டது. உள்ளூரில் உருண்டு திரண்டு கிடந்த அவன் பெயர், அவன் ஊர் பசங்களால் பள்ளிக்கூடத்திற்கும் நகர்ந்து வந்துவிட்டது. கொஞ்சம் துடியாக வளர்ந்திருக்கும் அவனும் அதை ஒரு பயில்வான் பெயர்போன்று, கௌரவமாக நினைத்தான். ஒருநாள் வருகைப் பதிவேட்டில் திருவாசகம் எனப் பெயர் கூப்பிடும்போது, அது நம்ப பெயர் இல்லையென்கிற மாதிரி குந்தியிருந்து ''டில்லி ஒன்னதாண்டா...'' என பசங்கள் சீண்ட, அடிச்சான் புடிச்சான் என்கிறமாதிரி எழுந்து ''டில்லி எஸ் சார்'' என்றிருக்கிறான்.

பொடி தாங்காமல் அலைகிற ஊணான் எறும்புமாதிரி அங்கு மிங்கும் ஓடி, எருக்கஞ்செடி பூத்தலையைப் பார்த்து ஏமாந்தபடி திரும் பவும் ரோட்டுக்கு வந்து நடந்துகொண்டிருந்தார்கள். சிவகுமாரும் கணேசனும் ஓடிஓடிப் பார்ப்பதும் சட்டாம்பிள்ளை டில்லி அது இல்லை இது இல்லையென நிராகரிப்பதுமாக இருந்தது. பின்னால் தாமோதரன் சோர்ந்தபடி வந்துகொண்டிருந்தான். வாய்க்காலாலும், வரப்புக்கட்டை

யாலும், கம்மங்கொல்லையால் பள்ளிக்கூடம் வந்த வியர்வை அடங்கு வதற்குள், இந்த அலைச்சல். தாமோதரனுக்கு கால் அசந்து போனது.

திடுமென யோசனை வந்ததுபோல் கேட்டான். ''வெள்ள எருக்கு எதுக்குடா. ஒண்ணும் சொல்லவே மாட்டங்கிறீங்க...''

''ஒனக்கு வெஷயம் புரியாதாடா. நம்ம தில்லை சாருக்கு ரெண்டாந்தாரங் கட்னதுல பையன் பொறந்துருக்கானாம். நீ வர்றதுக்கு செத்தமின்னதான் சாக்லேட் குடுத்தாரு.''

''நம்ம வாத்தியாருக்கு ரெண்டு பொண்டாட்டியா...'' தாமோதரன் சந்தேகமாய் கேட்டான்.

ஆமாண்டா. மொத தாரத்துல புள்ள இல்லன்னு ரெண்டாந்தாரம் பண்ணி நாலஞ்சி வருசம் கழிச்சி இப்பதான் புள்ள பொறந்துருக்காம்'' டில்லி விபரமாய் சொல்லிக்கொண்டு போனான்.

''இம்மாங் கதையும் ஒனக்கு எப்பிடிடா தெரியும்...'' தாமோதரன் ஆச்சரியமாய் கேட்டான்.

''எனக்கு மட்டும் எப்பிடி தெரியும். காலையில முட்டாயி குடுக் கறப்ப, பியூன்கிட்ட நம்ப வாத்தியார் குசுகுசுன்னு பேசிக்கிட்டு இருந் தாரு. டேபிளுக்கிட்ட நின்னுக்கிட்டு இருக்கறப்ப லேசா ஒட்டுக் கேட் டன். ஆனா இன்னைக்கிதாம் நம்ப சார் சிரிச்சிப் பேசனத கண்ணால பாக்க முடிஞ்சிது.''

''உம். இம்மாம் நாலு கழிச்சி அதுவும் ஆம்பள புள்ள. சிரிக்காம என்னா பண்ணுவாரு. அது கெடக்கட்டும், அதுக்கும் வெள்ள எருக்குக்கும் என்னா கெடக்கு?''

''பொறந்த புள்ளைக்கி, வெள்ள எருக்கஞ்கழியில நார் உரிச்சி, அதுல அர்ணா கவுறு திரிச்சி போடணுமாம். அதுக்குதான் நம்பள ஓடிச் சாற அனுப்பியிருக்கிறாரு.''

''என்னாடா சிங்கான் வேல இது. ஊங்கொட்டிக்கிட்டு எங்களை யும் வேற இட்டாற...''

''சரிடா. வாத்தியாரு சொல்றாரு. போவுலன்னு சொன்னா, அத வைச்சிக்கிட்டு கடுகடுன்னு வாகநாரங்கழிய ஒடிப்பான்!'' டில்லிக்கும் வெறுப்பாகத்தானிருந்தது.

''அது கெடக்கட்டும். வந்தது வந்தாச்சி. நீனாச்சும் எப்பவாவுது வெள்ள எருக்க பாத்ருக்கியா'' தாமோதரன் மனதை ஆயக்கட்டிக் கொண்டு கேட்டான்.

''எங்க நா பாத்தன். வாத்தியாரு சொல்லித்தான் எனக்கே தெரியும். எனக்கு நெனவு தெரிஞ்சி, நா அர்ணாகவுறு போட்டது, எங்க அப்பாரு திரிச்சிக்குடுத்த காசராக்கு நாரு கவுறுதான்.'' டில்லி பெருமூச்சி விட்டபடி நடந்துகொண்டே சொன்னான்.

''எலேய் குருட்டு மாடு மாதிரி நமக்கு தெரியாதத தேடி அலைஞ்சிக் கிட்டு இருக்க வேணாம். வெவரம் தெரிஞ்ச யார்கிட்டயாச்சும் கேப்பம்.''

அதற்கேற்ற மாதிரி புலியூர் முடக்கில் யாரோ பஸ்சுக்கு காத்து நிற்பதுமாதிரி தெரிந்தது. ''தா, அவுங்ககிட்ட கேட்டுப் பாப்புமா...'' டில்லி காட்டினான்.

நிமிர்ந்து பார்த்த தாமோதரனுக்கு பீ மூத்திரமெல்லாம் ஒண்ணாகப் போய்விட்டமாதிரி நடுக்கம் கண்டுவிட்டது. கம்பு அடிக்கிற வேலையிலிருந்து கல்யாணத்துக்கு கிளம்பிய அப்பாவுக்கு இன்னமும் பஸ் கிடைக்கவில்லை போலும். எரிச்சலில் நின்றுகொண்டிருந்தவர் இவனைப் பார்த்துவிட்டார்.

தூரத்திலிருந்தபடியே கேட்டார் ''என்னாடா, கும்ப கூடிக்கிட்டு கட்டாகாலி மாடு மாதிரி ரோட்டுல அலம்பிகிட்டு நிக்கிறீங்க...''

இன்னார் எனத் தெரியாமல் வெள்ளவாயாய் கணேசன்தான் சொன்னான். ''வெள்ள எருக்கத் தேடிக்கிட்டுப் போறம். இங்க எங்கியாவுது இருக்குமா?''

தாமோதரன் வெடவெடத்தபடி கிட்டே வந்தான். அவன் அப்பா இவனை முறைத்து பார்த்தபடி கணேசனிடம் கேட்டார் ''எதுக்கு?''

''எங்க வாத்தியாருக்கு புள்ள பொறந்துருக்கு. புது அண்ணாக் கவுறு போடறதுக்கு வெள்ள எருக்குல நாரு உரிச்சி திரிக்கணுமாம். அத தேடிக்கிட்டுதாம் போறம்...''

''அட்றா திருட்டுக் கம்னேட்டி. காலையில நாலு சுத்து பொணய ஓட்றான்னதுக்கு, மூஞ்சதூக்கி வெச்சிக்கிட்டு பள்ளிக்கொடம் போறன்னு நின்ன. இங்க என்னாடான்னா வெள்ள எருக்கு தேடிக்கிட்டுப் போறா னாம்.'' கையை ஓங்கிக் கொண்டு கோபமாக தாமோதரனிடம் ஓடி வந்தார். இதை சற்றும் எதிர்பார்க்காத மற்றவர்களும் திடுக்கிட்டு மிரண்டு ஒதுங்கினார்கள்.

''நித்தம் ஓம் பள்ளிக்கொடத்துக் கத இப்பிடித்தான் இருக்குதா. ஓங் கறிய உரிச்சி உப்புல போடறன் வா, ஓகோரின்னானாம். நா அங்க கம்மஞ் சொணையிலியும், காட்லியும் கெடந்து என்னா பாடுபட்டுக்கிட்டுக் கெடக்கறன். அங்கன்னா திருப்பூர்ல போயி உண்ட மசாலா வாங்கித் தின்னுட்டு ஒண்ணு கெடக்குது. இங்க நீ சுத்திக்கிட்டு நிக்கிற...'' அவர் முகத்தில் எள்ளும்கொள்ளும் பொறிந்தது.

மற்ற பசங்களைப் பார்த்து மிரட்டுகிற மாதிரி சொன்னார் ''எவண்டா ஒங்க வாத்தி. எவம் புள்ளப் பெக்கறது. எவம் புள்ளைக்கி எவம் புள்ள அண்ணாக்கவுறு திரிக்கறதுக்கு எருக்கஞ்செடி ஒடிக்கப் போறது. இதுக்காடா ஒப்பன் ஓத்தாள்லாம் ஒங்கள பள்ளிக்கொடம் அனுப்பறது. ஒங்குளுக்குல்லாம் அறிவு எங்கடா போச்சி?'' கோபமாக

பேசிக்கொண்டு இருக்கும்போதே வடக்கிருந்து 24 வந்தான். குறுக்கே கையைக் காட்டியபடி தாமோதரனைப் பார்த்து சொன்னார். ''சாயந்திரம் ஊட்டுக்கு வா. ஓங் கறிய கணக்கு பண்ணிடுறன். நீ படிச்சிக் கிழிச்சது போதும். நாளையிலேர்ந்து மாட்ட கொல்லிக்கி ஓட்டிக்கிட்டுபோ. ஊரு சுத்தற ஒனக்குலாம் சம்பாரிச்சிப் போடணும்னு ஏந் தலையில மட்டும் ஈயத்தக் காச்சியா ஊத்தியிருக்கு.''

24ல் ஏறியதும் புகையைக் கக்கியபடி உறுமிக் கிளம்பியது.

•

சாயந்திரம் விழப்போகிற படையலை நினைக்க நினைக்க உடம்பு ரணமாக வலித்தது. இந்த வாத்தியைக்கூட ஒரு கணக்கில் சேர்த்துக் கொள்ளலாம். அப்பன் மோசக்காரன். கையில் கிடைக்கிற பலகட்டையோ, கொடுவாள் பொடங்கோ, ஊதாங்குச்சியோ... கறி கன்னிப் போய்விடும்.

''நா வல்லடா, நீங்க போங்க...'' தாமோதரனுக்கு வார்த்தை ஆத்திரத்தில் பிதுங்கியது.

மூச்சிப்பேச்சி எதுவுமில்லாமல் நின்றுகொண்டிருந்தவர்களில் டில்லிதான் சொன்னான். ''எலேய், நீ மட்டும் திரும்பிப் போனின்னா, அவ்வளவுதான். அதுவும் ஒங்க அப்பா இங்க பேசனது அவங் காதுக்கு போச்சி, கத கந்தல். நார் நாரா ஒன்னப் பிச்சிடுவான். எல்லா அப்பாரும் இப்பிடி பள்ளிக்கூட நேரத்துல சுத்தறதப் பாத்தா சும்மாவா இருப்பாங்க. பேசாம வா. இன்னஞ் செத்த நேரம் எங்கியாவுது பாத்து ஒடிச்சிக்கிட்டுப் பூடலாம்...''

வாத்தியை நினைத்துப் பார்த்தான். மிரட்டுகிற அப்பனை நினைத்துப் பார்த்தான். வடக்கே ரோட்டையும், தெற்கே பள்ளிக்கூடம் இருக்கிற திக்கையும் மாறி மாறிப் பார்த்தான். எப்படிப் பார்த்தாலும் அடி உண்டு. இப்படியே பள்ளிக்கூடம் போனால் வாத்தியும் அடிப்பான். சாயந்திரம் வீட்டிலும் பூசை உண்டு. ஆனது ஆச்சி. இப்படியே எருக்கஞ் செடி ஒடிக்கப் போனால், வாத்தியிடம் வாங்குவதாவது தப்பும்.

வேண்டாவெறுப்பாய் வதங்கியபடி வடக்கு நோக்கித் திரும்பினான். எல்லோரும் நடையைக் கட்டினார்கள். எல்லோர் முகமும் செத்துப் போய்விட்டது. தாமோதரனுக்கு விழுந்த பாட்டு எல்லோருக்கும் வலித்தது. அவரவர்களின் அப்பா பேசியது மாதிரி அறுத்தது. ஊமையாய் நடந்துகொண்டிருந்தார்கள்.

பூண்டியாங்குப்பத்து ஏரி முடக்கில் திரும்பும்போது, இறுக்கத்தை உடைக்கிறமாதிரி டில்லி, சிவகுமாரைப் பார்த்துச் சொன்னான். ''சிவா, நீனும் கணேசனும் ஏரி மோட்டு எறக்கத்துல அங்காண்ட எதாவது எருக்கஞ்செடி நிக்கிதான்னு பாருங்க...''

அவர்கள் ரெண்டு பேருக்கும் எரிச்சல் வந்துவிட்டது. ''ஏன்

நீயிலாம் போயி பாத்தா ஆவாதா. எனும்மா நானும் மின்னியே புடிச்சி பாத்துக்கிட்டு இருக்கறன். பெரிய மயிர் மாதிரி ரோட்ட வுட்டுக் கீழ எறங்காத இங்க போ அங்க போன்னுக்கிட்டு. நாங்க போவுல, நீ போய்ப் பாரு'' சிவகுமார் அலைந்த கடுப்பில் பேசினான்.

டில்லி கலகலத்துப் போய்விட்டான். கோபம் பறந்தது அவனுக்கு ''எலேய், யாருக்கிட்ட பேசிக்கிட்டு இருக்கீங்க தெரியுமா!''

''ஊம் தெரியும். பெரிய கொட்டாரத்து கலியம் மொவன் டில்லி கிட்ட பேசிக்கிட்டு இருக்கறம். ஏதோ பள்ளிக்கொடத்துல ராவடி பண்ற, போய்த்தொலையிதுன்னு வுட்டா இங்கயும் வந்து ஓங் கைலாசத்தக் காட்றியா...'' சிவகுமார் சின்னக்கொட்டாரக் குப்பத்துப்பையன். இவன் குடும்பத்தைப் பற்றி முழுசாகத் தெரியும்.

''பேசாம இருடா...'' என அவனைத் தடுத்த கணேசனை ஒதுக்கிவிட்டு முறைத்தபடி பேசினான்.

தாமோதரன் ஒன்றும் பேசாமல் நின்றுகொண்டிருந்தான். அப்பனைப் பார்த்த பிறகு எந்த சிந்தனையும் ஓடவில்லை. மொட்டை வெயிலில் இவர்கள் வம்பு வளர்த்திக்கொண்டிருந்ததைக்கூட பொருட் படுத்தாமல்,காத்துசாட்டையில் அகப்பட்டவன் மாதிரி வெறித்துப் போய் நின்றிருந்தான்.

''ஊகும். நீ சுத்தப்படமாட்ட. வாத்தியாருகிட்ட சொல்லி, நாலு வாகநாரங்கழிய ஒடிச்சாதான் பொறுத்தப்படுவ'' டில்லி கருவியபடி சொன்னான்.

''இவுரால ஒரு மயிரும் ஆட்ட முடியாது. அதான் எதுக்கு எடுத் தாலும் வாத்தியார இழுக்கறது'' சிவகுமார் சொல்லிக்கொண்டு இருக்கும் போதே, டில்லி ஆத்திரத்தோடு ஓடி சிவகுமார் சட்டையைப் பிடித்தான் ''என்னால ஒரு மயிரும் முடியாதா...''

சிவகுமார் சட்டையைப் பிடித்து டில்லி நெட்டிய வேகத்தில், கணேசன் பின்னால் ஓடிவந்து டில்லியின் மயிரைப் பிடித்து இழுத்தான். தாமோதரன் திடுக்கிட்டமாதிரி ஓடி விலக்கி இழுத்தான். ''டேய் உடுங்கடா...'' சிவகுமாரின் சட்டையைப் பிடித்திருந்த டில்லியின் கையை பிய்த்து விட்டான். ''உட்டுட்டு எட்ட நவுருங்கடா...''

திரும்பவும் மோதத் துடிக்கும் ஆட்டுக்கிடாய்கள் போன்று மூச்சிரைக்க முறைத்துப் பார்த்துக்கொண்டு நின்றார்கள். தாமோதரன் சண்டைபோட்டான். ''ஏண்டா, எதுக்குடா நாம வந்தம். வந்த எடத்துல ஏண்டா இப்பிடி கடிச்சிக்கிறிங்க. நானே நொந்துபோய் நிக்கிறன். இதுல வேற... போங்கடா...'' டில்லியை பிடித்து நெட்டினான்.

மூன்று மைலுக்கு மேல் தாண்டி வந்துவிட்டார்கள். பதினொன் றரை 'விமலாதேவி' வடக்கே போனான். ஒதுங்கி நின்றார்கள். ரோட்டில்

கிடந்த கம்மஞ்சக்கை புழுதி விமலாதேவியின் டயரில் சிதறி பறந்து மேலெல்லாம் படிந்தது. கணேசன் உறுதியாகச் சொன்னான். ''எங்க ஊரு வண்ணாங்குட்டையில நெறயா எருக்கஞ்செடி இருக்குது. வாங்க போவும்.''

''எருக்கஞ்செடி எல்லா ஊர்லியுந்தான் இருக்கும். வெள்ள எருக்கு இருக்குமான்னு கேள்டா'' நேரிட்டுப் பேசாமல், குறுக்கில் தாமோத ரனிடம் சொன்னான் டில்லி.

விதியே என்று நடந்துகொண்டிருந்த தாமோதரனைப் பார்த்து, லேசாய் சிரித்தபடி சொன்னான் ''போயி பாத்தாதான் தெரியும்.''

''தாமோதரம் மாதிரி, ஒங்கப்பன் வழியிலகிழியல தெம்படப் போறாங்க...'' சிவகுமார் சொன்னான்.

''தெம்பட்டா, அவனமாதிரி ஓத்தாம்பாட்டு வாங்கி கட்டிக்க வேண்டிதுதான்'' டில்லி சிவகுமாரைப் பார்த்துச் சிரித்தான்.

''நீ ஒண்ணும் எழச்ச சிரிப்பு எங்களப்பாத்து சிரிக்கவேணாம். எங்க அப்பா அம்மால்லாம் கல்லு சலிக்க, கல்லமோட்டுக்கு காலை யிலயே பூட்டாங்க...'' கடுப்பை முகத்தில் வைத்துக்கொண்டு கணேசன் சொன்னான்.

''ஆமா, நா ஒங்க கிட்ட எழையறதுக்கு ஓடியாறன். ஒங்ககிட்ட எழைஞ்சாதான் எங்க ஊட்ல ஓல கொதிக்கும் பாரு.''

டில்லி கிண்டலாக பின்னால் சொல்லிக்கொண்டே வந்தான். பின்னால் பட்டென்று கிட்டக்க சைக்கிள் மணி காதில் அடிப்பது போன்று கேட்டதும் திடுக்கிட்டமாதிரி திரும்பி பின்னால் பார்த்துக்கொண்டே முன்னால் வேகமாக அடியெடுத்து வைத்ததில், முன்னால் போனவர் களும் திடுக்கிட்டு அங்குமிங்கும் நகர்ந்து முட்டிமோதி ஒதுங்கினார்கள். சைக்கிள்காரன் மின்னலாய் திரும்பிப் பார்த்துக்கொண்டே எகிறி மிதித்தான்.

கணேசன் சொன்னதுமாதிரி பாலக்கொல்லை வண்ணான் குட்டையில் ஏகப்பட்ட எருக்கஞ்செடிகள் புதர்புதராகக் கிளம்பியிருந்தன. எல்லாம் பெரிய பெரிய கழிகளை வைத்துக்கொண்டு ஆளுயுரத்திற்கு வளர்ந்திருந்தன. எல்லாச் செடியிலும் பூக்கள். பீக்கருவைப் புதருக்குப் போட்டியாக கரைமேட்டிலும் இறக்கத்திலும் மண்டிக்கிடந்தன.

கணேசனே அசந்து போய்விட்டான். எத்தனையோ தடவை இந்தக் குட்டைக்கு அவன் வந்து போயிருக்கிறான். ஆனாலும் ஒரு நாளும் இந்த அடம்பை அவன் நின்று பார்த்தது இல்லை. பார்க்க வேண்டிய அவசி யமும் இல்லாததால், பெரிதாக எடுத்துக் கொள்ளவில்லை.

துறைக்குப் போகிற தேய்வடிப் பாதையில் மலைக்க நின்று பார்த் தவர்களை டில்லி அதட்டினான். ''என்னாடா பாத்துக்கிட்டு இருக்

கீங்கள... போய் பாருங்கடா... எதாவது ஒண்ணு ரெண்டாச்சும் வெள்ள எருக்கு இருக்குதான்னு...'' பட்டென்று ஞாபகம் வந்தவன் போல் குரல் தாழ்ந்து ''வாங்கடா போய் பாப்பும். பசி வேற எடுக்குது...'' முதல் ஆளாய் இறங்கினான்.

கணேசனும் சிவாவும் டில்லியைப் பார்த்து நமுட்டுச்சிரிப்பு சிரித்தபடி இறங்கி செடிகளிடம் போனார்கள். எந்தச் செடியும் இவர்கள் மட்டத்திற்கு இல்லை. தலைக்குசந்து, நிமிர்ந்துதான் பார்க் வேண்டியிருந்தது. ஒவ்வொரு கழி நுனியில் இருக்கிற பூக்கொத்தைப் பார்த்த மாத்திரத்திலேயே அவரவர்களின் முகமும் ஏமாற்றத்தில் வாடிக் கொண்டேயிருந்தது. எல்லாப் பூக்களும் சிவப்பு.

''எலேய் நொண்டி வீரா, ஒனக்கு கலுப்பரம் வாங்கி கொளுத் தனாலும் கொளுத்தறம். எங்களால அலைய முடியில. காலு சோந்து போச்சி. பாத்து பாத்து கண்ணு செத்துப்போச்சி. எங்குளுக்கு அதிகமா வேண்டில. சும்மா சாத்தராப்புக்கு ஒரு நாலு கழியையாவது கண்ணுல வெள்ள எருக்கக் காட்டு. வெறுங்கைய வீசிக்கிட்டுப் போனா அந்த வாத்தி எங்கள வெளூர் ஓட்டிடுவான்'' கரைமேட்டுத் துறிஞ்சி நிழலில் குந்தி யிருந்த நொண்டி வீரனைப் பார்த்து கணேசன் வேண்டியதைக் கண்ட மூன்று பேரும் பாவமாக பார்த்தார்கள்.

அண்ணாந்தும் குனிந்தும் வளைத்து ஊனாடிப் பார்த்தும் அசந்து போய் அலுத்துவிட்டது. தாமோதரன் எதிலும் மனம் ஒட்டாமல் பூக்களைப் பார்த்துக்கொண்டிருந்தான். சல்லடை போடாத குறையாய் பார்த்துவிட்டார்கள். மருந்துக்குக்கூட வெள்ளை எருக்கு கிடைக்க வில்லை. ஏமாந்து போய் கரையேறப் போகிற நேரம் அவசரமாய் சிவகுமார் கூப்பிட்டான் ''எலேய், இங்க வாங்களண்டா...''

அடித்துப் பிடித்துக்கொண்டு, எருக்கங்கழியை ஒதுக்கிக்கொண்டே போனார்கள் ''என்னாடா வெள்ள ஆப்புட்ருக்கா...''

உற்று ஒரு எருக்கஞ்செடியை பார்த்தபடி சிவகுமார் நின்றிருந்தான். முதலில் கிட்டப்போனது டில்லியும், கணேசனுந்தான். சந்தேகங் கலந்த நிம்மதியுடன் அவசரத்தில் மேலு காலு எல்லாம் எருக்கம்பஞ்சியை பூசியபடி நெருங்கிய நேரத்தில் தாமோதரன் காலில் 'சுரீர்' எனக் குத்தியது. சிவகுமாரைப் பார்த்தபடி முள்ளைப் பிடுங்கி எறிந்துவிட்டு கிட்டப் போன நேரத்தில் ''ச்சீய்...'' என்று காறித்துப்பியபடி சிரித்தான் டில்லி.

''என்னடா எதுக்க காறித் துப்புற...'' தாமாதரன் செடியைப் பார்த்தான்.

''இதக் காட்றதுக்குதான் கூப்ட்ருக்கான்...''

டில்லி கையைக் காட்டிய இடத்தில் பார்த்தான். வெண்பஞ்சு பரவிய எருக்கன் இலையில் இரண்டு வெட்டுக்கிளிகள் ஒன்றன்மீது ஒன்றாக, பொணசலில்.

''ஏண்டா நேரங்காலந் தெரியாம வவுத்து எரிச்சலக் கௌப்பிக் கிட்டு...'' சலித்தபடி எட்டப்போக காலடியை எடுத்து வைத்தான். கட்டைவிரல் நுனியிலிருந்து ஒரு ரத்தத்துளி முன்னுக்கு ஓடி விழுந்தது. பயத்தோடு காலை வளைத்து பாதத்தைப் பார்த்தான். உள்ளங்கால் முழுவதும் செக்கச் செவேல் என்றிருந்தது.

''என்னாடா இது ரெத்தம்...'' பதட்டத்தோடு குனிந்தார்கள்.

தாமோதரன் நொண்டி நொண்டி வந்துகொண்டிருந்தான். வரப்பிலும், வாய்க்காலிலும் நடக்க அவனுக்கு கால் கூசியது. மற்றவர்கள் நம்பிக்கையாய் நடந்துகொண்டிருந்தார்கள்.

பாதத்தில் இருந்த ரத்தக்கறையை வண்ணாங்குட்டையிலிருந்து கழுவிக்கொண்டு கரையேறிய நேரம் புதுப்பேட்டை பெரிய செட்டி, கரையிலிருந்து இறங்கி வந்தான். கணேசனுக்கு அந்த ஆளைத் தெரியும். ''இங்க வெள்ள எருக்கு எங்க செட்டியார கெடைக்கும்?''

கணேசனை நிமிர்ந்து பார்த்தபடி சொன்னார் ''யாரு பாலக்கொல்ல குண்டுமொவம் போல்ருக்கு. எதுக்குடா வெள்ள எருக்கு?''

வாத்தியார் புள்ளைக்கு அர்ணாகயிறுக்கு என்றால் எதாவது கீணூட்டு சொல்வான் என்று மறைத்து சொன்னான். ''எங்க வாத்தியாரு, ஒரு வைத்தியத்துக்கு கேட்டாரு.''

''என்னா, எனக்குத் தெரியாத வெள்ள எருக்குல வைத்தியம். புள்ளைக்கி அர்ணாகவுறு திரிக்க, நாறெடுக்கத்தான் இருக்கும். வாத்தி ஒங்கள அனுப்பியிருப்பான்.''

புள்ளடித்தமாதிரி செட்டி சொன்னதும் இவர்களுக்கு தூக்கிவாரிப் போட்டுவிட்டது. இருந்தும் காட்டிக்கொள்ளாமல் கேட்டான். ''எங்க செட்டியார கெடைக்கும்?''

''நீங்க யாரும் பெரியவங்கள பாத்து கேக்குலியா. நம்ம சுத்துப் பட்டுல பாலக்கொல்லையில பாங்காரு ரெட்டி தோட்டத்துல மட்டுந் தான் இருக்கு. பூவு தும்பப்பூவு நெறத்துல இருக்கும். அங்க இங்க அலையாம நேரா அங்க போங்க'' சொல்லியபடி இறக்கத்தில் கோவணத்தை அவிழ்த்து முக்க ஆரம்பித்திருந்தான்.

டில்லி கணேசனைப் பார்த்து திட்டினான். ''கடைசியில ஒங்க ஊரிலியே இருந்துருக்கு போல்ருக்கு. இது கூட தெரியாம, எங்கள சுத்தல்ல உடற.''

''இந்த ஆதிகாலத்து வழமொறையலாம் நமக்காடா தெரியும். இப்பதான் அதிசயமா புள்ளப்பெத்துட்டான்னு அலைய உடறான். சரி அந்த செட்டி சொன்னமாதிரி, பெரிய ரெட்டி ஊட்லியாம. அங்கப் போயி பாப்பும்.'' பாலக்கொல்லையை நோக்கி நம்பிக்கையாய் நடந்து போனார்கள்.

பாலக்கொல்லையை நெருங்கியிருந்தார்கள். தாமோதரன் நொண்டியபடி விசனமாக சொன்னான் ''மத்தியான பள்ளிக்கொடந்தான் போவலாம் போல்ருக்கு. நாலாம் பீரியடு, அந்த கணக்கு வாத்தி வேற, எங்கடா போனிங்கன்னு கையப் புடிச்சி முறுக்கி சப்பையில குத்துவான்.''

டில்லிதான் சமாளித்தான் ''கணக்கு வாத்தியாரலாம் நம்ம வாத்தியாரு பாத்து சொல்லிருப்பாரு'' சொல்லியபடி நடந்தவன் திடுக்கிட்டமாதிரி சொன்னான், ''ஒரு ஓசனாடா.''

''என்னாடா?''

''இப்பியே மத்தியானம் ஆயிப்போச்சி. பசியில நல்லுவன் வேற அண்ணாக்கவுத்த பிய்க்கிறான். ஒனக்கு வேற கால் சரியில்ல. போற எடத்துல நமோதா இருக்குமான்னு தெரியில. பேசாம இந்த எருக்கழியில நாலு ஒடிச்சிக்கிட்டு, தழ பூவு எல்லாத்தையும் உருவிட்டு, இதான் வெள்ள எருக்கங்கழின்னு கொண்டு போயி குடுத்துடுவமா. வாத்திக்கு மட்டும் என்னா தெரியவா போவுது. ரெண்டு எருக்குக்கும் கழி ஒரே மாதிரிதான இருக்குங்குறாங்க.''

சிவகுமாருக்கும் கணேசனுக்கும் அலைந்து திரிந்ததில் இந்த யோசனை சரியாகப் படுவது மாதிரி தெரிந்தது. ஆனால் தாமோதரன் குறுக்க தலையாட்டினான். ''வேணாண்டா, இம்மாம் காடு மோடுலாம் அலைஞ்சிட்டம். இன்னம் நாலடி போயி பாத்துட்டு வந்துடுவம். அந்த ஆளுக்கும், பூவு மட்டுந்தான் வேற வேறயா இருக்கும்ங்கற நொளுப்பம் தெரியாமலா இருக்கும். வெளிய தெரிஞ்சி போச்சினா கொல பண்ணிடுவான்.''

பங்காரு ரெட்டி வீட்டுக்கு மட்டுமில்லை; ரெட்டித் தெரு பக்கமாகக்கூட கணேசன் போனதில்லை. எப்பையாவது மோர் தயிர் என வாங்கப்போவதோடு சரி.

தாழ்வாரத்தில் நாற்காலி போட்டு, தொம்பையோரம் ரெட்டி குந்தியிருந்தான். கையில் பனைமட்டை விசிறி ஓயாமல் ஆடிக்கொண் டிருந்தது. உள்வாசலில் ரெட்டி வீட்டு அம்மாள் நிற்பது தெரிந்தது. அந்த காலத்து சுண்ணாம்பு கலவையால் கட்டப்பட்ட சுத்துக்கட்டு வளப்பு வீடு.

குறட்டில் ஏறவே இவர்களுக்கு கால்கள் கூசின. சிமிட்டித்தரையில் பொடி அள்ளியது. கணேசன் முன்னே போய் கூப்பிட்டான் ''ஏங்க...''

ரெட்டி திரும்பினான். ''யாருடா பசங்க...''

''நாங்க ஆலடி பள்ளிக்கொடத்துல எட்டாவது படிக்கிறம். எங்க வாத்தியார் புள்ளைக்கி, அர்ணா கவுறு திரிக்க வெள்ள எருக்கங்கழி வேணும்'' கணேசன் ஒரே மூச்சில் சொல்லி முடித்தான்.

''நீங்கல்லாம் என்னா ஊரு'' கொஞ்சம் நக்கலாக ரெட்டி கேட்டான்.

''நா புலியூரூங்க...''

''நா பெரிய கொட்டாரங்க...''

''நா, சின்ன கொட்டாரங்க...''

'' நா இந்த ஊருதாங்க...''-கடைசியாக கணேசன் சொன்னான்.

''யாரு ஊடு...''

''குண்டு மொவங்க...'' கணேசன் கையைக் கட்டியபடி சொன்னான்.

''தொப்பையம் பேரனா... ஓந் தர்பார்லதான் இட்டாந்துருப்ப'' செல்லிக்கொண்டிருந்த ரெட்டிக்கு பட்டென்று குரல் எகிறியது. ''ஏண்டா, நீங்கள்லாம் படிக்கிறதுக்கு பள்ளிக்கொடம் போறிங்களா. இல்ல வாத்திக்கி, இப்பிடி புழுக்க வேல செய்யப்போறிங்களா. ஓங்க மூஞ்சியப் பாத்தா, ஒரு மூஞ்சிகூட படிக்கிற மூஞ்சியாவே தெரியிலிய...''

''இல்லிங்க படிக்கறதுலாம் படிப்பம். இன்னைக்கிதான்...'' தாமோதரன் தயங்கியபடி இழுத்தான்.

''படிக்கிறதுலாம் படிப்பிங்களா... ஒரு கணக்கு போடறன், சொல்லுங்களன். கால்ரைக்காக் காசிக்கி நால்ரைக்கா வாழக்கா. காசிக்கி எத்தினி வாழக்கா...'' முட்டையைப் போட்டு உடைக்கிற மாதிரி சாதாரணமாக சொன்னான்.

எல்லோருக்கும் திக்கென்று போய்விட்டது. வெயிலில் நிற்பது, பொடி வயிட்டியது. என்னவோ பல்லில் போட்டு தெறிக்கிற அவசரத்தில் பதில் சொல்லிவிடுகிறமாதிரி ஒன்றும் புரியாத கால், அரைக்கால் என அதிரடியாக முழிபிதுங்கி வாய்க்குள் முணுமுணுத்துக் கொண்டிருந் தார்கள்.

''சரி சரி. ஓங்க வாத்திக்கே சுட்டுப் போட்டாலும் இந்த கணக்கு வராது. நீங்க எப்பிடி சொல்லி கிழிச்சிடுவீங்க. மேற்கால அந்த சந்தால போயி, தோட்டத்துல ஆரல் ஒட்டா நின்னுது. ஒடிச்சிக்கிங்க...''

தோட்டத்திற்குள் நுழைந்தவர்கள், போன அடி மறையாமல் குறட்டில் வந்து நின்றார்கள்.

''என்னா வெறுங்கையா வந்துருக்கீங்க... செடி இல்ல...''

''செடிவோள்லாம் இருக்குதுங்க... ஆனா...'' கணேசன் தயக்கத் தோடு இழுத்தான்.

''என்னா ஆனா...''ரெட்டி முகஞ் சுருங்கியபடி கேட்டான்.

''செடிலாம் நாலஞ்சி கழியோட நிக்கிது. ஆனா நுனியில வெறுந்தழ மட்டுந்தான் இருக்குது. ஆசைக்கிக்கூட ஒரு பூவு இல்லிங்க...''

கொஞ்சம் பயந்தமாதிரி சொன்னான்.

பட்டென்று ரெட்டிக்கு கோபம் வந்துவிட்டது. ''பூவோட இருந்தாதான் மயிரானுவோ ஒத்துப்பிங்களா! நா சொல்றதுல்லாம் நம்பிக்க இல்ல... ஊம்'' அதட்டியபடி கேட்டான்.

''அதுக்கில்லிங்க. அந்த வாத்தி சூத்துத் துணி நம்பாத ஆளு. பூவு இல்லாம ஒடிச்சிக்கிட்டுப் போனா, சந்தேகப்பட்டு எங்க ஒடிச்சதுன்னு கேட்டு வெசாரிச்சாலும் வெசாரிப்பாரு. அதுக்குத்தான்...'' தாமோதரன் இழுத்தான்.

ரெட்டி கொஞ்சம் நேரம் பேசாமல் குந்தியிருந்தான். முகம் கடுகடுவென்று சிவந்துகொண்டிருந்தது. இவர்கள் கலவரத்தோடு நின்று கொண்டிருந்தார்கள்.

''ஒங்க வாத்தி பேரென்ன...''

''தில்லைவனங்க...''

''என்னா ஊரு...''

''செதம்பரங்க...''

''பேர் பொருத்தம் ஊர் பொருத்தம்லாம் சரியாதான் இருக்கு. ம்... இந்த மாதிரி ரெட்டியார் ஊட்லதான் சொல்லி ஒடிச்சாச்சந்தனாலும் நம்பமாட்டார்ங்கிறிங்க... இல்ல...''

''ஆமங்க...'' வேகமாய் தலையாட்டினார்கள்.

''அப்ப ஒரு ஆறு மாசங்கழிச்சி அவுரையே வரச்சொல்லு. அதுக்குள்ள கழிநுனியில துளுத்துருக்கறதுல எப்பிடியும் பூவு வைச்சிடும். வந்தாருன்னா பூவோட ஒடிச்சிக்கிட்டப் போவலாம்.''

●

வண்ணம்

'கருப்பு... கருப்பு... கருப்பு...' இருட்டாகவே போய் கொண்டிருந்தது, வர்ணங்களைப் பற்றிய அவன் கனவு. இன்றைக்காவது கருப்பைத் தவிர்த்த வேறு எதற்காவது வாய்ப்பு கிடைக்குமா என்று யோசித்தபடிதான் வந்தான். டப்பாக்களில் சிவப்பு, வெள்ளை, பச்சை, நீலம், சந்தனம் என வண்ணக் குழம்புகள் இவனை ஏளனமாகப் பார்த்தன. சின்னச் சின்னக் குதிரைமுடிகளை நுனியில் நீட்டிக்கொண்டிருந்த தூரிகைகள் இவனுக்கு பழிப்புக் காட்டின. இவனுக்கென்று காத்திருந்தது போன்ற, பெரிய டப்பாவில் இருட்டைக் கரைத்து வைத்தமாதிரியான, சற்றும் பிடிக்காத, அடித்துச் சலித்துப் போன கருப்பும், அதற்கு பக்கத்தில் கட்டை விளக்குமாறு போன்ற பெரிய பிரஷ்சும்... பார்க்க பார்க்க பற்றிக் கொண்டு போனது.

முதலாளி நடராஜ ஸ்தபதியிடம் நேற்றே சொல்லியிருந்தான், ''நாளைக்கி வேல செய்யப்போற கோயில்ல, மகுடி ஊதறவனுக்கு நா அடிக்கிறங்க...''

வட்டமான பீடம். பீடத்தின் மீது, வட்டமாக திறந்த நிலையில் பாம்புப் பெட்டி, திறந்த நிலையில் பாம்பு தலையை நீட்டி படமெடுத்து ஆடுகிறது. ஒரு காலை நாய்குந்தலாய் மடக்கியும், மறுகாலை முட்டி போட்டும் சுதை. ஏற்கனவே வந்திருந்தபோது, உன்னிப்பாய்தான் பார்த்து போயிருந்தான்.

நல்லபாம்புகளை கொல்லைவெளியில், முந்திரிக்காட்டில் நிறையவே பார்த்திருக்கிறான். லேசான மஞ்சள் கலந்த பொன்னிறத்தில் மேலுக்கும், கூடுதலாய் வெள்ளை கலந்து அடிவயிற்றுக்கும் படத்துக்கு லேசான கருப்பும் அடித்தால் போதும். பாம்பு படமெடுத்தாடுவது பளிச்சென்று இருக்கும்.

''சரி சரி, நாளைக்கி வா பாப்பும். இருந்தாலும் நீ ரொம்ப அவசரப் படற. நான்லாம் தொழிலக் கத்துக்கிட்டு, பிரஷ்ச கையில எடுக்கறதுக்கே வருசம் ஒண்ணாச்சி. அதுக்கு பிறகுதான், கருப்பத் தொடவே வுட்டாங்க. நேத்திக்கு வந்த, அதுக்குள்ள பூரணி பொற்கலைக்கி பூசறன்னு நிக்கற...'' சிரித்தபடிதான் சொன்னார்.

அவர் சிரிப்பு இவனுக்கு நம்பிக்கை ஊட்டுவதாக இருந்தது. எப்படியும் மகுடிக்காரன் தன் கைவண்ணத்தால் பொலிவு பெற்றுவிடுவான். மகுடி இசை, பாம்பின் உணர்வுகளைச் சீண்டி சிலிர்க்க செய்யும். தன்னை மறந்த நிலையில் பாம்பு படமெடுத்தாடும். பெரிய வர்ண ஓவியனைப்போல் பெருமிதமாக நடந்துபோனான்.

இரவெல்லாம் அவன் கனவுகளில் பாம்புகளே வந்தன. மகுடி இசை, சித்திரை மாத இரவின் நிலவொளிக்காற்றாய், மெல்ல எழும்பிக் கொண்டிருந்தது. பாம்புகள் தொடர்ந்து படமெடுத்து ஆடியபடி இருந்தன. இவன் கை அசைவிற்கு ஏற்ப, சமயங்களில் மகுடி இசையையும் மீறி ஆட்டம் போட்டன.

கனவு தகர்ந்துவிட்டது. காலையில் சுதை செய்யச் சொன்ன கர்நத்தான் வந்தான். வரும்போதே அவன் முகம் இறுகிக்கிடந்தது. நேராக ஸ்தபதியிடம் போனான். ''நீங்க பாட்டுக்கும் செலய செஞ்சி சாக்கப்போட்டு மூடிட்டுப் பூட்டிங்க. எப்பதான் வேலய முடிக்கப் போறீங்க. கும்பாபிஷேகத்துக்கு தேதி வைச்சிட்டன். வெளிநாட்டுக்குப் போறதுக்கு டிக்கெட் ஓகே பண்ணியாவணும். என்னா பண்ணுவிங்களோ, ஏது பண்ணுவிங்களோ இன்னம் ரெண்டு நாளைக்குள்ள பெயிண்டிங் வேலய முடிக்கணும்.''

ஸ்தபதிக்கு லேசாக முகம் மாறியது. வெளியில் காட்டிக்கொள்ளாமல் சாந்தமாக சொன்னார் ''முடிச்சிடுறங்க.''

''முக்கியமா நா டிக்கெட் ஓகே பண்ணியாவணும்...'' சொல்லிவிட்டுப் போனான்.

வெளிநாட்டுக்கைலி, வெளிநாட்டு சட்டை, வெளிநாட்டு வாட்சு, வெளிநாட்டு செருப்பு. வேண்டுதலாம் விசலூர் அய்யனாருக்கு. வேட்டைக்குப் போக துணைக்கு வீரனும், சவாரிக்கு இரண்டு குதிரைகளும், வாசலில் மகுடிக்காரனும். துப்பாக்கியும், கூட நாயும் கொண்ட காவல்காரனைத்தான் வேண்டியிருந்தானாம். அதற்குள் வேறு ஒருவன் காவல்காரன் சிலையை செய்துவிட, இவன் மகுடிக்காரனைத் தேர்ந்தெடுத்திருந்தான்.

புதுக்கல்யாணம் செய்துவிட்டு வெளிநாடு போனவன், திரும்பி வருவதற்குள் ஆம்பளப் பிள்ளை பிறந்து, இவன் வந்து நின்றபோது, யார் எவர் எனத் தெரியாமல் திகைத்து முழித்தது. பெற்றவள் அடையாளம் காட்டினாள். ''இவருதாண்டா ஒங்க அப்பா.'' ஆண்பிள்ளை பிறந்தால், விசலூர் அய்யனாருக்கு மேற்படி சிலைகளைச் செய்து வைப்பதாக வேண்டிக்கொண்டாளாம்.

ஆம்பளப் புள்ளை பெற்றுத் தந்தவளாச்சே! அவனால் தட்ட இயலவில்லை. அய்யனாரும் கோபக்காரன். போன இடத்தில் ஏற்கனவே வேலைசெய்த கேபிள் குழிவெட்டுகிற வேலைக்கு ஆள் அதிகம்ன்னு ஆடுமேய்க்க அனுப்பிவிட்டால்... சிலைகளைச் செய்து வர்ணம் பூசுவது

வரை என ஸ்தபதியிடம் அச்சாரம் கொடுத்து, பார்த்த மாத்திரத்தில் வேலை முடிய வேண்டும் என்கிறான். வெளிநாட்டுக் காசு வீசியெறிந்தால், வேலை முடிந்துவிடும் என்கிற கணக்கு அவனுக்கு.

ஸ்தபதி முகம் கொஞ்சம் கடுகடுவென்று இருந்ததுமே இவனுக்கு சப்பென்று போய்விட்டது. காலையிலேயே அந்த ஆள் சூடாகிவிட்டால் அவ்வளவுதான். பொழுதேறிக்கும் காய்ந்து விழுவான். ''டேய், என்னாடா சாணி மொழுவறமாதிரி மொழுவற...'' ''கீழ ஒழுவவுட்ட, மூஞ்சிய பேத்துடுவன்'' ''நீங்கள்லாம் வெராட்டி தட்றதுக்குக்கூட யோக்யத இல்லடா...'' ''ஏண்டா நிக்கிறீங்க. நீ போயி குதிரைக்கி அடி. நீ மகுடிக்காரனுக்குப் போ...''

மகுடிக்காரனுக்கு வேறு ஆள் நியமிக்கப்பட்டதுமே, இவனுக்கு ஆத்திரம் பொங்கிக்கொண்டு வந்தது. அடக்கமுடியாமல் தத்தளித்துக் கொண்டு நின்றான். ''டேய் செலம்பு, நீயேண்டா நிக்கிற. ஒனக்கு வேற தனியா சொல்லுணுமா, கருப்பு பெயிண்ட எடுத்துக்கிட்டுப்போயி கொளம்புக்கு அடி.''

கண்களில் நீர் முட்டியது இவனுக்கு. ஸ்தபதி இருக்கிற நிலையில் இதற்குமேல் அவனால் ஒன்றும் சொல்லமுடியாது. வேண்டா வெறுப்பாக கருப்பு பெயிண்டை எடுத்துக்கொண்டு குதிரைகளிடம் போனான். ''டேய் செலம்பு, டப்பாவ வைச்சிட்டு இங்க வா. புளியாந்தோப்புக்கு போய்ட்டு வா...''

வரப்புகளின் மேல் நடந்துகொண்டிருந்தான். தூரத்தில் நாலைந்து மரங்களை உள்ளடக்கி புளியந்தோப்பு தெரிந்தது. நெருங்க நெருங்க அவமானமாக இருந்தது. இதே அவன் ஊராக இருந்தால், அவன் அப்பன் புளியஞ்சிமுக்கை எடுத்துக்கொண்டு துரத்து துரத்து என துரத்துவான். ''பெயிண்டு அடிக்கப் போறன், பெயிண்டு அடிக்கப் போறன்னு சாராயக் கடையிலதான் நிக்கிறியா...''

ஸ்தபதிக்கு இது போட்டால்தான் வேலை புரியும். எந்த ஊர் கோயில் வேலைக்குப் போனாலும், முதலில் இது எங்கு கிடைக்கிறது எனக் கேட்டு உறுதிப்படுத்திக்கொண்ட பிறகுதான் வேலையைத் தொடங் குவார். வேலையிலும் கில்லாடிதான். பீடம் முதலில் அமைத்து கம்பி களை ஊனி, கலவையை அப்பி, செங்கல் சில்லுகளை அழுத்தி உருவேற்றி பின் மெல்ல மெல்ல சுய ரூபத்திற்கு கொண்டுவரும்போது, பார்ப்பவர் கள் அசந்து போய்விடுவார்கள். வண்ணம் பூசுவதிலும் சில்லாக்கத்திரி. கண்களில் கொடூரமாய் கோபக்கனல் தெறிக்கிறமாதிரி, வீரனாரைப் பார்ப்பவர்கள் பயந்துபோகிறமாதிரி மிரட்டச் செய்வார். சிலை செய்கிற வேலை வேறு ஊரில் நடந்துகொண்டிருக்கிறது. அங்குமிங்கும் இவர் மட்டும் போய் வேலை பார்த்துவிட்டு வந்தாலும், வர்ணம் பூசுகிற இடத்தில்தான் அதிகமாய் வேலை செய்வார்.

பெரும்பாலும் வேலை செய்கிறவர்களில், புதிதாகத் தொழிலுக்கு வந்து சேர்ந்தவர்களைத்தான் எடுபுடி வேலைக்கு அனுப்புவது. இருந் தாலும் இந்த சாராயம் வாங்குகிற வேலை, அவனுக்கு சங்கடமாக இருந்தது. வந்து ஆறு மாதத்திற்குமேல் ஆகிவிட்டது. இவன்தான் வாங்கிக்கொண்டுவந்து கொடுத்துக்கொண்டிருக்கிறான். எது வாங்கி வந்து கொடுத்தாலும் பரவாயில்லை. இந்த கருப்பைப் பூசிக் கொண்டி ருப்பதிலிருந்து, விடுதலை கிடைத்து வேறு வண்ணத்திற்கு தாண்டினால் போதும். விதியே என பீக்கருவை புதரில் நுழைந்து போனான்.

மரத்தின் கீழ் குந்தியிருந்தார்கள். இவன் போய் பணத்தை கையில் கொடுத்தான். வாங்கிக்கொண்டு, மரத்தின் போரை சந்தில் இருந்த பையை எடுத்துவந்தான். அதற்குள் அரை போதையில் குந்தியிருந்த ஒருவன் கேட்டான். ''என்னா ஊருப்பா நீனு? புது ஆளா இருக்கு...''

''அவுங்கல்லாம் செல செய்ற ஆளுவோ. அய்னாக் கோயில்ல வேல நடக்குது...''

இரண்டு முடிபோட்ட, சவ்தாள் பையை கொடுத்தபடி சொல்லி விட்டு திரும்பவும் கேட்டான் ''வேல முடிஞ்சிட்டுதா...''

''பெயிண்டு அடிச்சிக்கிட்டு இருக்கறம்...''

அரை போதையில் இருந்தவன் திரும்ப இவனிடம் கேட்டான். ''நீ, என்னா தெருக்கூத்துல மூட்ட தூக்கறவம் மாதிரி டீ வாங்கி குடுக்க எடுபுடி வேல செய்றமாதிரி. வவுத்து சோத்துக்காரனா...''

இவனுக்கு அவமானமாகப் போய்விட்டது. தெருக்கூத்தில் மூட்டை தூக்குபவனைப் பற்றி அவனுக்குத் தெரியும்.

மூட்டை தூக்குபவனுக்கு ஒன்றும், பெரிய அளவில் சம்பளம் கொடுக்க மாட்டார்கள். கூத்தில் அவனுக்கு வேஷம் எதுவும் கிடையாது. சோறுதான் பிரதான சம்பளம். அடுத்தடுத்து கூத்து இருக்கிற ஊர்களுக்கு நகைப்பெட்டி, மத்தாளங்களைத் தூக்கிக்கொண்டு போவதும், டீ வாங்கி வருவதுமே அவனுக்கு வேலை. மிஞ்சிப்போனால், ஆண் வேஷக்காரர் களுக்கு இடுப்பில் மோதாய் சுற்ற, புடவை மடித்து கொசுவி கொடுப்பான். பெண் வேஷக்காரர்களுக்கு, மார்பகங்கள் கூராகத் தெரிகிறமாதிரி, துணி முட்னம் செய்து கொடுத்து, வைத்தபின் ஒன்றுக் கொன்று வித்யாசம் தெரியாமல் இருக்கிறதா என நேர்நின்று ஊனாடி பார்த்துச் சொல்வான். அப்பேர்கொத்த மூட்டை தூக்குபவனோடு அவனை ஒப்பிட்டுப் பேசியதும், அவனுக்கு முகம் சிறுத்துப் போனது.

மறுத்து சமாளித்தான் ''பெயிண்டுலாம் அடிப்பன்.''

''ஆளப் பாத்தா பெயிண்டு அடிக்கிறமாதிரி தெரியிலிய. தப்பித் தவுறிக்கூட சட்டையில ஒரு பெயிண்டு புள்ளிவுளக் காணம்...'' அவன் நோண்டினான். நின்றுகொண்டு அடிக்கிற வேலையாக இருந்தால் சட்டையெல்லாம் படும். இவனுக்கு குந்திக்கொண்டு அடிக்கிற வேலை.

மேலே படும் என்று எப்போதும் கைலியை அவிழ்த்து விட்டுக்கொண்டுதான் அடிப் பான். கைலியில் மட்டுந்தான் படும். ஒரு பக்கம் மட்டுமே புள்ளிகள் இருக்கிற முரட்டு கைலியாக இருப்பதால், மடித்துக் கட்டியிருந்ததில் புள்ளிகள் உள்ளுக்குள் மறைந்திருந்தன.

''நீங்க வேற ஏங்க, பாருங்களன் எனுமா இருக்குன்னு. நானே அசிங்கித பட்டுக்கிட்டுதான் கைலிய மடிச்சிக் கட்டியிருந்தேன்.'' கைலியை அவசரமாய் அவிழ்த்து தழைய விட்டுக் காட்டினான். கைலி யெங்கும் வெறும் கருப்பு புள்ளிகள். காய்ந்து முடமுடத்துப் போயிருந் தது. போதையில் சிரித்துக்கொண்டே சொன்னான். ''இது என்னா தாரு ஊத்தறவம்மாதிரி, வெறும் கருப்பு கருப்பா இருக்கு. கருப்பு பெயிண்ட தவிர வேற எதையும் தொடவே மாட்டியா...''

அவமானத்தில் குன்னிப்போய்விட்டான். ஆத்திரத்தில் கண்களில் நீர்முட்டிக்கொண்டு வரப்புகள் கலங்கலாய்த் தெரிந்து, நடக்கையில் கால்கள் சறுக்கின. கண்களைத் துடைத்துக்கொண்டு கோயிலை நோக்கி வந்துகொண்டிருந்தான்.

எவ்வளவோ கனவு கண்டிருந்தான். தான் வர்ணங்களில் வித்தை புரிபவனாக வரவேண்டும் என்றும், தான் உருவாக்குகிற வர்ண மிளிரலின் அழகில் மற்றவர்கள் மயங்கித் திகைத்துப் போய் நிற்கவேண் டும் என்றும் ஆசையில் மிதந்துகொண்டிருந்தான். அந்த ஆசைக்கு பங்கம் வருகிறமாதிரி ஒவ்வொன்றும் நேர்வதைக் கண்டதும் நொறுங்கிப் போனான். முதன்முதலில் இந்த வர்ணங்களைப் பற்றிய ஆசை வந்த கடந்தகாலத்தின் முதல் நாளை வெறுப்புடன் திரும்பிப் பார்த்தான்.

அப்போது அவன் இருளக்குறிச்சி பள்ளிக்கூடத்தில் நான்காவது படித்துக்கொண்டிருந்தான். அதுவரைக்கும் அவனுக்கு இது பற்றிய எண்ணங்கள் ஏதுமில்லாத வெறும்பலகையாகத்தான் இருந்தான். அதற்குப் பிறகுதான் அந்தப் பலகையில் கோடுகளும் வண்ணங்களும் நிறைய ஆரம்பித்தன.

கோடி ஓரத்து கொல்லையில் கேழ்வரகு விதைத்திருந்தார்கள். நல்ல பாடு கொண்ட கொல்லை. சொந்த ஆளாகவே அவன் அம்மா, அப்பா, அண்ணன்கள் எல்லோரும் களை வெட்டி விட்டிருந்தார்கள். புதைபுதையாய்க் கிளம்பி, வழியே போகிறவர்களின் கண்களைப் பறிக்கிறமாதிரியிருந்தது. கோடி ஓரம் முந்திரிக்காட்டிற்குப் போகிற முக்கியமான பாதையென்பதால், போவோர் வருவோர் கேழ்வரகுக் கொல்லையை எரித்துவிடுகிறமாதிரி பார்த்துக்கொண்டு போனார்கள்.

பூ வருவதற்கு முன்னமே, இடுப்புமுட்டும் அளவிற்கு வளர்ந்து விட்டது. கூம்பின் பூக்களை உயர்த்தி மணிபிடித்து முறுக்கேறி, கதிர்களின் இதழ்கள் விறைப்பாய் சுருண்டு, விரல்களை மடக்கி உயர்த்திய

கைகளாய் கண்களைக் கொள்ளை கொண்டது.

அம்மாதான் அப்பாவிடம் சொன்னாள் ''கல்லடியில தப்பனாலும் தப்பலாம். கண்ணடியில தப்ப முடியாது. மொதல்ல ஒரு கழிய நட்டு கரும்புள்ளி செம்புள்ளி குத்தன பானய கவுத்து வைக்கணும்.''

சொன்னதோடு நிற்காமல் ஒரு பானையில் சுண்ணாம்பு கரைத்துப் பூசி, அடுப்புக் கரியை நனைத்து கருப்பு புள்ளிகளும், சிவப்பை குழைத்து செம்புள்ளிகளும் வைத்து, அப்பாவிடம் கொல்லையில் நடச் சொன்னாள். கதிர்களுக்கும் மேலான உயரத்தில் பானை. வழிப்போக்கு களின் பார்வை முதலில் கரும்புள்ளி செம்புள்ளிகளின் மீது பட்டு, வேகம் குறைந்து, அடுத்து பயிர்களின் கதிர்கள் மீது விழுந்தது.

இவன் பள்ளிக்கூடம் போவதற்கு முன்பும், போய்வந்த பின்பும் காவலுக்குப் போனான். வழிப்போக்கர்களின் பார்வை, வழக்கமான கரும்புள்ளி செம்புள்ளிகள் மீது விழுந்து சலித்து, மீண்டும் கதிர்கள் மீது கூரமாக விழுவதை நாளாவட்டத்தில் கவனித்தான். கதிர்கள் முற்றி நிறம் மாறிவிட்டாலும் பரவாயில்லை; இன்னும் பச்சைமணிகளாகவே இருந்தன. அதற்கேற்ற மாதிரி திடுமெனப் பெய்த, வழிந்தோடுகிற மாதிரியான தூறலில், பானையின் வண்ணங்கள் கரைந்துபோய், சுயரூபத்தைக் காட்டியபடி பொலிவில்லாமல் ஊமையாய் நின்றது.

போவோர் வருவோர் பார்வையில் வண்ணங்களற்ற பானை கவனத்தை ஈர்க்கவில்லை. கேழ்வரகைக் கொட்டிக் காயவைத்த மாதிரியான அடர்த்தியான கதிர்கள். ஒருத்தி வாய் கேட்காமல் கேட்டே விட்டாள். ''என்னா கேவுரு, சாவு வெளச்சமாதிரி இந்த பின்னு பின்னுயிருக்கு...''

காதில் விழுந்த இவனுக்கு அதிர்ந்துபோய்விட்டது. இதற்கு ஒரு வழிபண்ணவேண்டும் என யோசித்துக்கொண்டிருந்தவன் கண்களில், கதர்கொடி கிணற்றுமேடு வெள்ளையாய்த் தெரிந்தது. பட்டென்று அவனுக்கு மூளை வேலை செய்ய ஆரம்பித்தது. கிடுகிடுவென எழுந்து ஓடினான். கிணற்று மேட்டில் கோலக்கட்டிகளான மாவுக்கல்லும், குருவிக்கல்லும் நிறையக் கிடந்தன. போதுமான அளவிற்கு எடுத்துக் கொண்டான். வரும்போதே கொட்டாஞ்சியில், இஞ்சினில் வழிந்து பசையாகியிருந்த அடி எண்ணைக் கழிவை வழித்து எடுத்து வந்தான். வாளியில் தண்ணீரும் எடுத்து வந்துவிட்டான். எல்லாவற்றையும் கிணற்றுக் கட்டையில் வைத்துவிட்டு, நடுக்கொல்லையில் மாட்டியிருந்த பானையை எடுத்துவந்து குந்தினான்.

வழக்கமான கரும்புள்ளி செம்புள்ளிகளைத் தவிர்த்து, வேறு ஏதாவது மனதைப் பிடுங்குகிறமாதிரி போட்டால் தேவலை என்று பட்டது. திடுமென அவனுள், அருணாசலம் புது வீட்டில் மாட்டியிருந்த திருஷ்டி பொம்மை தலை ஞாபகத்தில் வந்தது. ஒரு நிமிடம் அதை உள் வாங்கி மனதிற்குள் உருவகப்படுத்திக்கொண்டான். கோலக்கட்டியை

இழைத்து பானையில் பூசினான். வெயிலில் இருந்த பானை, பட்டென்று ஈரத்தை உள்வாங்கி, வெண்மை பளீரென்று மின்னியது. ஒரு பக்கத்தில் முக உருவகக் கோடுகளை பசையால் வரைந்தான். கண்களின் கருப்பு விழிக்கு பசையால் அழுந்த வட்டப்பொட்டு வைத்தான். வெள்ளை முழிக்கு, வெள்ளையைத் தவிர்த்து, கூரமாக குருவிக்கல்லை இழைத்து சிவப்பு வண்ணம் தீட்டினான். பற்களுக்கு வண்ணம் தீட்டாமல், கருப்பு கோடுகளில் போட்டான். தொங்கும் சிவப்பு நாக்கிற்கு, கெட்டியாக குருவிக்கல்லை இழைத்துப் பூசினான். கடைவாயிலிருந்து கிளம்பும் சிங்கப் பற்கள், தலையில் கொம்பு. தலைக்கு கருப்பு மை. முடி பெருத்த காதுகளில் கனமான சிவப்பு தொங்கட்டான் வளையம்.

வேலையை முடித்து, பானையைப் பார்த்தவனுக்கு ஆச்சரியமாகப் போய்விட்டது. இவனையே மிரட்டுகிறமாதிரி அது பேய்முழி முழித்தது. ''இந்த படத்த நானா போட்டன்!''

நடுக்கொல்லையில் போய் மாட்டிவிட்டு, கோடி ஓர வழியில் நின்று பார்த்தான். அவ்வளவு தூரத்திலும் பளீரென்று தெரிந்ததும், இவனுக்கு மகிழ்ச்சி தாங்கவில்லை. வழிப்போக்கர்கள் வெகுதூரம் போகிறவரை, பானையின் உருவத்தைப் பார்த்துக்கொண்டே போனார்கள்.

''திருஷ்டி பொம்ம யார்ரா போட்டது? சும்மா மெரட்டறமாதிரி இருக்குடா செலம்பு.'' இவன் கூடப் படித்துக் கொண்டிருப்பவன் விறகு பொறுக்கப் போகையில் கேட்டான்.

''நாந்தான்...'' பெருமிதமாகச் சொன்னான்.

''ஒனக்கு படம்கூட போடத் தெரியுமா...'' பொறாமையால் கேட்டுக்கொண்டே முந்திரிக்குள் போனான்.

''ஓம் மொவன் பானையில போட்ட படம் நெல்லாவே வேல செய்யிது. ஒருத்தன்கூட, பானையில போட்ட படத்த வுட்டு, கண்ண கேவுரு கொல்லியப் பக்கம் எறக்காமப் போறானுவோ...'' சாப்பிடும் போது அப்பன் அம்மாவிடம் சொன்னதும் மகிழ்ச்சியில் இவனுக்கு துள்ளிக்குதிக்க வேண்டும்போல் இருந்தது.

அதற்குப் பிறகு அவனது எண்ணங்கள் கோடுகளிலும், வர்ணங் களிலுமே ஓடிக்கொண்டிருந்தன; கரித்துண்டுகள் கிடைக்கும் போதெல் லாம் கை சுவர்களைத் தேடியது. கோயில் சுவர், பால்வாடி கட்டிடம், மோட்டார் கொட்டகை, ஏரிகலுங்கு, கம்மாக்கட்டை என எல்லா இடத்திலும் இவன் கோடுகள் பூக்களாகவும் மரங்களாகவும் முகங் களாகவும் தாறுமாறாய்க் கிழிக்கப்பட்டிருந்தன. கோவைத் தழைகள் பச்சையாகவும் தேக்குக் கொழுந்துகள் சிகப்பாகவும் ஓவிய வண்ணத்தில் மிளிர்ந்தன. போகப் போக தாறுமாறுகள் தெளிந்து, உருவங்கள் ஒழுங்கு கூடிவந்தன. இது மெல்ல வீட்டுச்சுவருக்கு வந்ததும், அம்மா கையில் விளக்கமாற்றை எடுத்துக்கொண்டாள். ''செவுத்துல கோடு கிழிச்ச...

வெளக்கமாத்தால வெலாக்கோலிடுவன். ஒரு படிக்கிற புள்ள, நோட்டுப் புத்தகத்த எடுத்து எழுதும்கொள்ளும்னு இல்ல. இப்பதான் செவுத்துல பாம்புக்கோடு பள்ளிக்கோடு கிழிக்கிற...''

இவன் வேறுமாதிரி அர்த்தப்படுத்திக்கொண்டான். நோட்டுப் புத்தகங்களின் பக்கங்களில் கோடுகளை இழுத்தான். சிவப்பு, நீலம், கறுப்பு என மைகளை ஊதி வண்ணந் தீட்டினான். சுதந்திர தினத்தன்று கொடியேற்றி, மிட்டாய் கொடுத்து, பசங்கள் கிளம்பிவிட்ட பிறகும், இவனுக்குள் தேசியக்கொடி பறந்தது. பள்ளிக்கூடச் சுவரில், கரித் துண்டால் கோடு இழுத்து வரைந்து தேசியக்கொடியைப் பறக்கவிட்டு விட்டான்.

மறுநாள் வந்து பார்த்த வாத்திக்கு கண்ணில் ரெத்தம் கொப் பளித்தது. ''யார்ரா செவுத்துல படம் போட்டது...'' கையைக் காட்டாமல், சைகையால் இவன் பக்கம் முகத்தைத் திருப்பினார்கள் பசங்கள். வாகநாராங்குச்சியால் வைத்து வாங்குினான் வாத்தி. அடிதாங்காமல் நெளிகிற உடம்பை பார்த்து எல்லோரும் கைக்கொட்டிச் சிரித்தார்கள். ''போய், தண்ணிய ஊத்தி கழுவிட்டுதான் உள்ள வரணும்...'' முதுகில் விழுகிற அடிகளை வாங்கி நெளிந்துகொண்டே, தண்ணிய வாரி ஊற்றித் தேய்த்தான். சுவரில் தேசியக்கொடி, கருப்பாய் அழுது வடிந்தது. வலியைவிட அவமானத்தில் துடித்துப்போய்விட்டான்.

தேம்பித் தேம்பி அழுதுகொண்டிருந்தவன் ஒருமுடிவுக்கு வந்தான். பள்ளிக்கூடம் விட்டு, பசங்கள் போனவுடன், பள்ளிக்கூடத்தின் பின்பக்கமாய் போனான். சத்துணவுக்கூடத்தில் கிடந்த கரித்துண்டுகளை எடுத்துவந்து, திருஷ்டி பொம்மைக்கு போட்ட நாக்கும், கொம்புகளும் சிங்கப்பற்களும் கொண்ட ஆள் உருவ படம் போட்டான். அதன் கையில், புத்தகப்பை வைத்திருக்கிற, சிறுபையன் கழுத்து இருக்குமாறு படம் போட்டு, கோரமூஞ்சியின் கீழ் 'பெரிய வாத்தி' என எழுதினான். பையனுக்கு முழி பிதுங்குகிறது. பெரிய வாத்தியை பழிவாங்கி விட்டதாய், படம் போட்டுவிட்டு வீட்டுக்கு வந்தவன்தான், பள்ளிக் கூடம் பக்கமே தலைவைத்துப் படுக்கவில்லை.

நான்காம் பேறாக சலிப்பில் பிறந்தவன். இவன் பள்ளிக்கூடம் போகாததைப் பற்றி எவரும் கவலைப்படவில்லை. வற்புறுத்தி போகவும் சொல்லவில்லை. நாலைந்து வருடங்கள் மாடுகளோடும், முந்திரி, கொல்லைக் காடுகளோடும் ஓடிக்கொண்டிருந்தான். ஆனாலும் அவனது தீவிரம் கோடுகளும், வர்ணங்களுமாக அதிகமாகிக் கொண்டே போனது. முன்பை விட நன்றாகவும், அழகாகவும், சீக்கிரமாகவும் அவனால் படங்களைப் போட முடிந்தது.

ஏற்கனவே சுவர்களில் போட்டிருந்த கிறுக்கல்களை அழித்துவிட்டு புதிய படங்களைப் போட்டான். ஓடையின் வெள்ளவாரி புழுதியில்

விரலால் மரங்களும் மேகங்களும் பறவைகளும் கொண்ட ஏரியை படம் போட்டான்.

கடந்து, இவனது அப்பன்தான் டிரக்குக்கு அனுப்பிவைத்தான். ''மாடு மாதிரி வளந்து நிக்கித, வண்டியாவுது ஓட்டக் கத்துக்குட்டும், ரெட்டி வூட்டு டிரக்குக்குப் போவச் சொல்லு...''

ரேடியேட்டரில் தண்ணீர் ஊற்றவும், கிரிஸ் அடிக்கவும், 'லெப்டுல போ ரைட்ல வா' சொல்லவும், பஞ்சர் டயரை கழற்றி மாற்றவும் இவனுக்குப் பிடிக்கவில்லை. புகை அதிர்விற்கு ஏற்ப ஆடும், புகை போக்கியின் நுனியில் இருக்கும் மயில்தகடைப் பார்த்துக்கொண்டே, இரண்டு நடை கரும்பு ஏற்றிக்கொண்டு பெண்ணாடம் ஆலைக்கு, வண்டி கூட போய்வந்தான். மூன்றாம் நடை போகும்போது கருவேப்பலங் குறிச்சியில் ஒரு குடிசையின் தலைமுகப்பில் வைக்கப்பட்டிருந்த போர்டின் படத்தைப் பார்த்து அசந்து போனான். லேசாக அண்ணாந்து பார்த்த நிலையில், சிரித்தபடி பெண்ணின் முகம். பல்வரிசையிலும், மூக்கில் தெரிந்த ஒற்றை மூக்குத்தியிலும் மின்னல். மேலே முகப்பில் 'செல்வம் ஆர்ட்ஸ்' என எழுதியிருந்தது.

அவனுக்குள் கிடந்த நெருப்பு கனிய ஆரம்பித்தது. அதே போன்று பலரும் பார்த்துத் திகைத்து நிற்கிறமாதிரி படம் போடவேண்டும், வண்ணம் தீட்ட வேண்டும் என ஆவல் பீரிட்டது. லோடு இறக்கிவிட்டு திரும்புகாலில், டீ குடிக்க நிறுத்திய இடைவெளியில், ஓட்டமாய் அந்தக் குடிசையை நோக்கி ஓடினான். முகப்பில் நிறுத்திவைக்கப்பட்டிருந்த போர்டின் படத்தைப் பார்த்துவிட்டு, சுற்றும்முற்றும் பார்வையை ஓட்டினான். பக்கத்தில் நிறைய ட்ரெய்லர்கள் வர்ணம் பூசுவதற்கு காத்துக் கொண்டு நின்றிருந்தன. சிலது அரைகுறையாகவும்.

ஒரு ட்ரெய்லருக்குப் பின்னால் நின்று வரைந்து கொண்டிருந்தவனி டம் போய்நின்றான். இவன் வெள்ளவாரி புழுதியில் விரல்களால் கிழித்த படம் போன்று, அவன் வண்ணத்தில் உயிரோட்டமாக தீட்டிக் கொண்டிருந்தான். விரல்களில் குச்சிபோன்ற பிரஷ் நடனமாடிக் கொண்டி ருந்தது. இவனை ஏறெடுத்துக்கூட பார்க்கவில்லை.

இவனாகவே கேட்டான், ''நானும் நெல்லா நோட்ல செவுத்துலல் லாம் படம் போடுவன். எனக்கும் ஒங்களமாதிரி பெயிண்டுல போடு ணும்னு ஆசையா இருக்கு. வந்தா கத்துக்கலாங்களா...''

வரைவதை நிறுத்திவிட்டு இவனை ஏறஇறங்கப் பார்த்தான். ''ஓம் பேரு என்னா, என்னா ஊரு?''

''செலம்பரசன். ஊரு ஆலடி...''

''இது செவுத்துல பொட்ட மண்ணு பூசற கத கெடயாது, வந்த ஒடனே கத்துக்க. நாளாவட்டத்துலதான் கத்துக்கலாம். வேண்ணா வா. வந்து சில்ற வேலவுள செஞ்சி பழகிக்கிட்டினா, போவ போவ கத்துக்கலாம்...''

கனத்த இருள் படர்ந்த இரவில், அவன் கனவுகளில் வண்ணங்கள் மிதந்தன. எல்லா விரல்களின் இடுக்குகளிலும் தூரிகை சிரித்தது. ஆண்களும், பெண்களும் மரமட்டைகளுமாய் வண்ண ஓவியங்களை வரைந்து தள்ளினான். எல்லோரும் மெய்மறந்து அவன் ஓவியத்தைப் பார்க்கிறார்கள். மகிழ்வின் மிகுதியில் படங்களின்மீது உருண்டு புரள்கிறான். ஒவ்வொரு படத்தின் மூலையிலும் அவன் பெயரை, ஓவிய வடிவில் தீட்டுகிறான்.

வண்டிக்கு மட்டம் போட்டுவிட்டான். கொடிகழியில் கிடந்த புதுக்கைலி ஒன்றை எடுத்துக் கட்டிக்கொண்டு, நல்ல சட்டை ஒன்றைப் போட்டுக்கொண்டு கிளம்பிவிட்டான். ட்ரக்குக்குப் போனதில் கையில் கொஞ்சம் பணமிருந்தது, திருவேங்கடம் பஸ்ஸில் விருத்தாசலம் போய், அங்கிருந்து திட்டக்குடி போகிற 15-ல் ஏறி கருவேப்பிலங்குறிச்சியில் இறங்கிக்கொண்டான்.

'தமிழ்நாடு ஒயின்ஸ்' என்று பொறிக்கப்பட்ட போர்டில் அரைகுறை ஆடையில் இருவர் கட்டிப்பிடித்திருப்பது மாதிரி, அவன் வெறும் கோடுகளால் கிழித்துக்கொண்டிருந்தான். கோட்டு வடிவிலேயே அழகாக இருந்தது. இவனைப் பார்த்துவிட்டு அவன் உள்ளே கூப்பிட்டு சொன்னான். "எலேய் வடிவேலு, புது ஆள் ஒண்ணு வந்துருக்கு, கூப்புட்டுக்கிட்டுப் போயி மருங்கூர் வண்டிவுளுக்கு ரெட் ஆக்ஸைடு அடிங்க..."

"உள்ள போ. வேற கைலி எடுத்துக்கிட்டு... எதுவும் இல்லியா... சரி, சட்டயமட்டும் கைட்டி வைச்சிட்டு வேலயப் பாரு..." இவனிடம் சொல்லிவிட்டு கோடுகளில் நுழைந்தான். உள்ளே நுழைந்தவன் மிட்சியாகப் பார்த்தான். இவன் ஈட்டு பையன்கள் இரண்டு பேர், வாளிகளில் பொட்டைமண் சேறு மாதிரி தடதடவென்று எதையோ கரைத்துக்கொண்டிருந்தார்கள். சிரித்தபடி கேட்டார்கள், "பேரு என்ன..."

"செலம்பு. செலம்பரசன்."

"சரி சரி. சட்டைய கைட்டி ஆணியில மாட்டிட்டு வா..."

ஒன்றும் புரியாமல் சட்டையைக் கழற்றினான். அவர்கள் எல்லாம் கால்சட்டை போட்டிருந்தார்கள். கால்சட்டை முழுவதும் சேறுமாதிரி பூசியிருந்தது. ஆணியில் மாட்டிக்கொண்டே சுற்றிலும் பார்த்தான். நிறைய பெயிண்டு டப்பாக்களும், பிரஷ்களும் தாறுமாறாய்க் கிடந்தன.

"இந்தா..." இவன் கையில் ஒரு வாளியைக் கொடுத்தார்கள்.

"இது எதுக்கு..." சந்தேகமாய் கையில் வாங்கினான். வாளியில் சேறாக இருந்த அது, ஒரே நாற்றமாக அடித்தது.

"இதான், இப்ப அடிக்கணும்..." கிளம்பினார்கள்.

"பிரஷ்சு..." குடலை பிடுங்குகிறமாதிரியான எருப்பு நாற்றத்தில்,

நொந்துபோய் கேட்டான்.

பட்டென்று வாளியை வைத்துவிட்டு, ஒரு பழந்துணியை டாராக கிழித்து இவன் கையில் கொடுத்தான். ''இதாம் பிரசு... வா...''

அவர்கள் ட்ரெய்லருக்கு கீழே குனிந்தபடி போனார்கள். பழந் துணியால் வாளியில் தொட்டு நனைத்து, கீழ்பாகத்தில் பூச ஆரம்பித் தார்கள். வெளியே நின்று பார்த்தவனுக்கு, நொறுங்கிப்போய்விட்டது. அடித்துக் கொண்டிருந்தவர்கள் கூப்பிட்டார்கள். ''எதுக்க வெளியில நிக்கிற வா. இதான் நம்ப வேல...''

இவனுக்கு என்ன சொல்வதென்று தெரியவில்லை. கொஞ்சம்கூட மனம் ஒப்பாமல் வாளியை எடுத்துக்கொண்டு, ஒரு ட்ரெய்லர் கீழே போனான். வாளியில் இருப்பதை நனைத்து, சாணி மெழுகுகிற மாதிரி பூசினான். மண்டையைக் குடைகிறமாதிரி ஒரே நாற்றம். கைகளில் சேறாய் வழிந்தது. குனிந்து கொண்டேதான் பூசவேண்டும். நிமிர முடியாது. உயரே பூசும்போது, முழங்கை வழியாக அக்குளில் ஒழுகியது. தலையெல்லாம் சிந்தியது. ஆங்கில்களின் மூலைகளில் பூசும்போது, விரல்முட்டிகள் தேய்ந்து எரிந்தது. கொஞ்ச நேரத்தில் மேலு, கை, கால், கைலி எல்லாம் வேஷம் பூசிக்கொண்டது. நாற்றம் பொறுக்க முடியாமல் தலை வலித்தது. எச்சிலைக் கூட்டி விழுங்க முடியாமல், தொண்டை காய்ந்து போனது. திரும்பும்போது வலுவாக தலையில் இடித்துக்கொண் டான். வலி உயிர் போய்விட்டது.

அழுகை கொப்பளித்து கண்களில் முட்டியது. ஒரு பெரிய படு குழிச் சேற்றில் சிக்கிவிட்டமாதிரி முழி பிதுங்கியது. அவனது வண்ணங் களும், கோடுகளும், பூசி மெழுகுதலில் மறைந்து போய்க்கொண்டிருந் தது. எள்ளு மூக்குத்தினி அளவுக்குக்கூட அந்த வேலை அவனுக்குத் தோதானதாகப் படவில்லை.

மதியச் சாப்பாட்டிற்கு, கலைந்தபோது அவனுக்கே அவனைப் பார்க்கப் பிடிக்கவில்லை. ரெட்டி வீட்டு டிரக்கு வண்டி இந்த நேரத்தில் இந்தப் பக்கம் வந்து, அடையாளம் பார்த்துவிடுவார்களோ என பயந் தான். மண்ணெண்ணெய் தொட்டு தேய்க்கும்போது, விரலிலும் முட்டி யிலும் ஏகப்பட்ட இடத்தில் வலி பரிந்திருந்தது. சேறு பூசிக்கொண்டபடி வாசலில் கிடக்கும் மிதிசாக்கு மாதிரி கைலி நிறம் மாறியிருந்தது.

பல்லைக்கடித்துக்கொண்டு, சாயந்திரம்வரை வேலை செய்தான். வேலை கலைந்ததும், கைகால்களை மட்டும் கழுவிக்கொண்டான். மேலெல்லாம் அப்படியே இருந்தது, சட்டையில் மறைந்து கொண்டது. யாரிடமும் சொல்லிக்கொள்ளவில்லை. வேலைத்தலையை திரும்பி பார்த்து ஒரு நிறைகும்பிடு போட்டுவிட்டு வந்துவிட்டான்.

எல்லாவற்றையும் மறந்துவிட்டு கொல்லை, முந்திரிக்காடுகள் என மாடு மேய்த்துக்கொண்டிருக்கும்போதுதான், மலையாத்தாள் கோயிலில் சிலை செய்து வர்ணம் பூசிக்கொண்டிருந்ததை கண்கொட்டாமல் பார்த்

தான். வேதாளம் முருங்கைமரம் ஏறிக்கொண்டது. கேட்டான். ஸ்தபதி ஒத்துக்கொண்டார்.

இவன் கோயிலுக்கு வந்து சேர்வதற்குள், ஏழெட்டுப் பேர் சாமி கும்பிட வந்துவிட்டார்கள். விசலூர் அய்யனார் சுத்துப்பட்டில் கொஞ்சம் பிரபல்யம் என்பதால் படைக்கவும் காது குத்தவும், வேண்டிக் கொள்ளவுமாக நித்தம் லேசான கும்பல் இருந்துகொண்டிருக்கும்.

இவன் வருவதை எதிர்பார்த்து பரபரப்புடன் குந்தியிருந்தார். தயாராய் டப்பாக்களில் வர்ணங்கள் காத்துக்கிடந்தன. ''இம்மாம் நேரமாடா...'' வெடுக்கெனப் பிடுங்கினார். ''போய் சீக்கிரம் வேலயப் பாரு...'' சிலைகளின் பின்னால் மறைவிற்கு போனார்.

வெறுப்பாக குதிரைகளிடம் போனான். அதற்குள் ஒரு குதிரைக்கு வெள்ளையில் ஒரு ஓட்டு ஓட்டியிருந்தான். மகுடிக்காரனிடம் போனவன், பாம்புக்கு பவுன் நிறத்திற்கு ஏற்றியிருந்தான். அந்த நிலையிலேயே அழகாய் இருந்த பாம்பை இரண்டு சிறுவர்கள் வேடிக்கை பார்த்துக் கொண்டிருந்தார்கள். குதிரைக்கு வெள்ளை பூசியவனைக்கூட ஒருவன் மெய்மறந்து பார்த்துக்கொண்டிருந்தான். ஸ்தபதி வாயைத் துடைத்தபடி குச்சி பிரஷை கையில் எடுத்ததும், பெரிய ஆட்களே இரண்டு பேர் போய் நின்று வேடிக்கை பார்த்தார்கள்.

பிரஷை கையில் எடுத்துக்கொண்டு குதிரையின் காலடியில் குந்தினான். குளம்புகளில், தொட்டுப் பூசினான். சன்னங்கரேல் என்று வர்ணம் ஓடிப்பாய்ந்தது. வழக்கமாக இவனுக்கு ஒதுக்கப்படுகிற வேலை இது. வந்ததும், இந்த கருப்பு டப்பாவும், பிரஷுமாக கையில் எடுத்துக்கொள்ள வேண்டியது. வந்து ஆறு மாதத்திற்குமேல் ஆகிறது, இந்த கருப்பு, குளம்பு, இதைத் தவிர்த்து வேறு எதையும் ஆசைக்குக்கூட தொட்டுப் பார்த்ததில்லை.

''அடுத்த கோயில் வேலயில மாத்தி வுடறன்...'' சொல்வதோடு சரி. மீறி வலிந்து கேட்டால், திருப்பிக் கொள்வார். ''குந்தி ஒழுங்கா அந்த கொளம்புவுளுக்குக்கூட அடிக்கத் தெரியில. பாரு பிரிபிரியா சாணியத் தெளிச்சி இழுத்தமாரி. மொதல்ல செய்ற வேலய திருத்தமா செய்யக் கத்துக்க...''

புதிதாய் வர்ணம் பூசுகிற வேலைக்கு சேர்கிற கத்துக்குட்டிகளுக்குக் கொடுக்கப்படுகிற வேலை, குளம்புகளுக்கு வர்ணம் அடிப்பதுதான். குளம்பில் அடிக்கும்போது அதிகமாய் வழிந்து ஒழுகுவதும் இருக்காது. மீறி வழிந்தாலும், பிரஷ்சை கீழே கொடுத்து மேலேற்றி அடித்து விடலாம். திப்பை திப்பையாக இருந்தாலும், பார்வைக்கு கருப்பில் பட்டென்று தெரியாது. குளம்பைத் தாண்டி, பீடத்தில் வழிந்தாலும், பீடத்தில் அடிக்கிற வண்ண சுண்ணாம்பு பூச்சில் மறைந்துவிடும்.

அப்படியே சரியாக பூசாது, குறைபாடாய்த் தெரிந்தாலும், குளம்புகளுக்கு முக்கியத்துவம் கொடுத்து பார்வையை இறக்கி பார்க்க மாட்டார்கள். இந்தக் குளம்புகளிலிருந்துதான், வர்ணத்தை சிக்கனமாகவும், நேர்த்தியாகவும் அடிக்கக் கற்றுக்கொண்டு அடுத்த கட்டத்திற்கு நகரவேண்டும்.

எடுத்த எடுப்பில் முகத்திற்கோ அல்லது பார்வையில் படுகிற இடத்திற்கோ விட்டால் எப்படியும் ஒழுகிவிடும். ஒழுகுவதை மறைக்க, உடன் பூசாவிட்டால் மறுபூச்சுக்கு கோடுகோடாகத் தெரியும். கோடுகளை மறைக்க அந்த இடத்தில் மட்டும் பூசினால் திட்டாகத் தெரியும். வித்தியாசம் இல்லாமல் அடிக்க முழுதாய் ஒரு பூச்சு அடிக்க வேண்டும். ஒரு வேலைக்கு இரு வேலையாகவும் ஆகும். செலவும் கூடுதலாகும். வர்ணத்தின் இயல்பும் மாறிவிடும். இதைத் தவிர்க்கத்தான் முதலில் குளம்படி வேலை.

இவனுடன் கூட இருக்கும் இருவரும் இந்த கருப்புக்காலத்தை கடந்து வந்துவிட்டார்கள். இவன்தான் இன்னமும் கரையேற வழி கிடைக்காமல் சின்னப்பட்டுக்கொண்டிருக்கிறான். நொட்டுச் சொல் சொல்லவேண்டும் என்பதற்காக, ஸ்தபதி இவன் வேலையைப் பற்றி குறைவாகச் சொன்னாலும், தன் அளவில் வேலையில் எப்போதோ தேறி விட்டதாக தனக்குள் சொல்லிக்கொள்வான். சிந்தாமல் கொள்ளாமல் கருமை மின்னுகிற அளவிற்கு அடிக்கிற பக்குவம் தாண்டிப் போய்க் கொண்டிருந்தான்.

நான்கு கால்களுக்கும் அடித்து முடித்து விட்டிருந்தபோது, ஏதேச்சையாய் நிமிர்ந்து பார்த்தான். மகுடிக்கு தீட்டிக்கொண்டிருந்தவனிடம், இரண்டு வயசுப்பெண்கள் ஆசையாய் நின்று வேடிக்கை பார்த்துக்கொண்டிருந்தார்கள், ஏற்கனவே நாலைந்து சிறுவர்கள் வேறு. சொல்லவே தேவையில்லை, ஸ்தபதியிடம் நிறையப் பேர் கும்பலாய் நின்று, அவரின் வர்ணத் தீட்டலைப் பார்த்துக் கொண்டிருந்தார்கள்.

இவனுக்கு போறாமையாக இருந்தது. ஈகாக்கை கூட நின்று ஏறெடுத்துப் பார்க்காத தன் வேலையை எண்ணி நொந்து நூலாய்ப் போனான். தன்னிடமும் நாலு பேர் நின்று, அதிசயமாய் வேடிக்கை பார்க்கிறமாதிரி எப்போது காலம் கைகூடுமோ, தன் கைவண்ணம் சிரிக்குமோ என விசனத்தில் அடுத்த குதிரையிடம் போனான். மகுடிக்காரனிடம் நின்று ஒருபெண், ஏதேச்சையாய் இவனைப் பார்க்கும்போது இவனுக்கு கூசியது. என்னவோ அற்பப் புழுவைப் பார்ப்பது மாதிரி அவள் பார்வை இருந்தது.

ஒரேயொரு வாய்ப்பு வீரனாரோ அல்லது காவல்காரனோ கொடுத்தால் தன் திறமையைக் காட்டி மிளிரச் செய்து எல்லோரையும் திகைக்க வைத்துவிடுவான். இதுவரை தேக்கி வைத்திருக்கும் வண்ணங்களைப் பற்றிய நுணுக்க ஆவல்களையெல்லாம் விரல்களின் நுனிக்கு கொண்டு வந்து அசத்திவிடுவான். ஆனால் இந்த கருப்பைத் தவிர வேறெதுவும்

கிடைப்பது என்பது குதிரைக்கொம்பாக இருந்தது. ஏதேச்சையாய் திரும்பிய ஸ்தபதியின் பார்வை மகுடிக்கு தீட்டிக் கொண்டிருந்தவனைச் சுற்றி வேடிக்கை பார்த்த பெண்பிள்ளைகள் மேல் ஓடியது. அங்கிருந்தபடி அவனுக்கு சத்தம் போட்டார். ''டேய், வேலை யில மட்டும் கவனம் இருக்கட்டும். நெடுஞ்சேரிக்காரனாட்டம் வேல வைச்சிடாத...''

நெடுஞ்சேரிக்காரனைப் பற்றி ஒருபெரிய கதையே சொல்வார்கள். வேலையில் சில்லாக்கத்திரி. சுவர்களில் தான் அவன் அதிகமாய் படம் போடுவது. அவனைப் பார்த்ததில்லை. சொல்லிக்கேட்டதோடு சரி.

காட்டுக்கூடலூர் கோயில் வேலையில், நெடுஞ்சேரியான் சுவரிலும், மேல்விதானத்திலும் சாமி படம் போட்டுக்கொண்டிருந்திருக் கிறான். சித்தாளாக கட்டுவேலைக்கு வந்த வயசுப் பெண், அவன் படங்களில் மெய்மறந்ததோடு, வரைந்த விரல்களையும் தொட்டுப் பார்க்க ஆசைப்பட்டுவிட்டாள். ஓவியமான அவள் மீது அவனுக்கும் ஒரு லயிப்பு. நெருக்கம் அதிகமாகி, வேலை கலைந்து போன அந்தி இருட்டில் இருவரையும் பார்த்ததாக ஊர்க்காரர்கள் காதில் போனபிறகுதான் ஸ்தபதிக்கு திக்கென்றிருக்கிறது. ராவோடு ராவாக வெள்ளையூரில் நடக்கிற வேலைக்கு அவனை அனுப்பிவிட்டு, அங்கிருந்தவனை இங்கு வரச்சொல்லிவிட்டிருக்கிறார்.

ஆள் மாற்றிவிட்ட இரண்டு மூன்று நாள் கழித்து வெள்ளையூரில் நடக்கிற வேலையை பார்த்துவரப் போனவர், அவன் படத்தைப் பார்த்து அதிர்ந்துவிட்டார். வரைந்த படங்களில் கொஞ்சம்கூட அம்மன் சாயல் இல்லை. தெய்வத்தன்மை மிளிரவில்லை. கொஞ்சம் ஊனாடிப் பார்த்தவருக்கு விபரீதம் புரிந்தது. காட்டுக்கூடலூரில் வேலை செய்துகொண்டிருந்த சித்தாள் பெண்ணின் பாதிப்பிலிருந்து அவன் மீளாதிருப்பது தெரிந்தது. அச்சு அசலாக கிராமம் மிளிரும் அந்த சித்தாள் பெண்ணின் முகமாகவே அம்மன் முகம் தெரிந்தது. அன்றே அவனை ஏறக்கட்டி வேலைக்கு வேண்டாம் என்று அனுப்பிவிட்டார்.

வேலை செய்கிற ஒவ்வொரு இடத்திலும் எப்படியாவது நெடுஞ்சேரியான் பெயர் அடிபடும். எவனும் அவனை வெறுப்பாகப் பேசினாலும், அவனுக்கிருந்த கைவண்ணத்தை பெரிதும் மதிப்பான். ஒரு பெண்ணே அவன் ஓவியத்தில் மயங்க, பின் வேறு இடம் போன பிறகு அம்மன் உருவில் அவளை உள்ளடக்கி போட்டிருக்கிறான் என்றால்... பெரிய வேலைக்காரன் தான்.

அவனைப்போல், பிறர் மயங்கி நிற்குமாறு வண்ணத்தில் வரைந்து அசத்த வேண்டும் என்று நினைத்துக்கொண்டான். ஆனால் கையில் கருப்பு பிசுபிசுத்தது.

இருட்டில் உருண்டு கிடந்தான். தூக்கமே வரவில்லை. கண்ணைத் திறந்தால் எங்கும் கருப்புதான். தூக்கத்தில் பினாத்தினான். ''நா இனிமே இந்த கருப்பக் கட்டிக்கிட்டு மாரடிக்கமாட்டன்.''

மறுநாள் கோயிலுக்குப் போனதும் என்ன ஆனாலும் ஆவட்டும் என கடந்து ஸ்தபதியிடம் சொன்னான். ''இன்னக்கி எனக்க வேற வேல இருந்தா குடுங்க. இல்ல, நா ஊட்டுக்குப் போறன். இந்த கருப்புப் பெயிண்ட இனி கையால நா தொடமாட்டன். எம்மாம் நாளைக்கி கருப்பு கருப்புன்னு அடிச்சிக்கிட்டுக் கெடக்கறது?''

ஸ்தபதி கோபப்படவில்லை. சிரித்தபடி மற்ற பசங்களிடம் சொன்னார். ''என்னாங்கடா... செலம்பு இன்னக்கி இம்மாங் கறாரா பேசறான்.'' அவர்களைப் பார்த்து கண்ணடித்தபடி இவனிடம் சொன்னார்.'' சரி சரி, செவுப்பு பெயிண்ட எடுத்துக்கிட்டுப் போயி, ரெண்டு குதிரைக்கும் வாணியில அடி.''

சிவப்பு என்றதுமே அவனுக்கு கைகால் புரியவில்லை. இவ்வளவு நாள் கறாராக கருப்பிலேயே இருந்துவிட்டோமே என்று வருத்தப்பட்டான். ஆவலாய் ஓடி சிவப்பு டப்பாவைத் திறந்தான். இரத்தச் சிவப்பில், அது இவனை மகிழ்ச்சியில் ஆழ்த்தியது. ஒரு அங்குல பிரஷை கையில் எடுத்தான். அப்போதே ஒரு பெரிய ஓவியனைப்போல் அவனுக்குள் ஒரு நிழல் விரிந்தது.

ஒரு குதிரையிடம் போய் குந்தினான். அடி வயிற்றில் அதன் குறி, வெள்ளை வண்ணத்தில் இருந்தது. சிவப்பைத் தொட்டு ஆர்வமாக அடித்தான். இதுவரையில் கருப்பிலேயே பொழுது போய்க்கொண்டிருந்தவனுக்கு, சிவப்பு பூசியதும் செம்பட்டுப் பூவின் மென்மையாய் மின்னிய அதைப் பார்க்கப் பார்க்க பெருமிதமாக இருந்தது.

''அது என்னாடா...'' நாலைந்து சிறுவர்கள் கைகளைக் காட்டி குசுகுசுவென பேசிச் சிரித்துக்கொண்டது எதையும் அவன் காதில் வாங்கிக் கொள்ளவில்லை. வேடிக்கை பார்த்துக்கொண்டிருந்த சிறுவர்களின் கூட்டத்தைப் பார்த்ததும், அவனுக்கு பூரிப்பு தாங்கவில்லை.

இதுவரை கருப்பை மட்டுமே கையாண்டு சலித்துப்போன வெறுப்பில், சிறுவர்கள் வேடிக்கை பார்க்குமாறு அமைந்த மகிழ்வில், சிவப்பு வண்ணத்தை மேலும்மேலும் பூசினான். அழகு பார்த்து அழகு பார்த்துத் தடவினான். வண்ணம் தோய்த்த மென்மையான தூரிகை இதழின் வருடலில், குதிரை கூச்சத்தில் நெளிந்தது. மேலும் மேலும் இதழ் தொட்டுத் தடவவும், ஒரு உச்சத்தின் விளிம்பில், அதன் நுனியிலிருந்து சொட்ட ஆரம்பித்தது.

●